சே குவேரா

தா. பாண்டியன்

நியூ செஞ்சுரி புக் ஹவுஸ் (பி) லிட்.,
41- பி, சிட்கோ இண்டஸ்டிரியல் எஸ்டேட்,
அம்பத்தூர், சென்னை- 600 050.
☎: 044 - 26251968, 26258410

Language : Tamil
Che Guevara
Author : **D. Pandian**
First Edition: December, 2014
Seventh Edition: September, 2023
Eighth Edition: December, 2025
Copyright : Author
No. of pages : xviii + 258 = 276
Publisher :
New Century Book House Pvt. Ltd.,
41-B, SIDCO Industrial Estate,
Ambattur, Chennai - 600 050.
Tamilnadu State, India.
email: info@ncbh.in
Online: www.ncbhpublisher.in

ISBN: 978 - 81 - 2342 - 804 - 8
Code No. A 3150
₹ 260/-

Branches
Ambattur 044 - 26359906 **Spenzer Plaza (Chennai)** 044-28490027 **Tiruchirappalli** 0431-2700885 **Pudukkottai** 04322-227773 **Thanjavur** 04362-231371 **Tirunelveli** 0462-4210990, 2323990 **Madurai** 0452-4374106 **Dindigul** 0451-2432172 **Coimbatore** 0422-2380554 **Erode** 0424-2256667 **Salem** 0427-2450817 **Hosur** 04344-245726 **Krishnagiri** 04343-234387 **Udhagamandalam** 0423-2441743 **Vellore** 0416-2234495 **Villupuram** 04146-227800 **Puducherry** 0413-2280101 **Nagercoil** 04652-234990

சே குவேரா
ஆசிரியர்: தா.பாண்டியன்
முதல் பதிப்பு: டிசம்பர், 2014
ஏழாம் பதிப்பு: செப்டம்பர், 2023
எட்டாம் பதிப்பு: டிசம்பர், 2025

அச்சிட்டோர்: **பாவை பிரிண்டர்ஸ் (பி) லிட்.,**
16 (142), ஜானி ஜான் கான் சாலை, இராயப்பேட்டை, சென்னை - 14
☎: 044-28482441

All rights reserved. No part of this book may be reprinted or reproduced or utilised in any form or by any electronic, mechanical, or other means, now known or hereafter invented, including photocopying and recording, or in any information storage or retrieval system, without permission in writing from the publishers.

அணிந்துரை

பத்து வயதுப் பாலகனாக அரைக்கால் டவுசருடன் பள்ளி செல்லும் மாணவனாக இருந்தபோது தோழர் தா. பாண்டியன் அவர்களின் உரை கேட்கும் வாய்ப்பினைப் பெற்றேன். என் தந்தையார் என்னை அந்தக் கூட்டத்திற்கு அழைத்துச் சென்றார். நான் கேட்ட முதல் நல்ல சொற்பொழிவும் அதுதான். அன்று தொட்டு கடந்த முப்பத்தைந்தாண்டுகளாக அவரின் நூற்றுக்கணக்கான சொற்பொழிவுகளைக் கேட்கும் வாய்ப்பினைத் தொடர்ந்து பெற்று வருகிறேன்.

அழுத்தம் திருத்தமான உச்சரிப்பு, ஆற்றொழுக்கான நடை, ஆழமான கருத்து, ஆவேசமான வெளிப்பாடு ஆகியவை இவரது சொற்பொழிவின் தனிச்சிறப்புகளாகும். சொற்பொழிவுக் கலை மீது எமக்கு நாட்டத்தை ஏற்படுத்தியதில் தோழர் தா. பாண்டியனின் உரைக்குப் பெரும் பங்குண்டு.

நான் ஈரோடு சிக்கய்ய நாயக்கர் கல்லூரியில் புகுமுக வகுப்புப் படிக்கிறபோது தோழர் தா. பாண்டியன் அவர்களைக் கல்லூரியின் தமிழ்ப் பேரவைக் கூட்டத்திற்கு அன்றிருந்த தமிழ்ப் பேரவைத் தலைவர் மூலமாக அழைத்தோம். 'கம்யூனிஸ்ட்' என்ற காரணத்தினால் முதல்வர் முகம் சுளித்தார். முதல்வர் கம்யூனிஸ்ட் எதிரியாக இல்லாவிடினும், 'இலக்கியத்தில் இவர்கள் என்ன பேசப் போகிறார்கள்?' என்று எண்ணியே தயங்கி இருக்கக்கூடும்.

தனக்கு வேறு வேலை இருப்பதாகக் கூறி அன்று நடைபெற்ற கூட்டத்திற்கு முதல்வர் தலைமையேற்காமல், "தமிழ்ப் பேராசிரியரைத் தலைமை ஏற்க வைத்து நடத்திக்கொள்ளுங்கள்" என்றார். நாங்களும் அவ்வாறே செய்தோம். கூட்டம் தொடங்குவதற்கு சற்று முன்பு முதல்வரை "கூட்டம் கேட்கவாவது வாருங்கள்" என்று மிகவும் வற்புறுத்தி அழைத்தோம். "வருகிறேன், ஆனால் மேடைக்கு வரமாட்டேன். கீழேயும் முன் வரிசையில் அமர மாட்டேன். கடைசி வரிசையில்

மரியாதைக்கு ஐந்து நிமிடங்கள் உட்கார்ந்திருந்துவிட்டு என் அறைக்குத் திரும்பிவிடுவேன். எனக்கு வேறு வேலை இருக்கிறது" என்றார். அவ்வாறே கடைசி வரிசையில் முதல்வர் அமர்ந்தார்.

தோழர் தா. பாண்டியன் உரையாற்றத் தொடங்கினார். அக்கூட்டத்தில் தா. பாண்டியன் சுமார் இரண்டு மணி நேரம் சிறப்புரையாற்றினார். நாட்டுப்பண் இசைத்து முடிகிற வரைக்கும் கூட்டத்தை விட்டு முதல்வர் நகரவில்லை.

அடுத்த ஆண்டே மீண்டும் தா. பாண்டியன் அவர்களை அதே கல்லூரிக்கு மாணவர் பேரவையின் சார்பில் உரையாற்ற அழைத்தோம். இந்த முறை முதல்வரே கூட்டத்தின் தலைவராக இருக்க உவகையுடன் ஒப்புக்கொண்டார். தொடர்ந்து ஓர் ஆண்டுகூட இடைவிடாமல் தா. பாண்டியன் அவர்களை எங்கள் கல்லூரிக்கு அழைத்தோம். அவர் எங்கள் கல்லூரியில் நான்காம் ஆண்டு பேசியபோது நான் கல்லூரி மாணவர் பேரவைத் தலைவர். அடுத்த ஆண்டு கல்லூரிப் படிப்பை முடித்து நான் வெளியே வந்துவிட்டேன். ஆனால் தா. பாண்டியன் அவர்களை சிறப்புரையாற்றவும், என்னை வாழ்த்துரைக்காகவும் கல்லூரிக்கு அழைத்தனர்.

ஒவ்வொரு கூட்டத்திற்கும் கல்லூரியின் முதல்வர் தலைமை ஏற்பதுடன், தா. பாண்டியன் அவர்களின் சொல்லாற்றல் குறித்து தனது தலைமை உரையில் வியந்து பாராட்டிப் பேசுவார். அதன் பின்னரும் தா. பாண்டியன் அக்கல்லூரியில் பேசுவது தொடர்ந்தது. புகழ்பூத்த கல்லூரியின் முதல்வரும், தமிழகத்தில் குறிப்பிடத்தகுந்த கணிதப் பேராசிரியருமான திரு. அனந்தபத்மநாப நாடார் அவர்கள் அந்த ஆண்டு பணியிலிருந்து ஓய்வு பெற்றார்.

அவர் தலைமையில் மாணவர் பேரவைக் கூட்டம் மிகப் பெரிய மண்டபத்தில் நடைபெற்றது. வாழ்த்துரை வழங்குவதற்காக என்னையும் அழைத்திருந்தனர். அக்கூட்டத்தில் முதல்வர் தனது தலைமையுரையில், "நான் இந்த ஆண்டு கல்லூரி முதல்வர் பணியிலிருந்து ஓய்வு பெறுகிறேன். காம்ரேட் தா. பாண்டியன் (முதல்வர் இவ்வாறே குறிப்பிட்டார்) இக்கல்லூரியில் கடந்த பத்து ஆண்டுகளாகத் தொடர்ந்து உரையாற்றி வருகிறார். இது அவரது உரைக்கு இக்கல்லூரியில் பத்தாவது ஆண்டு. நான் ஓய்வு

பெற்றாலும் இக்கல்லூரியில் **தா. பாண்டியன்** உரையாற்றுவதற்கு ஓய்வு கொடுக்கக் கூடாது. அடுத்தடுத்த ஆண்டுகளிலும் இக்கல்லூரியில் அவர் பேச வேண்டும். இக்கல்லூரியைப் பொறுத்தவரை தா.பாண்டியன் வெறும் சிறப்புச் சொற்பொழிவாளர் மட்டுமல்லர். கல்லூரியின் 'வருகைப் பேராசிரியர்' (Visiting Professor)" என்று குறிப்பிட்டார். மண்டபமே அதிர மாணவர்கள் கைத்தட்டினர்.

ஒரே கல்லூரியில் ஒரே சொற்பொழிவாளர் தொடர்ந்து ஓர் ஆண்டுகூட இடைவெளி விடாமல் பத்தாண்டுகள் உரையாற்றுவதென்பது அரிதினும் அரிதான நிகழ்வாகும். தா.பாண்டியன் அவர்களின் அறிவார்ந்த ஆற்றல்மிகு சொற்பொழிவுத் திறனுக்கு ஆயிரம் உதாரணங்களில் இதுவும் ஒன்று.

பல நேரங்களில் 'ஜனசக்தி' வார இதழின் அலுவலகத்தில் தா. பாண்டியன் அவர்களுடன் இருந்திருக்கிறேன். அப்போது அவர் 'ஜனசக்தி'யின் ஆசிரியர். அவர் கட்டுரை எழுதும் முறையும், பாணியும் தனித்தன்மை வாய்ந்ததாகும். 'கடகட'வென எழுதித் தள்ளுவார். ஒரு நிமிடம் கூட இடையில் கட்டுரையினை பாதியில் நிறுத்தி மீதியைப் பற்றி யோசிக்கமாட்டார். எழுதிய கட்டுரையை அவர் மீண்டும் வாசித்து நான் பார்த்ததில்லை. அச்சிட்டு வந்த பின்னர் அக்கட்டுரை செதுக்கிய சிலைபோல் அமைந்தது கண்டு நான் ஆச்சரியப்பட்டிருக்கிறேன். அவரது கட்டுரையில் காணப்படும் மொழிநடையும், கருத்துச் செறிவும் தனிச்சிறப்பு வாய்ந்ததாகும். இதுவரை அவர் எழுதி வெளியிட்டுள்ள நூல்கள் அனைத்தும் ஆய்வு நோக்கும், சிந்தனைத் தெளிவும், புதிய போக்கும் கொண்டவையாக அமைந்துள்ளன.

'நா', 'பேனா' இரண்டும் உலகை ஆளும் என்பார்கள். பேச்சாற்றலும், எழுத்தாற்றலும் சமமாக ஒருங்கே அமையப் பெற்ற தமிழகத்தின் ஆகப்பெரும் அறிஞர்களில், தலைவர்களில் தலையாய இடத்தினைப் பெற்றுள்ளவர் தோழர் தா. பாண்டியன்.

என்னுடைய நூலுக்கு அணிந்துரை எழுதும் இடத்தில் இருப்பவர் தன்னுடைய நூலுக்கு என்னை அணிந்துரை எழுதப் பணித்ததால் இந்த அணிந்துரைக்கே ஒரு முன்னுரை அவசியமாகிவிட்டது.

'பிறநாட்டு நல்லறிஞர் சாத்திரங்கள் தமிழ்மொழியில் பெயர்த்தல் வேண்டும்' என்றான் மகாகவி பாரதி. பாரதியின் கட்டளையை சிரமேற்கொண்டு மிகச் சிறப்பாக நிறைவேற்றி முடித்திருக்கிறார் தோழர் தா. பாண்டியன். சாத்திரங்கள் மட்டுமல்ல, உலகை உலுக்கிக் காட்டியுள்ள உத்தமர்களின் சரித்திரங்களையும் நம் தாய்மொழியாம் தமிழ்மொழியில் ஈட்டிக் கொடுக்க வேண்டியது இக்காலத்தில் மிகப்பெரும் தேவையாகும். இத்தேவையைப் பூர்த்தி செய்யும் பணியில் ஒரு முக்கிய அங்கமாக 'சே குவேரா' என்ற இந்நூல் திகழும் என்பதில் எள்ளளவும் ஐயமில்லை.

நூல் முழுவதையும் வாசித்து முடித்து கீழே வைத்த பின்னர், ஒரு கனமான, கருத்தாழமிக்க, கலைநயத்துடன் எடுக்கப்பட்ட திரைப்படத்தைப் பார்த்து முடித்ததுபோல இனம் தெரியாத அதிர்வலைகள் உடலெங்கும் பரவுவதை நம்மால் உணர முடிகிறது. வரலாற்று நூலென்றால் அதிலும் குறிப்பாக ஒரு நபரைப் பற்றியதான வரலாற்று நூலென்றால் தேதி வாரியாக சம்பவங்களை அடுக்குவது போல்தான் நூலின் தன்மை அமைவதைப் பெரும்பாலும் பார்க்க முடிகிறது. ஆனால், இந்நூல் முற்றிலும் வேறுபடுகிறது.

சே குவேராவின் முழு வாழ்க்கை வரலாற்றை வெளிக்கொண்டு வருகிற அதே நேரத்தில் சமூக அமைப்புகளைப் பற்றியும், நாட்டுக்கு நாடு இருக்கிற பண்பாட்டுக் கூறுகளின் வேறுபாடுகளைப் பற்றியும், கட்சி மற்றும் அமைப்புகள் குறித்த பார்வை குறித்தும் ஆழமாக இந்நூல் பேசுகிறது.

'சே' என்றால் புரட்சி. 'புரட்சி' என்றால் இரத்தம். புரட்சியாளர்கள் என்றால் இரத்த வெறி பிடித்தவர்கள் என்று பொதுவாக பரப்பப்பட்டுள்ள கண்ணோட்டத்திற்கு இந்நூல் வலுவான பதிலாக அமைகிறது. ஒரு புரட்சியாளன் எவ்வளவு உயர்ந்த மனிதாபிமானி என்பதை இந்நூல் அசைக்க முடியாத ஆதாரங்களுடன் நிறுவி உள்ளது.

"நான் இந்தப் போரில் தோற்றுவிட்டேன் என்றாலும், புரட்சிப் போர் தொடரும் என்று பிடலுக்குச் சொல்லுங்கள். என் மனைவி அலெய்டாவிடம், உன் கணவன் கடைசி வரை போராடினான் என்று கூறுவதோடு, கலங்க வேண்டாம் என்றும், மறுமணம் செய்துகொள்ளும்படி சொன்னேன் என்றும்

கூறுங்கள். குழந்தைகள் அனைவரையும் நன்றாகப் படிக்கச் சொல்லுங்கள். படித்து முடித்த பின் புரட்சிப் போரில் பங்கேற்கச் சொல்லுங்கள். நான்தான் தோற்றுவிட்டேன். புரட்சி தோற்க வில்லை. அது தொடரும் என்று கூறுங்கள்" என்ற வரிகள் சே குவேரா தன்னைக் கைது செய்தவர்களிடம் கூறியவை என்று நூலாசிரியர் எடுத்துக் கூறுவது உலகத்திலுள்ள புரட்சியாளர் களுக்கும், போராளிகளுக்கும் புத்துணர்வூட்டுவதாகும்.

இவ்வாறே இந்நூல் நெடுக அடுக்கடுக்கான திகில் திருப்பத்தை ஏற்படுத்துகிற உண்மைச் சம்பவங்கள் பரவிக் கிடக்கின்றன.

கடைசி அத்தியாயம் கேள்வி பதில் வடிவத்தில் இருப்பது வித்தியாசமான யுக்தியாகும். உலவிக் கொண்டிருக்கும் சந்தேகங்கள் மற்றும் கேள்விகளுக்குப் பதில் அளிப்பதைப் போல அமைந்திருக்கும் விதம் வாசகர்களால் பெரிதும் விரும்பப்படும்.

ஒரு சர்வாதிகாரி இறந்தால் அன்றோடு அவனது ஆட்சி, அதிகாரம் முடிவுக்கு வந்துவிடும். ஒரு லட்சியவாதி போராளி கொல்லப்பட்டால், அன்று முதல் அவனது லட்சியம் பரவத் தொடங்கும். புகழ் வளரத் தொடங்கும் என்று 'துள்ளி வருகுது வேல்' என்ற அத்தியாயத்தில் குறிப்பிடுகிறார் நூலாசிரியர். சர்வாதிகாரிகளையும், புரட்சியாளர்களையும் ஒரே தராசில் வைத்துப் பார்ப்போருக்கு நன்கு விளங்கும் வகையில் புரட்சியாளரின் இலக்கணம் குறித்துக் கூறியுள்ளார். இதைத்தான் 'புரட்சியாளன் புதைக்கப்படுவதில்லை! விதைக்கப் படுகிறான்' என்கிறார்கள்.

பொதுவாக இந்நூல்...

* பக்கத்திற்குப் பக்கம் படிக்கத் தூண்டும் அற்புத நடையில் அமைந்துள்ளது.

* ஒரு மாபெரும் புரட்சியாளனின் வரலாற்றை மக்களுக்கு எப்படி எடுத்துச் சொல்லவேண்டும் என்பதற்கு இலக்கணம் படைத்துள்ளது.

* அரை நூற்றாண்டுக் காலமாக மேடையில் உரையாற் றியதன் மூலமும், தனது ஆற்றல்மிக்க எழுத்துக்கள் மூலமும் பல்லாயிரம் இளைஞர்களுக்கு எழுச்சி யூட்டிய தோழர் தா. பாண்டியனின் சொல்லாற்றலும்,

எழுத்தாற்றலும் இந்நூலின் வெற்றிக்குக் கைகொடுத் துள்ளது.

* இளம் வயதிலேயே தனது வழக்குரைஞர் தொழிலையும் உதறித் தள்ளிவிட்டு 'கம்யூனிஸ்ட் கட்சி'யுடன் இரண்டறக் கலந்துவிட்ட நூலாசிரியருக்குக் கிடைத்துள்ள இயக்க மற்றும் போராட்ட அனுபவங்கள் இந்நூல் முழுக்கப் பளிச்சிடுகின்றன.

* அரசியல், வரலாறு, இலக்கியம், சமூகவியல் துறைகள் சார்ந்த எண்ணற்ற நூல்களை கசடறக் கற்றறிந்த இந்நூலாசிரியரின் விசால நூலறிவு இந்நூலுக்கு அடித்தளமாக அமைந்துள்ளது.

* காலத்தின் வளர்ச்சிக்கேற்ப புதியன சிந்திக்கும் இந்நூலாசிரியரின் சிந்தனையாற்றல் இந்நூலில் ஊடுபாவோட்டமாகக் காணப்படுகிறது.

* இந்நூல் தமிழறிந்த அனைத்துத் தரப்பு இளைஞர்களின் கையிலும் இருக்கவேண்டிய பெட்டகம். அரசியல் மற்றும் பொது வாழ்வில் அடியெடுத்து வைக்க நினைக்கிற அனைவரிடமும் அவசியம் இருக்க வேண்டிய கையேடு.

த. ஸ்டாலின் குணசேகரன்

மரணத்தை வென்ற மாவீரன்

இன்று உலகெங்கும் பரவி நிற்கும் பெயர் சே குவேரா. அது ஓர் உணர்வைக் கிளறும் சொல்லாக மாறி வழங்கப்படுகிறது. அந்தச் சொல் வீரத்தைக் குறிக்கிறது. அளப்பரிய தியாகத்தை நினைவுபடுத்துகிறது. மக்களின் விடுதலைக்காக தன்னுயிரை ஈந்த உத்தமப் போராளியை அடையாளம் காட்டுகிறது. நோய்கள் வருத்திய உடலில், உருக்கேறி நின்ற உறுதி வியக்க வைக்கிறது. முப்பத்தொன்பது ஆண்டுகளுக்குள்ளாக, உலகைக் கலக்கிய, மரணத்தை வென்ற மாவீரனைத் தெரிந்துகொள்ள முயல்வோம்.

இந்தியாவில் வாழும் நமக்கு, இதிகாசப் பாத்திரங்களில் வரும் சில பெயர்கள் பாத்திரப் பெயர்களாக மட்டும் உணரப்படுவது இல்லை. அற்கும் மேலாக, பெயர் ஒரு சொல்லாக மாறி, ஒரு குணச்சித்திரத்தைச் சுட்டிக்காட்டும் அர்த்தமுள்ள சொல்லாக மாறி நிற்பதை அறிவோம்.

கர்ணன் என்று சொன்னவுடன் ஒரு பாத்திரத்திற்குச் சூட்டப்பட்ட பெயராக மட்டும் நாம் உணருவது இல்லை. அள்ளிக் கொடுத்த வள்ளல், இருந்தது அனைத்தையும் இல்லை எனக் கூறாமல் வாரி வழங்கிய ஒரு கொடைத் தன்மையைக் குறிப்பிடும் சொல்லாகவே புரிந்துகொள்கிறோம்.

அதே போல சகுனி என்றவுடன் சூதும், சூழ்ச்சியும், சுயநலமும், நஞ்சு நிலை நிற்கும் நெஞ்சமுள்ள ஒரு குணக்கேடனை உணருகிறோம்.

கண்ணகி என்றவுடன் கற்பு, பாரி என்றவுடன் வள்ளல், பகத்சிங் என்றவுடன் சாவுக்கு அஞ்சாத சுதந்திரப் போராளி எனப் பலப்பலப் பெயர்களை, பல போக்குகளின் பிரதிநிதிகளாக நினைப்பதைப் போலவே இன்றைய உலகின் மிகப் பெருவாரி மக்கள் சே குவேரா என்ற மாவீரனை தன்னலமற்ற தியாகப் பிழம்பாய் வாழ்ந்து, போராடி, கொல்லப்பட்ட பின்னரும்

மரணத்தை வென்ற மாவீரனாக இருப்பதாகவே, போர் தொடருவதாகவே நினைக்கப்படுகிற பெயர்தான் சே குவேரா.

"ஒரு சர்வாதிகாரி கொல்லப்பட்டால், அவன் அட்டகாசமும், அதிகாரமும் அன்றோடு முடிவுக்கு வந்துவிடும். ஆனால் ஒரு புரட்சிகரப் போராளி கொல்லப்பட்டால், அன்று தொடங்கி அந்தத் தியாகத்தீ பற்றிப் படர்ந்து, வளர்ந்துகொண்டே இருக்கும். அது அணைவதில்லை."

இதனால்தான் பற்று காரணமாக, மனித பக்தியின் விளைவாக சே குவேராவை 'மரணத்தை வென்ற மாவீரன்' எனக் கூறுவது குருட்டு நம்பிக்கையின் விளைவாக அல்ல என்பதை அறிவுடையார் உணரட்டும். நெருப்பில் பூத்த இந்தச் செம்மலர் நெஞ்சில் வைத்து போற்றப்பட வேண்டியது. இது வாடாத மலர். ஒளியூட்டி வழிகாட்டும் மலர். போற்றுதலுக்குரிய போராளி.

சே குவேராவைப் பற்றிப் பல மொழிகளில் பல நூல்கள் வெளியாகி உள்ளன. எழுத்து வடிவம் பெற்ற எல்லா மொழிகளிலும் எழுதப்பட்டும், மொழிபெயர்க்கப்பட்டும் உள்ளன. அவை இந்த சகாப்தத்தின் ஈடு இணையற்ற வீர காவியமாகத் திகழ்கின்றன.

புரட்சி நெருப்பில் கூட சுருட்டுப் பற்ற வைக்க முயலும் 'எழுத்து வர்த்தகர்கள்' சிலர் 'சே' வை ஆய்வு செய்வதாக, அவரது வாழ்வை மதிப்பிடுவதாகக் கூறிக்கொண்டு, அவரை ஒரு முரட்டு வேட்டைப் பிரியரைப் போலவும், கோயில் காளை மாதிரி கண்ட பெண்களுடனும் நெறி கெட்டு உறவாடிய காமுகராகவும், அரசியல் பக்குவமின்மையால் பல தவறுகளைச் செய்து, தன் சாவைத் தானே தேடிக்கொண்டவராகவும், இதற்கும் மேலாக அவரது உயிர்த் தோழர் பிடல் காஸ்ட்ரோவே இவரை தீர்த்துக் கட்டுவதே மேல் எனக் கூறினார் என்றும், அதற்கு அன்றைய சோவியத் திரிபுவாதத் தலைமையே காரணம் என்றும் கதை புனைந்தனர்.

இன்னும் பலவகையான உளவியல் (குளறுபடி) ஆய்வுகள் வடிவத்தில், ஈடுகாட்ட முடியாத மாவீரனின் வாழ்க்கைக்குக் களங்கம் ஏற்படுத்தவும் சில பேனாக்கள் மையை வீணாக்கியுள்ளன.

அவரது தீராத ஆஸ்துமா நோயும், தாய் தந்தையரின் மண வாழ்க்கை முறிவுமே இவரைப் போராளி ஆக்கியது என்ற அபூர்வ 'விஞ்ஞானக் கண்டுபிடிப்பை'யும் சிலர் செய்துள்ளனர்.

மருந்திலும் கலப்படம் செய்யும் வியாபாரிகள் இருப்பது தெரிந்ததுதானே!

எனவேதான் ஆதாரங்களை அடிப்படையாகக் கொண்டு, சே குவேராவின் வாழ்க்கையை, போராட்டத்தை தமிழ் மக்களுக்கு எழுதித் தர வேண்டும் என்ற ஆவல் பிறந்தது. அதன் விளைவே இந்நூல்.

சே குவேராவின் வாழ்க்கை தனிமனிதனின் வாழ்க்கை வரலாற்றுச் சுருக்கம் அல்ல. அது 1960-களில் பல நாடுகளில் நடந்த சுதந்திரப் போராட்டங்களின் பதிப்பு. அது பல நாடுகளின் வரலாறு, இயக்கங்களின் வரலாற்றோடு இணைந்தது. பிரித்துப் பார்க்க முடியாதது.

எனவே, இதில் அமெரிக்காவில் மக்கள் குடியேறியது, பல மாநிலங்கள் சேர்ந்து குடியரசு ஆனது. சோவியத் அமைப்பின் தோற்றம், வளர்ச்சி, அதன் பங்கு, வியத்னாம், லத்தீன் அமெரிக்க நாடுகளில் போராட்டம் என விரிகிறது. இவற்றைச் சரியாகப் புரிந்துகொள்ள வேண்டிய தேவையும் இருக்கிறது.

இவை அனைத்தையும் கருத்திற் கொண்டு இந்நூல் எழுதப்படுகிறது. இதை எழுதச் செலவிடப்படும் நேரம், காகிதம், மை ஆகியவைக்கு விலை கொடுத்து விடக்கூடும்.

இதைப் படித்து முடிக்கும்போது, இன்று நம் கண் முன்னால் பார்த்தும் சகித்துக்கொண்டே பொறுமையாக இருந்து பழகிவிட்டோமே, இந்த மெத்தனத்தைக் கைவிட்டு, அநியாயங்களை எதிர்த்துப் போராட புரட்சிகர உணர்வைப் பெற்றால், நீங்களும் குவேராவுக்கு மலரஞ்சலி செலுத்தியதாக அர்த்தம். எழுதியவனுக்கும் மனநிறைவு, ரசிக்க அல்ல - எழுச்சி பெற, சே மூட்டிய நெருப்புப் பற்றி எரிந்து எழுக!

தா.பாண்டியன்

xvi

பொருளடக்கம்

1. அமெரிக்கக் கண்டத்தில் குடியேற்றம் — 1
2. வந்த வழி — 8
3. தீராத விளையாட்டுப் பிள்ளை — 20
4. மந்த காலம் — 26
5. இளமைக் காதல் — 32
6. திரும்பாப் பயணம் - 1 — 37
7. திரும்பாப் பயணம் - 2 — 46
8. இரட்டையர் — 62
9. ஹவானாவை நோக்கி ... — 85
10. அமைச்சராக ... — 109
11. சோவியத் யூனியனுடன் ... — 125
12. காங்கோவை நோக்கி ... — 153
13. குவேராவின் கடிதம் — 178
14. பொலிவியாவை நோக்கி ... — 188
15. கடும் பயணம் ... — 204
16. துள்ளி வருகுது வேல்! — 216
17. உயிரைப் பறித்த பின்னர் ... — 247
18. வலம் வந்த இளைஞன் — 249
19. எழுப்பப்படும் ஐயங்களும் தரப்படும் விளக்கமும் — 252

1

அமெரிக்கக் கண்டத்தில் குடியேற்றம்

நம் நாட்டை இங்கிலாந்துக்காரர்கள் இருநூறு ஆண்டுகட்கு மேலாக ஆண்டனர். ஆட்சியாளரின் மொழி, அரசு வேலை வாய்ப்புக்குத் தேவைப்படும் மொழி ஆயிற்று. ஆங்கிலம் வளர்ந்து வந்த அறிவியல் நூல்களைக் கொண்ட மொழியாக வளர்ச்சி பெற்றதால், எல்லாவகைச் சொற்களையும் ஏற்று, எக்கருத்தையும் தெரிவிக்கக்கூடிய மொழியாகவும் வளர்ந்துள்ளதால் அது ஓர் உலக மொழி என்ற இடத்தையும் பெற்றது. அம்மொழியையும் நம் மொழியாகக் கொள்ள வேண்டிய தேவை ஏற்பட்டுள்ளது.

நம் நாட்டிற்கான நவீனக் கல்வி முறைக்கும் ஆங்கில மொழியே பயிற்சிமொழி ஆயிற்று. இந்தியாவில் கல்வி கற்றோர் பேசும் மொழியாகவும் ஆகி, அதுவும் இந்திய மொழிகளுள் ஒன்று என்றாகி நிற்கிறது.

இங்கிலாந்தின் ஆட்சிப்பரப்பு இந்தியாவை அடிமைப் படுத்தியதோடு முடியவில்லை. ஆஸ்திரேலியக் கண்டத்தையும் அந்நாடு ஆட்படுத்திக்கொண்டது. ஆசியக் கண்டத்தில் இந்தியா, இலங்கை, பர்மா, மலேசியா ஆகிய நாடுகளும் அதன் பிடியில் சிக்கின.

இருநூறு ஆண்டுகட்கு மேலாக அவர்களது மொழியின் துணைகொண்டே நம்மவர் உலகைத் தெரிந்து வந்தனர்.

அவர்கள் எழுதியதுதான் வரலாற்றுப் புத்தகங்கள். அவர்கள் வரைந்ததுதான் நாட்டுப் படங்கள். அவர்கள் கூறிய விவரங்கள், கருத்துக்களைத்தான் படித்தோம், நம்பினோம், மேற்கோளாகக் காட்டினோம்.

நம் நாட்டில் பிறந்த புத்தரைப் பற்றியும், அசோகச் சக்கரவர்த்தியைப் பற்றியும் அவர்கள் கூறிய விவரப்படிதான் புரிந்து இருந்தோம். சத்திரபதி சிவாஜி பற்றியும், திப்புசுல்தான் பற்றியும் அவர்கள் எழுதிய கதைகள்தான் வரலாறாக நமக்குத் தரப்பட்டது.

தமிழ்நாட்டைக் குறித்தும் அவர்கள் கூறியதை வைத்துத்தான் கூறி வந்தோம்.

மேல்நாட்டுச் சிந்தனைக்கு அடிமைப்பட்டுவிட்ட நாம், நமது வரலாற்றையேகூட ஆய்வு செய்து, உண்மை விவரங்களை இனிமேல்தான் கூற வேண்டியுள்ளது.

அவர்கள் ஆதிக்கக்காரர்கள். எனவே அவர்களுக்கு ஏற்ற வகையில்தான் கருத்துக்களைப் பரப்பினார்கள். அவர்கள் சொல்வதை அப்படியே ஏற்றுக்கொண்டால், மனித நாகரிகமே அவர்கள் வளரத் தொடங்கிய கடந்த 500 ஆண்டுகட்கு உட்பட்டது போலத் தோன்றும்.

ஆயிரமாண்டுகட்கு முன்னர் கட்டப்பட்ட சிற்பங்களோடு, சிலைகளோடு விண்ணை நோக்கி நிமிர்ந்து நிற்கும் கோபுரங்கள்கூட நம் கண்ணைத் திறக்கவில்லை.

நம் மண்ணில் பிறந்ததையே நம்மை மறக்க வைத்த சாதுர்யம்தான் வெள்ளையரின் மாபெரும் சாதனை.

அவர்கள் உலக நாடுகள் பலவற்றை அடக்கி, சுரண்டி வாழ்ந்தவர்கள். அவர்கள்தான் அமெரிக்கக் கண்டத்தையும் கண்டுபிடித்து, காடாகக் கிடந்த அந்த மலைக்காட்டை பண்படுத்தி, நாகரிக நாடாக அவர்கள் ஆக்கி முடித்ததைப் போல, உலகத்தையே நம்ப வைத்துவிட்டார்கள்.

இந்தியாவிற்குச் செல்ல, கடல் வழியைக் கண்டறியப் புறப்பட்டவர்தான் கொலம்பஸ். வழி தடுமாறி, அமெரிக்கக் கண்டத்திலே போய்ச் சேர்ந்தார்.

கொலம்பஸ் இங்கிலாந்துக்காரர் அல்லர். அவர் ஸ்பெயின் நாட்டவர். அவர் ஆய்வுப் பயணத்திற்குக் கப்பல் கொடுத்து உதவியவர் ஸ்பெயின் நாட்டு அரசி.

செய்தியைத் தெரிந்துகொண்டு அந்த வழியிலேயே சென்று அங்கு குடியேறப் போனவர்கள்தான் இங்கிலாந்து வெள்ளையர்கள். முதலில் கால் பதித்தவர் ஸ்பெயின் நாட்டவர்தான்!

சரி, இவர்கள் போவதற்கு முன் அங்கு மனித சஞ்சாரமே இல்லையா? இருந்தார்கள். இந்த மண்ணின் மக்கள், பூர்வீகக் குடிமக்கள் அங்கே வாழ்ந்து கொண்டிருந்தனர். மாயன் நாகரிகம் எனும் வாழ்க்கை முறை இருந்தது. அவர்கள் கட்டடக் கலையிலும் தேர்ந்து இருந்தார்கள்.

எனவேதான், இந்தியாவைத் தேடிப்போன கொலம்பஸ், அங்கே செந்நிற மக்கள் நடமாடியதைக் கண்டு வியந்து, அவர்களைச் 'செவ்விந்தியர்' என்றே அழைத்தான்.

பின்னர் அடுக்கடுக்காக, அமெரிக்காவில் ஐரோப்பிய நாடுகள் அனைத்திலிருந்தும் மக்கள் போய்க் குடியேறினர். அவர்கள் காடுகளை வெட்டி, நிலத்தைப் பண்படுத்த முயன்றபோது, மிருகங்களை மட்டும் வேட்டையாடவில்லை, செவ்விந்தியர்களைத்தான் முதலில் வேட்டை ஆடினர்.

செவ்விந்தியர்கள் காட்டுமிராண்டிகள். எனவே கொல்லப்பட வேண்டியவர்கள் என்ற செய்தியையும், மக்களை ஈர்க்க அமெரிக்காவில் தங்கம் கிடைக்கிறது என்ற செய்தியையும் பரப்பினர்.

ஐரோப்பாவைச் சேர்ந்த அனைத்து நாடுகளில் இருந்தும் போய்க் குடியேறிய மக்கள், தங்களுக்கு இடையிலும் ஆதிக்கத்தை நிலைநாட்டப் போரிட்டுக் கொண்டனர். அவர்கள் குடியேறிய நிலப்பகுதியின் வளத்திற்கு ஏற்ப, ஏற்றம் இறக்கம் பெற்ற நிலைகளில் இன்றைக்கும் வாழ்கிறார்கள். இதில் வடக்கு - தெற்கு அமெரிக்கப் பகுதிகள் வேகமாக விவசாயத்தில் செழித்தும், தொழில் துறையில் வளர்ச்சியும் பெற்று, பல மாநிலங்களைச் சேர்த்து 'ஐக்கிய அமெரிக்கக் குடியரசு' என்று ஆகியது. அது உலகக் குபேரபுரியாக இன்றைக்குத் தெரிகிறது.

அதே அமெரிக்கக் கண்டத்தின் தென்முனைப் பகுதிகளில் உள்ள பல நாடுகளைத்தான் 'லத்தீன் அமெரிக்க நாடுகள்' என்று அழைக்கிறார்கள். அதையொட்டியுள்ள மேற்குப் பகுதி

'கனடா' என்று அழைக்கப்படுகிறது. இவை அனைத்தும் சேர்ந்ததுதான் அமெரிக்கக் கண்டம்.

இதிலுள்ள லத்தீன் அமெரிக்க நாடுகள்தான் வளர்ச்சியில் தேங்கி நிற்கின்றன. ஆசிய, ஆப்பிரிக்க வறுமை நிலை இங்கும் நிலவுகிறது. கல்வி வசதி பெறாதோர் எண்ணிக்கையும் மிக அதிகமாகவே உள்ளது. இந்தப் பகுதிதான் கிளர்ச்சிக் களமாகவும் இருக்கிறது.

உலகின் கவனத்தை ஈர்த்துள்ள கியூபா தீவு, லத்தீன் அமெரிக்கப் பிரிவைச் சேர்ந்தது. நிலைகுலைந்து நிற்கும் அர்ஜெண்டினாவும் இங்குதான் உள்ளது. கால்பந்தாட்டப் போட்டிகளில் உலகப் புகழ் பெற்று நிற்கும் பிரேசிலும் இங்குதான் உள்ளது. டாக்டர் அலெண்டே தலைமையில் தேர்தல் மூலம் சமதர்ம ஆட்சியை அமைத்து, சில ஆண்டுகளில் அமெரிக்க ஆதிக்கக்காரர்களால் ரத்தத்தில் மூழ்கடிக்கப்பட்ட சிலியும் இங்குதான் உள்ளது. பெரு.உருகுவே, பொலிவியா ஆகிய நாடுகளும் இங்குதான் உள்ளன.

இதில் அர்ஜெண்டினாவில் பிறந்து, கியூபப் புரட்சியில் வெற்றி கண்ட கதாநாயகனாக மலர்ந்து, ஆப்பிரிக்கக் கண்டத்து காங்கோவில் போராடிவிட்டு, இறுதியாக பொலிவியாவில் கடைசிப் போராட்டத்தை நடத்தியவர்தான் சே குவேரா.

இவரது மூதாதையர் ஸ்பெயின் நாட்டிலிருந்து பன்னிரண்டு சந்ததிகட்கு முன்னர் அர்ஜெண்டினாவில் குடியேறியவர்கள். இவரது பாட்டனார் ஸ்பானியப் பெண்ணை மணந்தவர்.

சே குவேராவின் குடும்ப வரலாற்றைப் படிப்பதற்கு முன்னதாக, அமெரிக்கர்களுக்கு உள்ள சில பொதுக் குண அம்சங்களைத் தெரிந்துகொள்வது நல்லது.

அமெரிக்காவில் வாழ்பவர்கள் பெரும்பாலும் பல நாடுகளிலிருந்து சென்று குடியேறியவர்கள். ஆதலால், பல நாட்டுக் கலாச்சாரம் தொடருகிறது. பல மொழிகளும் பேசப்படுகின்றன. ஒரு தேசிய இனம், ஒரே கலாச்சாரம் என்பது இல்லை.

இவர்கள் பூர்வீக மக்களை எதிர்த்தும் போராடினர். குடியேறிய வெவ்வேறு நாட்டவர் என்ற முறையிலும் பல சண்டைகளை நடத்தினர். எனவே, போர் புரிவது, ரத்தம் சிந்துவது, வாழ்க்கைக்குத் தேவையான ஒரு பாதை என்று இயல்பாகவே சிந்திக்கத் தொடங்கி விட்டனர்.

இறுதியாக லண்டனிலிருந்து போடப்படும் சட்டத்துக்கும், விதிக்கப்படும் வரிக்கும் கட்டுப்பட மாட்டோம் எனக் கிளம்பிய சுதந்திரப் போராட்டம், அவர்களை ஒன்று சேர்த்து ஒரு நாடாக்கிவிட்டது.

அகன்ற நிலப்பரப்பில், வளைத்துப் போட்டுக் கொண்ட நிலத்தில் வேலை செய்ய ஆட்கள் தேவைப்பட்ட போதுதான், ஆப்பிரிக்காவுக்குச் சென்று, மனிதர்களைக் கால்நடைகளைப் பிடிப்பதைப் போலப் பிடித்து வந்து, சந்தைகளில் விற்று, பண்ணைகளில் வேலை செய்ய வைத்துக் கொழுத்தார்கள்.

எனவே, வரலாறு முழுவதுமே ரத்தமும் சதையும் கலந்த பிணக்குவியல் பட்டியலைப் போலத் தெரியும். இன்றும் அந்தக் கழுகின் ரத்த வேட்டைக்கு இவைதான் மூலகாரணம் போலத் தோன்றும். மனிதனை மிருகமாக, அடிமையாக நடத்தும் கொடுமையைக் கண்டு எதிர்த்துப் போராடிய ஆபிரகாம் லிங்கன், "நான் எவ்வாறு அடிமையாக இருக்க விரும்ப மாட்டேனோ, அதேபோன்று எஜமானாக இருக்கவும் விரும்பவில்லை" எனக் கூறியது, மெல்ல மெல்ல வளர்ந்து போராடி, தற்பொழுது பல துறைகளில் கறுப்பு வைரங்கள் மின்னுகின்றன.

ஆனால், அர்ஜெண்டினாவில் பிறந்த குமரன் குவேராவுக்கு ஒரு புதிய உலகம் தேவைப்பட்டது. உடனே தேவைப்பட்டது. இந்த அக்கினிப் புத்திரனின் பிறப்பையும், வளர்ப்பையும் இந்தப் பின்னணியோடு பார்க்கலாம்.

ஐக்கிய அமெரிக்கக் குடியரசு (U.S.A) உலகின் மிகப்பெரிய ஜனநாயக நாடு எனப் பேசப்படுகிறது. பொருளாதாரத் துறையில்

வளர்ச்சி பெற்றுள்ளது. 50 மாநிலங்களைக் கொண்ட இந்தியாவின் நிலப்பரப்போடு ஒப்பிடுகிற போது, ஐந்து மடங்கு நிலப்பரப்பைக் கொண்ட நாடு அது. இந்தியா மூவாயிரம் ஆண்டுகளாக நிலத்தை உழுது பயிரிட்டு வருகிறது. அமெரிக்காவின் 'வளர்ச்சி வரலாறே' முந்நூறு ஆண்டுகட்கு உட்பட்டது. மக்கள்தொகையும் 2003 வரை இருபத்தாறு கோடியைத் தாண்டவில்லை. இவற்றோடு, தொடக்கம் முதலே ஏற்றுமதி செய்து லாபத்தால் வளர்ந்த நாடு அது.

இரு உலகப்போர்களின் போதும் அபரிமித லாபத்தையும், அடையாளமாக சிறு சேதத்தையும் சந்தித்த நாடு அது. எனவே, செல்வம் குவிந்தது. அது அந்த நாட்டை உலக ஆதிக்க ஆசைக்கு இட்டுச் சென்றது. உலகத்தைச் சந்தையாகவும், மனிதர்களைச் சரக்காகவும் பார்க்கிற மனப்போக்கு வளர்ந்தது. இதன் விளைவுதான் மனித குலத்துக்கு எதிராக முதல் அணுகுண்டை நாகசாகி - ஹிரோசிமா நகரங்கள் மீது வீச வைத்தது.

வியத்னாம், கொரியா, பாஸ்னியா, ஆப்கானிஸ்தானம், ஈராக் எனத் தொடர்ந்து படைகொண்டு தாக்குவது தொடருகிறது. இஸ்ரேலைத் தூண்டிவிட்டு ஆயுதத் தளவாடங்களைக் கொடுத்து, பக்கத்து நாடுகளை அச்சுறுத்துவதும், அங்கேயே படைகளைக் கொண்டுபோய் நிறுத்தி இருப்பதையும் பார்க்க முடிகிறது. பாலஸ்தீன மக்களை அணுஅணுவாகச் சித்திரவதை செய்யும் கொடுமையும் தொடருகிறது. எனவே, மனித குலத்தின் முன்னேற்றத்திற்கும், சுதந்திரத்திற்கும் முதல் எதிரியாக அமெரிக்கா மாறிவிட்டது.

அது எழுப்பிய அற்புதமான சுதந்திரப் போர் முழக்கங்கள், அவை 'எங்கட்கு மட்டுமே' எனச் சுருங்கிவிட்டன. அமெரிக்காவில் மிருகங்களை வேட்டையாடி, அவற்றின் தோலையும், உறுப்புகளையும் ஏற்றுமதி செய்து பணம் பண்ணத் தொடங்கிய பழக்கம், உலகத்தையே வேட்டையாடத் தூண்டுகிறது போலும்!

ஆயுத பலமே இறுதியாகத் தீர்மானிக்கும். செல்வம் இருந்தால், யாரையும் விலைகொள்ள முடியும் என்ற

முறையில்தான் அது அன்றும், இன்றும் இயங்கி வருகிறது. இதை எல்லோரும் பார்க்கிறோம். பலர் வெறுக்கிறோம்; சிலர் கண்டிக்கிறோம். ஆனால், இதை எதிர்த்துப் போரிடவே பிறந்தவன் போலப் பிறந்தவன்தான் மாவீரன் சே குவேரா.

2

வந்த வழி...

'ஏர்னஸ்டோ குவேரா டி-லா-செர்னா' என்பதுதான் பெற்றோர் சூட்டிய பெயர். 'ஏர்னஸ்டோ' என்பது தந்தையின் பெயர். தாயின் பெயரையும் சேர்த்துக்கொள்வது வழக்கம். 'குவேரா' என்பது தொடர்ந்து சூட்டிக்கொள்ளப்பட்ட குடும்பப் பெயர். 'சே' என்ற பெயர் போராளித் தோழர்களால் குவேராவுக்கு இடப்பட்ட புனைபெயர். சூட்டப்பட்ட பெயரை விட உலகம் முழுவதிலும் புனைபெயர் தெரிந்த பெயராக மாறிவிட்டது. பெற்றோர் வீட்டில் செல்லமாக அழைத்த பெயர் 'தெதே.'

'சே' என்ற புனைபெயர் புகழ்பெற்று, வைத்த பெயர் பின்னுக்குப் போய்விட்டது லெனினை நினைவுபடுத்துகிறது. 'விளாடிமிர் இலியிச்' என்பதுதான் லெனினுக்குப் பெற்றோர் சூட்டிய பெயர். 'லெனின்' என்பது புனைபெயர். அதுதானே இன்றைக்கு உலகம் முழுவதும் தெரிந்து போற்றப்படுகிறது. குழந்தைகட்கும் வைக்கப்படும் பெயராக மாறிவிட்டது. அதேபோலத்தான் 'சே' வின் வரலாறும் அமைந்துவிட்டது.

தமிழ்நாட்டினர், 'சே' என்ற பெயர் வைக்கப்பட்ட பின்னணியையும், அதன் உண்மையான அர்த்தத்தையும் புரிந்துகொண்டால், 'ஆகா' என மகிழ்ச்சி அடையக்கூடும்.

நம் தமிழ்நாட்டில் நாம் பேசும்போது, பலவகை எரிச்சல், சலிப்பு, கவலை போன்ற உணர்ச்சிகளை வெளியிட, 'அடச்சே', 'சேசே', 'த்சொ' எனப் பல முறைகளில் உச்சரிக்கிறோமல்லவா? பண்டைய இலக்கியங்களில் இந்தச் சொல் இருக்கிறதா என்பது தெரியவில்லை. பாரதி 'பாஞ்சாலி சபத'த்தில் தர்மன் சூதாடி நாட்டை இழந்ததைச் சாடும்போது, "சீச்சீ, சிறியர் செய்கை செய்தான்" என்பது இந்த 'த்சொ' வைத்தான்...

இந்தச் சொல்லை, இதே பொருளில், இதே தொனியில், இதே முறையில் அர்ஜெண்டினாவில் வாழ்ந்து வரும் கௌரானி இந்தியர்கள் பயன்படுத்தி வருகிறார்களாம். இன்றைக்கும் இது வழக்கில் இருக்கிறது. 'லத்தீன் அமெரிக்கா' என அழைக்கப்படும் சொல்லுக்குள் பல நாடுகள் அடங்கியுள்ளன. 'ஆப்பிரிக்கா' என்பதற்குள் 48 நாடுகள் இருப்பது மாதிரி.

அங்கு ஐரோப்பியர் சென்று குடியேறும் முன்னரே பூர்வ குடிமக்கள் வாழ்ந்து வந்தனர். அவர்கட்கெல்லாம் 'செவ்விந்தியர்', 'கௌராணி இந்தியர்', 'பாம்பா இந்தியர்' எனப் பெயரிட்டு அழைப்பது வழக்கமாகிவிட்டது. இது பலவகை உணர்ச்சிகளை வெளிப்படுத்தப் பயன்படும் பேச்சு முறையாக இருப்பதால், அதே முறையை அவர்களும் கையாண்டிருக்கலாம். அல்லது பல்லாயிரம் ஆண்டுகட்கு முன்னர் ஏதாவதொரு மையத்தில் வாழ்ந்தவர்களாகவும் இருக்கலாம்... சொல் ஆராய்ச்சி நிற்க!

இந்தச் சொல்லைத்தான் குவேராவுக்குப் பட்டப் பெயராக, புனை பெயராகச் சூட்டினார்கள். அது நின்று நிலைத்துவிட்டது. நேற்றுவரை இருந்ததைவிட இதன் அர்த்தம் புரிந்தவுடன், நமக்கும் சொந்தம் கொண்டாடும் பாச உணர்வு கிளம்பத்தான் செய்கிறது. நாமறிந்த ஒரு சொல்லைப் பெயராகத் தாங்கி, நமக்கும் பெருமை சேர்த்தாரே!

இவர் வந்த வழியைப் பார்ப்போம்... இது நெடும் பயணமாக மட்டுமல்லாது, பல நாட்டுப் பயணம் போலவும் தோன்றும்.

குவேராவின் பாட்டனார், முப்பாட்டனார் எனப் பன்னிரண்டு சந்ததிகட்கு முன்னர், 1800-ஆம் ஆண்டுகளின் தொடக்கத்தில்தான் ஸ்பெயினிலிருந்து கிளம்பிச் சென்று அர்ஜெண்டினாவில், சிலி நாட்டின் எல்லை ஓரமாக உள்ள மிசியொனஸ் மாநிலத்தில் குடியேறி, விவசாயம் செய்யத் தொடங்கினர்.

குவேராவின் கொள்ளுத் தாத்தாவான பாட்ரிக் லிஞ்ச், இங்கிலாந்தின் ஒரு பகுதியான அயர்லாந்திலிருந்து ஸ்பெயினுக்கு ஓடியவர். அயர்லாந்தில் கத்தோலிக்கக் கிறித்தவர்கள் அதிகம். கத்தோலிக்க மத தலைமைப் பீடமான, ரோமாபுரியிலுள்ள போப் ஆண்டவரை எதிர்த்து, ஜெர்மனியில் மார்ட்டின் லூதர்,

எதிர்ப்பாளர் (புராட்டஸ்டண்ட்) பிரிவைத் தொடங்கினார். இது போப் ஆண்டவரின் கெடுபிடிக் கட்டளைகளுக்குக் கட்டுப்பட மாட்டோம் என்ற எதிர்ப்பில் தொடங்கியது.

ரோமாபுரி பழைய சாம்ராஜ்யமாக இருந்த காலங்களில் ஐரோப்பாவின் பல நாடுகளை அடிமைப்படுத்தி, வரி, கப்பம் வசூலித்து வந்தது. இங்கிலாந்து, இஸ்ரேல், எகிப்து, ஸ்பெயின், ஜெர்மனி, பிரான்ஸ் உட்பட எல்லா நாடுகளுமே ரோமாபுரிக்குக் கப்பம் கட்டிய நாடுகள்தான். கத்தோலிக்க மதத் தலைமையும் அதே ரோமாபுரியில், இயேசுநாதரின் முக்கியச் சீடரான பேதுருவாலும், சவுலாக இருந்து பவுலாக மாறிய முன்னாள் ராணுவத் தளபதியாலும் நிறுவப்பட்டது.

எனவே போப் ஆண்டவரின் தாக்கீது ரோமாபுரியின் புதிய வடிவ ஆதிக்கமாக ஐரோப்பியர்களுக்குத் தெரிந்தது. மதத்திலும் கெடுபிடி ஆதிக்கக் கட்டளைகள் கூடாது. ரோமாபுரி உலகுக்கே தலைமைப் பீடம் என்பதையும் ஏற்க இயலாது எனக் கிளம்பியதுதான் புராட்டஸ்டண்ட் மதம். இந்தப் பிரிவை பாட்ரிக் லிஞ்ச் ஆதரித்தார். பெரும்பான்மையாக இருந்த கத்தோலிக்கர்கள் எதிர்த்தனர். இங்கிலாந்து மன்னர்களும் ஆங்கிலிகன் திருச்சபையை நிறுவினர். கத்தோலிக்கத் தலைமையை ஏற்க மறுத்தனர்.

எல்லாப் பிரச்சினைகளுக்கும் இறுதித் தீர்ப்பு வழங்குவதாக ரோமாபுரித் தலைமை இருந்தது. அது நாடுகள் கடைப்பிடித்த சட்டங்களை விட சக்திமிக்கதாக இருந்தது. பிரான்ஸ் நாட்டின் வீராங்கனை ஜோன் ஆப் ஆர்க்கை கம்பத்தில் கட்டி வைத்து, சுட்டு எரித்து விடும்படி உத்தரவு பிறப்பித்ததும் இதே தலைமைதான். போப்பின் ஆணைப்படியே ரூபன் என்ற நகரத்திலிருந்த தேவாலயத்தின் முன்னால், ஒரு கம்பத்தில் கட்டிப்போட்டு சுட்டெரிக்கப்பட்டார் ஜோன் ஆப் ஆர்க்...

இதன் தொடர்ச்சியாகத்தான் மதமா? அரசா? எது ஒரு நாட்டிற்கு ஆட்சித் தலைமை என்ற கேள்விக்கு விடைகாண, ஒரு நூற்றாண்டுக் காலம் திருச்சபையா? அரசா? என்ற பிரச்சினை மீது பல போராட்டங்கள் நடந்து, இறுதியாக அரசுதான் உச்ச அதிகாரம் படைத்தது என்றும், மதத் தலைவர்கள் ஆன்மிகத் துறையைத் தவிர அரசியல் பொது விவகாரங்களில் தலையிடக்

கூடாது என்றும் முடிவானது. இத்தகைய சர்ச்சைகளில் சிக்கிய பாட்ரிக் லிஞ்ச் அயர்லாந்தை விட்டு ஸ்பெயினுக்கு ஓட நேரிட்டது.

18-ஆம் நூற்றாண்டின் பிற்பகுதியில் இவரை ஸ்பெயின் அரசு, ரியோ-டி-லா ப்ளாட்டாவின் ஆளுநராக நியமித்து அர்ஜெண்டினாவுக்கு அனுப்பியது. அப்பொழுது அர்ஜெண்டினா ஸ்பெயின் நாட்டின் அடிமை நாடாக ஆட்சிக்குட்பட்ட பகுதியாக இருந்தது.

குவேராவின் தந்தையினுடைய பாட்டி அனாலிஞ்ச் கலிபோர்னியாவில் 1868-இல் பிறந்தவர். தந்தை வழித் தாத்தாவான ராபர்ட்டோ குவேராவும் அமெரிக்காவில் பிறந்தவர்தான். இவர்கள் 1848 முதல் தங்கம் கிடைப்பதாகக் கேள்விப்பட்டு, அங்கே சென்று, பெரும்பாடுபட்டு சுரங்கங்களைத் தோண்டியும், கல்லும், மண்ணும் தவிர எதுவும் கிடைக்காததால் இருந்ததையும் இழந்து, உடல் நலமும் கெட்டு, பிறகு அர்ஜெண்டினாவை நோக்கி ஓடி வந்தவர்கள்தான்.

தாய் வழியாக முன்னோடிகளைத் தேடினால் ஸ்பெயின் நாட்டரசால், பெரு நாட்டிற்குக் கடைசி வைசிராயாக நியமிக்கப்பட்ட ஜெனரல் டி-லா-செர்னா-கினோ-ஜோசா வரை போகிறது. 1820-இல் நடந்த போரில் இவருடைய படை தோற்கடிக்கப்பட்டது. இவரது மகள்தான் செலியா. இவரது தாயும், தந்தையும் இளம் குழந்தையை விட்டு மறைந்துவிட்டனர்.

செலியாவின் மூத்த சகோதரிதான் அவரை வளர்க்க வேண்டியதாகிவிட்டது. அவர் 1928-ஆம் ஆண்டில் கம்யூனிஸ்டுக் கவிஞர் காயடோனா கோடாவா இடுர் புருவைத் திருமணம் செய்து கொண்டார். அந்தத் தம்பதியர் அர்ஜெண்டினா கம்யூனிஸ்டுக் கட்சி உறுப்பினர்களாக 14 ஆண்டுகள் இருந்தனர். செலியாதான் குவேராவைப் பெற்ற தாயின் தாயாவார். அதாவது பாட்டி செலியாவின் குடும்பத்திடம் நிறையப் பணம் இருந்தது. கால்நடை வளர்ப்புப் பண்ணை இருந்தது. இருந்தும் அவரது கணவர் முற்போக்குக் கட்சியில் பங்கேற்றார்.

1890-ஆம் ஆண்டு புரட்சியிலும் பங்கெடுத்தார் அவரது மகள் செலியா. அவரது குடும்பச் சொத்து ஏழு பிள்ளைகளுக்

கிடையில் பங்கிடப்பட்டது. இருந்தும் ஒவ்வொருவருக்கும் போதுமான சொத்தும், பணமும், தேவைக்கும் சற்று அதிகமாகவே கிடைத்தது. இவர் கத்தோலிக்கப் பள்ளியில் பயின்ற போதிலும், சோஷலிசவாதியாக பெண்ணிய வாதியாகவே வளர்ந்தார். இவர் ஒரு தனித்தன்மை கொண்ட பெண்ணாகவே பிறருக்குத் தோன்றினார். இவர் தன் மகன் குவேராவிடம் அபரிமித அன்பையும் பொழிந்தார். அதிகச் செல்வாக்கையும் செலுத்தினார்.

மகனை வளர்ப்பதில், படிக்க வைப்பதில் மிகுந்த ஆர்வம் காட்டியவர். மகனது சுதந்திரப் போக்கை என்றுமே கட்டுப்படுத்த முயலாதவர். மகனது பிரிவும், போராட்ட வாழ்க்கையும், ஒவ்வொரு நொடியையும் கவலை மிக்கதாகவும், துயரச் செய்தியை மட்டுமே எதிர்பார்க்கும் ஏக்கம் - துக்கம் நிறைந்ததாகவும், ஒவ்வொரு நொடிப் பொழுதும் ஒரு யுகமாகக் கழிந்தபோதும் நெஞ்சுக்குள் அடக்கி முகத்தில் காட்டாமல், வாழக் கற்றுத் தேர்ந்தவர். அவருக்கும் ஆஸ்துமா நோய் இருந்தது; வாட்டியது.

தந்தை குவேரா லிஞ்ச் துணிச்சல்காரர், சுதந்திரப் பிரியர். வசதியான குடும்பத்தில் பிறந்தவர். வாட்டசாட்டமான தோற்றமுடையவர். உல்லாசப் பிரியரும் கூட.

மிசியோனசிலிருந்த ஒரு மிகப்பெரிய தேயிலைத் தோட்டமும், அத்துடன் சேர்ந்த விலை மதிப்புள்ள சொத்துக்களும் செலியாவின் பங்காக வந்தது. எனவே, குவேரா லிஞ்ச் அந்தப் 'பச்சைத் தங்கத்தை' விளைவித்து, மேம்படுத்தி, செல்வம் சேர்க்கும் ஆசையோடு அங்கு போனார்.

ஆனால், அந்த நாட்டில் மேட் என அழைக்கப்படும் தேயிலைப் பண்ணைக்குள் நுழைந்தவுடன் அவர் கண்ட காட்சி அவரை அதிர்ச்சி அடைய வைத்தது. பச்சைத் தங்கத்தைப் பயிரிட்டுப் பாதுகாத்து வளர்த்துத் தரும் தொழிலாளர்கள் எலும்பும் தோலுமாகக் காட்சியளித்தனர். அவர்கள் அடிமைகளை விட, மிருகங்களைவிட மோசமாக நடத்தப்படுவது தெரிந்தது. பண்ணையார்கள் வைத்ததுதான் சட்டம். சொன்னதுதான் தீர்ப்பு. தொழிலாளர் கொல்லப்படுவதும் அடிக்கடி நடக்கும்.

அரசு நிர்வாக இயந்திரம், அடிதடி ஆட்கள் எல்லாமே பண்ணையார்களின் திருப்பணியைச் செவ்வனே செய்து வந்தனர். மகா மட்டமான கூலி வழங்கப்பட்டது. அதுவும் கூப்பனாகத் தரப்படும். அதைக்கொண்டு பண்ணையாரின் கடையில் தரப்படும் உணவுப் பொருள் எனும் கூளங்களை வாங்கியாக வேண்டும். கசையடியெல்லாம் சாதாரணத் தண்டனைகள். எவ்வாறு இதையும் மீறி உயிர் வாழ்ந்தனர் என்பதுதான் தெரிந்துகொள்ள வேண்டிய ரகசியம்.

இந்தக் கொடுமைகளுக்கு முடிவு கட்ட வேண்டும். தீர்வு காண வேண்டும் என லிஞ்ச் விரும்பினார். முதல் நடவடிக்கையாக கூப்பன் முறையை ஒழித்தார். நல்ல தரமான பொருள்களை வாங்கிக்கொள்ள ஏற்பாடு செய்தார். கூலியையும் உயர்த்தினார். அடிதடி, கொலை நிறுத்தப்பட்டது.

தொழிலாளர்கள் நிம்மதிப் பெருமூச்சு விட்டனர். ஆனால், சக பண்ணையார்கள் சினந்து சீறிப்பாயத் தொடங்கினர். முதலில் லிஞ்சை, பைத்தியக்காரன் என அழைத்தனர். பண்ணையாரைப் பைத்தியமாக வருணிப்பது தங்களுக்கே இழிவு எனக் கருதி கலகக்காரன் என வருணித்தனர். அதிலும் திருப்தியடையாமல் கம்யூனிஸ்டு என்றே குற்றம் சாட்டினர். அவ்வாறு இருப்பதே குற்றமாகத்தான் கருதப்பட்டது.

பேச்சோடு அவர்கள் நிற்கவில்லை. இவரது செயல்கள், தங்களது சாம்ராஜ்ய அதிகாரங்களைக் கெடுத்துவிடக் கூடும் என்பதால், நேரடியாகவே, “இந்த முறைகளைக் கைவிட்டு பழைய ராஜபாதைக்கு வா” என அழைத்தனர். மறுத்தால், உடன்படாவிட்டால், மனைவி காணாமல் போய்விடக் கூடும் என்ற சக்கராயுதத்தை ஏவினர். அவர்களிடம் கூலிக்காக தலையை வெட்டும் ‘வீரர்கள்’ உண்டு என்பது லிஞ்சுக்குத் தெரியும்.

மனைவி, பிறக்க இருக்கும் குழந்தை என மிரண்டு போன லிஞ்ச், அந்த இடத்தை விட்டு வெளியேறி ரொசாரியோவுக்குச் சென்றார். அங்கு தொழில் தொடங்க, மேட் பண்ணை அமைக்க அவர் எடுத்த முயற்சிகளில் பணத்தை இழந்ததுதான் பலனாயிற்று.

இந்த நகரத்தில்தான் ஒன்பதாவது மாதத்தில், குறைமாதக் குழந்தையாக 1928-இல் ஜூன் 14-ஆம் தேதி சே குவேரா பிறந்தார். அவரது குடும்பமும் மிசியோசனஸ் பகுதியிலிருந்து பியூனஸ் அயர்ஸ் பகுதிக்குக் குடி பெயர்ந்தது. சான்இசித்ரோ எனும் இடத்திலிருந்த ஒரு பழைய கப்பல் கட்டும் தொழிற்சாலையில் பங்குதாரர் ஆனார் லிஞ்ச். அவர் தொட்ட, தொடங்கிய எந்தத் தொழிலிலும் அவர் லாபம் பெறவே இல்லை.

1944ல் 'சே' தன் தாய் தந்தை மற்றும் குடும்பத்தினருடன்

இங்கிருந்து கப்பலோட்டிகளின் கழகத்திலிருந்த நீராடும் தொட்டிக்குக் குழந்தையையும் அழைத்துச் செல்வது வழக்கம். செலியா நல்ல நீச்சற்காரர். நல்ல குளிர்காலத்தில், நீராடும் தொட்டிக்குப் போயிருந்த ஒரு நாளில்தான், குழந்தை குவேரா இறுமிக்கொண்டும், நடுங்கிக் கொண்டிருப்பதையும் கண்டார். நேராக மருத்துவரிடம் தூக்கிக்கொண்டு ஓடினர்.

சோதித்த பின்னர் மலேரியா நோய் நுரையீரலைத் தாக்கியுள்ளது என்றும், ஆஸ்துமா அவரைப் பீடித்துள்ளது என்றும் டாக்டர் கூறினார். பெற்றோர் அதிர்ந்து போயினர். தன் மனைவியின் கவனக் குறைவு என்று லிஞ்ச் கருதினார். தனக்கும் குழந்தைப் பருவத்தில் ஆஸ்துமா வாட்டியதைச் செலியாவும் தெரிந்தே இருந்தார்.

குறைமாதக் குழந்தையாகப் பிறந்த குவேராவுக்கு, ஆஸ்துமாவும் பற்றிக் கொண்டதால், அவரை வளர்ப்பதில் தனிக்கவனம் செலுத்தத் தொடங்கினார். அன்பின் அரவணைப்பு ஆழமாயிற்று.

சே குவேராவின் முன்னோர்களில் வேறு சிலரது வரலாற்று விவரங்களும் தெரிந்துகொள்ளப்பட வேண்டியவைதான். லத்தீன் அமெரிக்க நாடுகளில் சிலி, பெரு, அர்ஜெண்டினா, பொலிவியா ஆகிய நாடுகள் ஒன்றோடொன்று ஒட்டி இருக்கும் பொது எல்லைகளைக் கொண்ட நாடுகள். இவை ஸ்பெயின் நாட்டுக் காலனிகளாக இருந்தவை. அந்தக் காலத்தில் வந்து குடியேறியவர்கள்தான் குவேராவின் முன்னோர்கள்.

தளபதி ஜோஸ்-டி-சான்-மார்ட்டின் தலைமையில்தான் ஸ்பானிய ஆதிக்கத்திலிருந்து விடுதலை பெறுவதற்கான போர் நடந்தது. மார்ட்டின் தலைமையில் பெரு, சிலி, அர்ஜெண்டினாவும் விடுவிக்கப்பட்டன. இந்தப் போரைப் பற்றி மார்க்சும், ஏங்கல்சும் எழுதியுள்ளனர். அர்ஜெண்டினாவில் உள்நாட்டுக் கலவரம் தொடங்கியவுடன், மார்ட்டின் தளபதி பதவியிலிருந்து விலகினார்.

தளபதி ஜூவான் மானுவேல் டி ரோசா ஆட்சியைக் கைப்பற்றிக் கொண்டார். 1829-இல் உள்நாட்டுக் கலவரம் முடிவுக்கு வந்தது. டி ரோசா 23 ஆண்டுகள் தொடர்ந்து பதவியில் இருந்தார். மிகக் கெடுபிடியான ஆட்சியாளர் அவர். எதிர்த்தோரைக் கொன்று தீர்த்தார். அவர்களது சொத்துக்களைப் பறிமுதல் செய்தார்.

1840-இல் குவேராவின் தந்தையின் தாத்தா ஜூவான் அண்டோனியோவும், ஜோஸ் கேப்ரியல் குவேராவும், இவனது பிடியில் சிக்கி விடாமல் தப்பிட நாட்டை விட்டு ஓடினர். இவர்களது சொத்துக்கள் பறிமுதல் செய்யப்பட்டன. இவர்களோடு கொடுங்கோலன் ரோசாவால் கொல்லப்பட்ட லிஞ்ச் அரண்டியாவின் புதல்வர் பிரான்சிஸ்கோ லிஞ்சும் சேர்ந்து சிலியை நோக்கித் தப்பியோடினர்.

1848-இல் வால்பரைசோவிலுள்ள ஒரு விடுதியில் உணவருந்திக் கொண்டிருந்தபோது, கலிபோர்னியாவில் தங்கம் கிடைப்பதாக ஒரு செய்தி வந்தது. அதை நோக்கித் தங்கம்

தோண்ட அவர்கள் பயணத்தை மேற்கொண்டனர். தேடி அலைந்ததும், மண்ணை வெட்டிச் சுமந்ததும்தான் மிச்சம். ஏமாற்றமே எஞ்சியது.

அப்போது சான்பிரான்சிஸ்கோ நகரத்தில் பல நாட்டுக் காரர்களைப் பார்க்க முடியும். எல்லோருமே மஞ்சள் உலோகத்தைத் தேடி வந்த கூட்டம்தான். சகல நாட்டு மக்களும் அவரவர் மொழியில் பேசிக் கொண்டிருந்தது ஒரே குழப்பமாக இருந்தது. பிரான்சிஸ்கோ லிஞ்ச், இங்கிலாந்து நாட்டுக் கப்பலோட்டியை மணந்து விதவையாக இருந்த சிலி நாட்டுப் பெண்ணான எலோய்சா ஓர்டிஸ் மீது காதல் வயப்பட்டார். திருமணமும் செய்துகொண்டார். அங்கேயே ஒரு விடுதியைக் கட்டி நடத்தத் தொடங்கினார்.

தங்கச் சுரங்கத்தை விட, விடுதி மூலம் நல்ல வருவாய் கிடைத்தது. பணம் சேர்ந்தது. ஏமாந்து திரும்பிய குவேரா சகோதரர்கள், இந்த விடுதியில் பணிக்குச் சேர்த்துக் கொள்ளப்பட்டனர்.

பிரான்சிஸ்கோ லிஞ்சுக்கும் அலோய்சா ஓர்சிசுக்கும் 17 குழந்தைகள் பிறந்தன. இவர்களது முதல் மகள் பெயர் ஆனா. அவர்தான் குவேராவின் தந்தையைப் பெற்றெடுத்த தாய். அதாவது குவேராவின் பாட்டி. இவர் மீது மட்டற்ற பாசம் வைத்திருந்தார் குவேரா. பாட்டியின் செல்லக்குட்டி ஆனார் குவேரா.

லிஞ்சின் விடுதியில் பணிபுரிந்த குவேரா சகோதரர்களுக்கு கில்லர்மோ-டி-காஸ்ட்ரோ எனும் பணக்காரர், தனது மாட்டுப் பண்ணைகளைக் கவனிக்கும் வேலையைக் கொடுத்தார்.

கில்லர்மோவின் ஒரே மகள் ஜூவான் அண்டோனியோவைக் காதலித்தாள். கைப்பிடித்தாள். மனைவி ஆனாள். எனவே, பெரும் சொத்துக்குச் சொந்தக்காரர் ஆனார் ஜூவான். ஆனால், அமெரிக்க அதிகாரிகள் இவர்களது சொத்தை அபகரித்துக் கொண்டனர்.

நீதிமன்றம் போனார். எடுத்தது சரி என்று தீர்ப்பு வந்தது. நீதிமன்றச் செலவும் அபராதமாக விதிக்கப்பட்டது. இவர்கட்குப் பிறந்த மகன்தான் ராபர்ட்டோ. ராபர்ட்டோவின் மகன்தான்

ஏர்னஸ்ட் குவேரா. ஒரு வழியில் பார்த்தால் இவர்கள் அமெரிக்க மண்ணில் பிறந்த அமெரிக்கக் குடிமக்கள் ஆவர்.

கொடுங்கோலன் ரோசாவின் காட்டாட்சி 23 ஆண்டுகட்குப் பிறகு 1852-இல் தளபதி ஜோஸ்-டி-உர்குய்சாவால் தூக்கி எறியப்பட்டது. இந்த நற்செய்தியைக் கேட்ட குவேரா சகோதரர்கள் அர்ஜெண்டினாவுக்குத் திரும்பினர். 17 குழந்தைகளுடன் பெரிய குடும்பமாக இருந்தாலும், விடுதியில் நல்ல வருமானம் வந்து கொண்டிருந்ததாலும், லிஞ்ச் மட்டும் உடனே திரும்பவில்லை. விடுதி, சொத்துக்களை விற்றுவிட்டு சில ஆண்டுகட்குப் பிறகே வந்தார்.

ராபர்ட்டுக்கும், அனா லிஞ்சுக்கும் 11 குழந்தைகள் பிறந்தனர். ராபர்ட்டோ குவேரா நிலமளக்கும் இலாகாவின் தலைமையதி காரியாகப் பணிபுரிந்தார். சிலி, பராகுவே, பொலிவியா, அர்ஜெண்டினா ஆகிய நாடுகளுக்கான எல்லைக் கோட்டை வரைந்தவரே இவர்தான். நாடுகளுக்கு எல்லைக்கோடு தீட்டிய தாத்தாவுக்குப் பிறந்த பேரன்தான். எல்லைக் கோடுகளைத் தாண்டி, உலகை ஒரு குடும்பமாகக் கருதி, ‘யாதும் ஊரே யாவரும் கேளிர்’ என்ற பரந்த மனப்பான்மையுடன் வளர்ந்து வந்தான்!

குவேராவுக்கு நாட்டின் வரைபடம் ஒரு கோடுதான். மனிதகுலத்தைப் பிரித்து நிற்கும் வர்க்கப் பிரிவை ஒழித்தால், எல்லாம் தீரும் என்ற மந்திரச் சொல்லுக்கு மார்க்கம் தேடி அலைந்த மனிதர்தான் குவேரா.

ராபர்ட்டோவின் மகன் டான்பிரான்சிஸ்கோவின் மகள், தனது ஜெர்மானிய சங்கீத ஆசிரியரைக் காதலித்து மணந்தாள். அவளுக்கு இரண்டு பையன்கள் பிறந்தனர். இருவருமே, ஏன் குடும்பமே ஹிட்லரின் பரமபக்தர்களாக, இன, நிற, வெறியர்களாக இருந்தார்கள். இரண்டாம் உலகப் போரின்போது குவேரா குடும்பம் இரண்டாகப் பிரிந்து நின்றது.

மேலே குறிப்பிட்ட ஒரு நாகரிகக் குடும்பம் நீங்கலாக, மற்ற அனைவரும் பிரான்சின் டீ காலை ஆதரித்து வந்தனர். பாசிசத்தை எதிர்க்கும் சங்கத்தையும் அமைத்து நடத்தினர். குவேரா குடும்பத்தைச் சேர்ந்த முன்னோர்களில் ஒருவர்

கியூபாவுக்குத் தூதுவராக இருந்துள்ளார். ஒருவர் ஒரு நகரத்தை அமைத்துப் பெயர் பெற்றுள்ளார். ஆக, பலவகையினரைக் காண முடிகிறது.

இந்தச் சந்ததியரின் வாழ்க்கை வரலாற்றைப் பார்த்தால், இவர்கள் எல்லோருமே வசதி படைத்தவர்களாக வாழ்ந்திருப்பது தெரியும். குடும்பக் கட்டுப்பாடு இன்றியும் வாழ்ந்த வகை தெரிகிறது. ஏதாவதொரு வகையில் போர்க் குணம் உள்ளவர்களாகவே இருந்து வந்துள்ளனர். ஆண், பெண் இரு பாலரிலும் முற்போக்கு முத்திரை தெரிகிறது. இவர்களுக்குள் பிற்போக்கானவர்கள் பாசிசக் கருத்துடையோரும் இருந்தனர்.

சே குவேராவின் தந்தை தொடங்கிய எந்தத் தொழிலும் லாபம் தரவில்லை என்றாலும், அவருக்குப் பிறந்த ஐந்து குழந்தைகட்கும் உயர்கல்வி கொடுத்தார். குடும்பம் வசதியுடன் வாழ்ந்தது. அவரது வீட்டுக்குப் பலரும் வருவதும், விருந்து அருந்துவதும் வழக்கமாக இருந்துள்ளது. அவர்களது தெருவிலிருந்த குழந்தைகள் அனைவரும் கூடும் மைய இடமாக இவர்களது வீடு திகழ்ந்தது.

இருப்பினும், ஆஸ்துமா நோய் காரணமாக குவேராவைப் பள்ளிக்கூடத்தில் சேர்க்க முடியவில்லை. அவரை வீட்டில் வைத்து அம்மாவே எழுதப் படிக்கச் சொல்லிக் கொடுத்தார். சில ஆண்டுப் பயிற்சிக்குப் பின் இரண்டாம் வகுப்பில் சேர்த்தார்.

அப்பாவும், அம்மாவும், குழந்தையின் பக்கத்திலேயே இருப்பர். அவன் மூச்சுவிடத் திணறும் போது அப்பா தோளில் சாத்திக்கொண்டு முதுகில் தட்டிக் கொடுத்து நடப்பார். விடியும் வரை சில நாட்கள் நடக்கவேண்டி வந்தது. தாய் தேடாத மருந்து இல்லை. எதுவும் பலன் தரவில்லை.

ஆனால், சிறுவயது முதலே படிப்பில் ஆர்வம் காட்டினார் குவேரா. நிறையப் படிப்பது வழக்கமாகி விட்டது. குழந்தைப் பருவத்திலிருந்தே தனது முரட்டு சுபாவத்தையும் காட்டி வந்தார் குவேரா.

சைக்கிளை வேகமாக ஓட்டி விளையாடுவதில் தனிப்பிரியம். ஊரிலிருந்த கால் பந்தாட்டக் குழு, ரக்பி போன்ற விளையாட்டுக்

களிலும் ஆர்வத்துடன் பங்கெடுத்தார். கால்பந்தாட்டமும் ரக்பியும் உடல் வலிமையுள்ளவர் மட்டும் ஆடக்கூடிய ஆட்டங்கள்.

குவேரா இவற்றில் பங்கேற்றது மட்டுமல்ல, அவற்றில் சிறந்தும் விளங்கினார். மூச்சு சுவாசத்தைச் சரிப்படுத்தும் குழாயை எடுத்து உறிஞ்சிவிட்டு பந்தை உதைக்க வந்துவிடுவார்.

தாயார், அவரை ஊக்கப்படுத்தினார். ஆனால், மனதுக்குள் அச்சம் இருக்கவே செய்தது.

3

தீராத விளையாட்டுப் பிள்ளை

பிரான்ஸ் நாட்டின் சிந்தனையாளர் வால்டேர். கத்தோலிக்கப் பள்ளியில் பயின்றவர். பிடல் காஸ்ட்ரோவும் கத்தோலிக்கப் பள்ளியில் பயின்றவர். குவேராவின் தாயும், குவேராவும் கத்தோலிக்கப் பள்ளியில் படித்தவர்கள்தான். கார்ல் மார்க்சை புராட்டஸ்டண்ட் பாதிரியார் ஆக்கிட, அவரது தந்தை கிறித்துவ விவிலியம் கற்கத்தான் இளமையில் சேர்த்தார்.

வரலாறு இவர்களை சமதர்மப் போராளிகளாகக் கொண்டுபோய்விட்டது. குவேரா பள்ளியில் கால்பந்தாட்டம், ரக்பி விளையாட்டுகளில் ஈடுபாடு காட்டியதைப் போலவே, கவிதை, வரலாறு, புதினம், கதைத் தொகுதிகள், தத்துவம் எனப் பலவகை நூல்களையும் கற்பது வழக்கம்.

இவரது பெற்றோரும் புத்தகப் பிரியர்கள். அவர்களது வீட்டிலேயே ஆயிரக்கணக்கான புத்தகங்கள் அடங்கிய அலமாரிகள் இருந்தன. மார்க்ஸ், ஏங்கல்ஸ், லெனின், மாசேதுங், குரோபாட்கின், லியோ-சோ-சி, டால்ஸ்டாய், கேக்லண்டன், உமர்கய்யாம் ஆகியோரின் படைப்புகளையும், பல வரலாற்று நூல்களையும் படித்து வந்தார். புத்தகங்களைத் திறந்தால் அதில் மூழ்கிப் போய்விடுவார்.

சைக்கிள் ஓட்டுவதில் அலாதிப் பிரியம். ஒரு மொபெட் கம்பெனி, இவருக்கு ஒரு மொபெட்டைக் கொடுத்து, அர்ஜெண்டினாவைச் சுற்றிவரச் சொன்னது. அது விளம்பரத் திற்காக, அதற்காகப் பணமும் தரப்பட்டது. அவர் அர்ஜெண்டினாவின் பன்னிரண்டு மாநிலங்களை அந்த வண்டியில் வெற்றிகரமாகச் சுற்றிவந்தார். இது படத்துடன்

செய்தியாக பத்திரிகைகளில் வெளியிடப்பட்டது. இவர் உயர்நிலைப் பள்ளியில் படிக்கும்போது காதலித்த முதல் காதலி சின்சினாவுக்குத் தந்த தன்னுடைய புகைப்படத்திற்குக் கீழாக 'பெடல் மன்னனின்' அன்பளிப்பு என எழுதியிருந்தார்.

இதைவிட அவர் பதினோராவது வயதில் நடத்திய குறும்பு விளையாட்டுதான் அதிர்ச்சி தரத்தக்கது. அவரும், அவரது எட்டு வயதுத் தம்பியும், ஒரு டிரக்கின் பின்னால், ஓட்டுநருக்குத் தெரியாமல் ஏறி மறைந்துகொண்டனர். வண்டி புறப்பட்டு எண்ணூறு கிலோ மீட்டர் போய் நின்றது. சிறுவர்களைக் காணாத பெற்றோர் அண்டையிலிருந்த காடுகள், பல இடங்கள் எனத் தேடிக் கலங்கிப் போய், காவல் துறையிடம் புகார் கொடுத்தனர்.

மூன்று நாட்களுக்குப் பிறகு வீடு திரும்பிய சிறுவர்கள் பெற்றோர் பட்டிருக்கக்கூடிய கவலையைப் பற்றி அலட்டிக் கொள்ளாமல், தங்களது வீரப்பயணத்தை விவரித்துக் கொண்டிருந்தனர். முதலில் இரண்டு அடி கொடுத்துவிட்டு, கட்டித் தழுவியபடி கண்ணீர் வடித்தார் தாய்!

ஆனால், குவேராவுக்கு அதுவும் ஒரு விளையாட்டுதான். மார்க்டுவைன் எழுதிய டாம்சாயர், கக்கில்பரிபின் மட்டும்தான் இப்படி விளையாடுவார்களா? நானும்தான் எனக் காட்டிவிட்டார் குவேரா...

குவேராவின் குறும்புத்தன விளையாட்டுகளால் வேதனைப் பட்டாலும், உள்ளூற அவர் தனது பலத்தைக் காட்டி வருவது கண்டு அம்மாவுக்கு மகிழ்ச்சிதான்.

பியூனஸ் அயர்சிலிருந்து கோர்டாபோவா என்ற மலைப் பகுதிக்கு குவேரா குடும்பம் குடியேறியதற்கு முக்கியக் காரணமே, தங்கள் குழந்தைக்கு ஏற்பட்டுள்ள ஆஸ்துமா நோயைத் தணிக்கவும், தீர்க்கவும் காற்றோட்டமான, மிதமான குளிர்மண்டலப் பகுதி உகந்ததாக இருக்கும் எனப் பெற்றோர் கருதியதுதான். அத்துடன் அந்தப் பகுதியிலும் ஒரு தேயிலைத் தோட்டத்தை உருவாக்கி விட முடியும் என லிஞ்ச் நம்பினார்.

ஆனால் அது தோல்வியில் முடிந்தது. அவர்கள் கோர்டாபோவாவில் வாடகை வீட்டில்தான் குடியேறினர்.

நான்கே வருடங்களில் ஏழு முறை அவர்கள் வீடு மாறிக் குடியேற வேண்டி இருந்தது. எனவே அவர்கள் அந்த வட்டாரத்தில் எல்லாப் பகுதிகளிலும் வசதியான வீடுகளில் குடியிருந்து வந்ததால், பலருடன் நட்பும், பழக்கமும் ஏற்பட்டது.

அவர்களது பெரிய வீடு எப்பொழுதும் கலகலவென்று இருக்கும். குவேராவுடன் படித்த குழந்தைகள் அவரது வீட்டில்தான் விளையாட வந்து குவிவார்கள். அவர்கள் இத்தாலி, பிரான்சு

போன்ற நாடுகளிலிருந்து அர்ஜெண்டினாவுக்கு வந்து குடியேறிய ஏழை விவசாயிகளின் குழந்தைகள். பள்ளிக்கூடத்தில் குவேராவும், சகோதர, சகோதரிகளும் படிப்புக்குத் தேவைப்படும் புத்தகங்கள், நோட்டுக்கள், கலர் பென்சில்கள், ரப்பர் வைத்து இருப்பர். மற்ற ஏழைக் குழந்தைகளிடம் அவை இருக்காது. அவர்களுக்கும் குவேராவின் அம்மா அவற்றை வாங்கிக் கொடுப்பார்.

அரசு நடத்திய பொதுப் பள்ளிக்கூடத்தில் முதலில் எல்லோரும் படித்தனர். பள்ளிக்கூடம், வீட்டிலிருந்து வெகு தூரத்தில் இருந்தது. தன் குழந்தைகளையும், தெருப் பிள்ளைகளையும் தன் காரில் ஏற்றிக்கொண்டு தானே ஓட்டிச் சென்று பள்ளியில் விடுவதும், திரும்ப அழைத்து வருவதும் செலியாவின் வழக்கமாக இருந்தது. அந்தப் பகுதியில் சொந்தமாகக் கார் வைத்து, தானே ஓட்டிச் சென்ற முதல் பெண்மணியும் அவர்தான்.

குழந்தைகள் பல நாடுகளிலிருந்து வந்தவர்களாக பலமொழிகள் பேசுவோராக இருந்தனர். இவர்களது குடும்பத்தினர் வேறுபாடு காட்டாமல் உபசரித்தனர்.

பள்ளிப்படிப்பில், குவேராவை விட சகோதரிகள் அதிக மதிப்பெண்கள் பெற்று வந்தனர். அவரது தம்பியும் முதல் மாணவனாகத் திகழ்ந்தான். குவேரா படிப்பில் மிதமாகத்தான் இருந்தார். ஆங்கிலம் கற்பதில் ஆர்வம் ஏற்படவே இல்லை. 10-க்கு 3 மதிப்பெண்களுக்கு மேல் அவர் எடுக்கவே இல்லை.

ஆனால், பிரெஞ்சு மொழியில் அதிக மதிப்பெண் பெற்றார். சரளமாகப் பேசவும் தொடங்கினார். ஸ்பானிய மொழி தாய்மொழி என்பதால், அதில் வல்லவராக இருந்தார். மற்ற பாடங்களில் தேர்ச்சி பெற்றாலும், பாராட்டத்தக்க மாணவனாக விளங்கவில்லை.

ஆனால், அவரது ஆசிரியர்கள் பின்னர் அவரைப் பற்றி எழுதுகிறபோது, "குவேரா குழந்தைப் பருவத்திலிருந்தே சமமானவர்கள் மத்தியில் முதலாவது மாணவனாகவே இருந்து வந்தான். பள்ளிக்கூட விளையாட்டு மைதானத்திலிருந்த மரத்தில் திடீரென உச்சி வரை ஏறிவிடுவான். எல்லாக் குழந்தைகளும் மரத்தடியில் கூடி நின்று கைதட்டிக்கொண்டு நிற்பார்கள். இறங்கியவுடன் எங்காவது ஓடுவான். எல்லாக் குழந்தைகளும் அவனைப் பின் தொடர்ந்தே ஓடுவார்கள். எங்காவது உட்கார்ந்து பேசிக் கொண்டிருப்பான். அவனைச் சுற்றி கதை கேட்பது மாதிரி குழந்தைகள் கூட்டம் இருக்கும். அவன் ரத்தத்தில் முந்தி, முந்தி, ஓடிக்கொண்டிருக்கும் துடிப்பு இயல்பாக இருந்தது" என்று எழுதியுள்ளனர்.

குவேராவுக்கு பாட்டுப் பாடுவது வரவில்லை. பாட மட்டும் அல்ல, இசையைக் கேட்கவும் நாட்டம் இல்லை. என்ன ராகம்,

எந்தப் பாட்டு என்று கேட்டால், "அதைக் கேட்கும் காதுகள் இல்லையே" என்பார்.

மேற்கத்திய நாட்டினர், விடுதிகளில் விழாக்களில், ஒரு பெண்ணுடன், ஓர் ஆண் சேர்ந்து நடனமாடுவது தொன்று தொட்டு இருந்து வருகிற வழக்கம். சே குவேராவுக்கு நடனம் வராது. பிடிக்காது. அவரைக் காதலித்த சின்சினாவுக்கு இதைக் கண்டு மகா வருத்தம்.

ஓவியத்தையும் ரசிப்பார். ஆனால், நவீன ஓவியம் தனக்குப் புரியவில்லை என்று கூறுவார். பின்னர் அமைச்சராக ஆனபோது ஒரு கலைக்கூடத்தைப் பார்வையிடச் சென்றபோது, அங்கிருந்த நவீன ஓவியங்களைப் பார்த்தவர், "மிகுந்த திறமைசாலிகள், தங்களது கை வண்ணத்தைக் காட்டியுள்ளனர். ஆனால், அதன் அர்த்தத்தைப் புரிந்துகொள்ளும் அறிவு எனக்கு இல்லை. ரசிக்கும் கண்ணும் இல்லை. இருந்தாலும் இதன் சிறப்பைப் பாராட்டுகிறேன்" என்று ஒளிவுமறைவு இன்றிச் சொன்னார்.

ஆனால், இவருக்கு மலைகளில் ஏறி சிகரங்களைத் தாண்ட வேண்டும் என்ற ஆர்வம் மிகையாக இருந்தது. அதைவிட முன்னோர்கள் செதுக்கிய சிலைகள், அவர்களால் கட்டப்பட்டு, காலப்போக்கில் இடிபட்டுக் கிடந்த நகரங்கள் போன்றவற்றைத் துருவித் துருவிப் பார்த்து கால ஆராய்ச்சி செய்வதில் தணியாத ஆர்வம் இருந்தது.

தனது நண்பர்களிடம், "உலகம் முழுவதிலும் சுற்றி மூழ்கிப் போன பாழடைந்த நகரங்களைப் பார்க்க வேண்டும். படம் எடுக்க வேண்டும். அவற்றைப் பற்றி எழுத வேண்டும்" எனக் கூறுவது வழக்கம். அதே போன்று பழைய நாகரிக வரலாற்றை ஆராய வேண்டுமென்பதிலும் ஆர்வம் கொண்டிருந்தார்.

குவேரா பள்ளியில் படித்ததைவிட வீட்டில் உலகப் பாடத்தை அதிகமாகக் கற்றிருக்க வேண்டும் போலத் தெரிகிறது.

அர்ஜெண்டினா, ஸ்பெயின் நாட்டவர் குடியேறிய நாடு என்றாலும், அவர்கட்கும் முந்தைய பூர்விக கௌராணி இந்தியர்கள் இருந்தனர். அர்ஜெண்டினா முழுவதிலும் 30 லட்சம் மக்கள்தான் இருந்தனர்.

எனவே, போய்க் குடியேறியவர்கள், விவசாயம் செய்தோ, தொழில் நடத்தியோ பணம் சேர்ப்பது சிரமமாக இல்லை. சில சந்ததிக்கட்குள்ளாகவே செல்வச் செருக்குடன் வாழ முடிந்தது. லிஞ்ச் குடும்பத்தார் தொழில் துறையில், பிறரைப் போல லாபம் ஈட்டவில்லை என்றாலும், வருமானம் ஒரு மேட்டுக்குடி வாழ்க்கைக்குப் போதுமான அளவிற்கு என்றைக்கும் தட்டுப்பாடே இல்லாமல் இருந்தது. அவர்கள் சகல வசதிகளுடனும், எல்லா விடுதிகளிலும் உறுப்பினர்களாகவும், பிள்ளைகள் அனைவருக்கும் குறைவின்றி உயர்கல்வி கொடுக்குமளவிற்கு வசதியுடன் இருந்தனர்.

குடும்ப முன்னோர்கள் பலர் நாடறிந்த பதவிகளில் இருந்தவர்கள் எல்லாமாகச் சேர்ந்து மக்களால் மதிக்கப்பட்ட குடும்பமாக இருந்தது. எனவே வறுமையில் வாடிய குடும்பத்தில் பிறந்ததால், வறுமைக் கொடுமையை எதிர்த்துக் கொதித்து எழுந்தார் குவேரா என யாராவது நினைத்தால், அது வரலாற்றுத் தவறாகும். அவர் வறுமையில் வாடவே இல்லை. ஆனால், பிறர் வாடக் கண்டார். அது அவரது உள்ளத்தில் கனன்று கொண்டிருந்தது. அநியாயத்தை எதிர்க்கும் உணர்வு அது.

❖

4

மந்த காலம்

முதலாளித்துவ சமூக அமைப்பில் 25 முதல் 30 வருடத்திற்கு ஒருமுறை பொருளாதாரத் தேக்கம், முடக்கம், வீக்கம், நெருக்கடி கட்டாயம் வரும் என்பது சகல பொருளியல் அறிஞர்களாலும் ஒப்புக்கொள்ளப்பட்ட உண்மை. அது தீர பலர் பல வழிகளைக் கூறியுள்ளனர். இதை மார்க்ஸ் விஞ்ஞான ரீதியில் ஆய்வு செய்து, "முதலாளித்துவத்தை ஒழிக்காமல், இந்த நெருக்கடியைத் தீர்க்க முடியாது" எனத் திட்டவட்டமாகக் குறிப்பிட்டார்.

பல முதலாளித்துவ நெருக்கடிகள் சுழற்சி முறையில் வருவதும், தீர்வதும் என நீண்டு செல்லும். வரலாற்றுப் பாதையில் 1930-களில் தொடங்கிய உலகப் பொருளாதார நெருக்கடி, அர்ஜெண்டினாவையும் தாக்கியது. அப்பொழுது அமெரிக்காவில் ரூஸ்வெல்டு குடியரசுத் தலைவராக இருந்தார். அமெரிக்காவின் வியாபாரம் படுத்தது. விற்பனை தேங்கியது. எங்கும் நெருக்கடி. குமுறல்.

அப்பொழுதுதான் புதிய பொருளாதாரக் கொள்கை ஒன்றை ரூஸ்வெல்டு அறிவித்தார். அமெரிக்காவில்தான் மனிதர்கள் மிதிக்காத நிலப்பகுதி ஏராளமாக இருக்கிறதே. அங்கே ஆயிரம் ஏக்கருக்குக் குறையாது பயிரிட நிலம் வேண்டுவோருக்கு நிலம் வழங்கப்படும் என அறிவித்தார். ஐரோப்பாவிலிருந்த பலரும் அங்கு சென்று ஆயிரக்கணக்கான பரப்பளவுகளில் பண்ணைகளை வாங்கினர்.

இதே காலத்தில் வாகனங்களுக்குச் சிறிதே முன்பணம் செலுத்திவிட்டு, தவணை முறையில் வாங்கிக்கொள்ளும் திட்டத்தையும் அறிவித்தார்.

சாலைகள், பெரும் கட்டடங்கள் கட்டும் திட்டத்தையும் அறிவித்தார்.

வரிகள் சிலவற்றை ரத்து செய்தார். குறைந்த வட்டியில், அதிகக் கடன் வழங்க வங்கிகளைத் திறந்துவிட்டார்.

பெரும் பண்ணைகளில் வேலை செய்ய ஆட்கள் கிடைக்கவில்லை. ஆபிரகாம் லிங்கன் காலத்திலேயே அடிமை முறை ஒழிக்கப்பட்டுவிட்டதால், மனிதர்களை விலைக்கு வாங்கிவந்து பண்ணை வேலை செய்யவைக்க முடியவில்லை.

இதற்குத் தீர்வுகாணப் பிறந்ததுதான் உழுபடை கருவியான டிராக்டர். பல்லாயிரம் ஏக்கரில் அறுவடை செய்ய வேண்டி இருந்ததால் அறுக்கும் (Harvestor) கருவியும் செய்யப்பட்டது. சுருங்கச் சொன்னால், இயந்திர உதவியின்றி விவசாயம் நடக்காது. எனவே, இயந்திரத் தொழில் உத்வேகம் பெற்றது. விவசாயம் இயந்திரமயமாயிற்று. முதலாளித்துவ விவசாய முறையால் விளைச்சல் பெருகியது. ஏற்றுமதி செய்ய வேண்டியதாகி விட்டது.

ரூஸ்வெல்டு எடுத்த நடவடிக்கை அமெரிக்காவில் தேக்கத்தை உடைத்துவிட்டது. வாகனத் தொழிற்சாலை, தவணை முறையில் விற்கத் தொடங்கியதால் வீச்சைப் பெற்றது. இந்தக் காலத்தில் பிறந்ததுதான் ஜெனரல் மோர்ட்டார்சும், ஃபோர்டு கம்பெனியும், வரிக்குறைப்பும், வட்டிக்குறைப்பும் அவர்களைக் கொழுக்க வைத்தது. ஏற்றுமதியை ஊக்கப்படுத்தியவர், இறக்குமதிக்கு கதவைச் சாத்திவிட்டார்.

வேலைக்கு ஆள் தேடுகிற நாட்டில், வேலை இல்லாத் திண்டாட்டம் என்ற பேச்சு (அப்போது) எழவேயில்லை. எனவேதான் அமெரிக்க மக்கள் ரூஸ்வெல்ட்டை நான்கு முறை மீண்டும் மீண்டும் தொடர்ந்து தேர்ந்தெடுத்தனர்.

இவ்வாறு அமெரிக்கா வளரத் தொடங்கிய நேரத்தில், லத்தீன் அமெரிக்க நாடுகள் கொடுமையான நெருக்கடிகளால் விழிபிதுங்கி அழுதுகொண்டிருந்தன. அங்கே அவை உள்நாட்டுக் கலவரங்களாக வெடித்தன. அரசுகள் கவிழ்வதும் ராணுவம் ஆட்சியைப் பிடிப்பதும் தினச் செய்தியாக இருந்து வந்தது.

அர்ஜெண்டினாவின் பச்சைத் தங்கத்தை அமெரிக்கா இறக்குமதி செய்ய மறுத்துவிட்டதாலும், இங்கிலாந்தும் நெருக்கடியில் சிக்கி இருந்ததாலும், பச்சைத் தங்கம் சாம்பல் நகரமாக மாறிவிட்டது.

நிரந்தர அரசு இல்லை. தெளிவான திட்டங்கள் இல்லை. மக்கள் செய்வது அறியாது திகைத்தனர். குவேரா குடும்பம் வாழ்ந்து வந்த நகரத்தில், தெரு ஓரங்களில், தகரங்களை வைத்து மூடிக்கொண்டும், தூக்கி எறியப்பட்ட அட்டைகளை வைத்துக் கட்டியும், மனிதர்கள் குடியிருக்கும் வீடுகள் தோன்றின. சுத்தமாக இருந்த நகரம் இப்பொழுது பல சோதனைகளைச் சமாளிக்க வேண்டியதாகிவிட்டது. அவர்கட்கோ வேலையும் இல்லை. எனவே கூலியும் இல்லை.

இந்தச் 'சித்திரக்கூடத்தை' நாள்தோறும் கடந்து சென்று கொண்டிருந்தார் குவேரா. கண்கள் சிவந்தன. ஆனால், இதைத் தீர்க்கும் வழி பற்றிய கருத்து அந்தப் பருவத்தில் உருவெடுக்க வில்லை.

அர்ஜெண்டினாவில் வாழ்ந்து வந்தாலும், அவர்கள் பிறந்த ஸ்பெயின் மண்ணை, தாய் பூமியை என்றுமே மறக்க முடிந்தது இல்லை. எனவே, ஸ்பெயினிலிருந்து வரும் செய்திகளைப் படித்து அதைப் பற்றிப் பேசிக்கொண்டிருப்பது வழக்கம்.

உலகப் பொருளாதார நெருக்கடி ஐரோப்பாவிலும், எல்லாக் கண்டங்களிலும் பல அரசியல் நெருக்கடிகளை உண்டாக்கின. 1937-இல் பிராங்கோ ஸ்பெயினில் ராணுவ சர்வாதிகார ஆட்சியைப் பிரகடனப்படுத்தினான். ராணுவ சர்வாதிகாரி பிராங்கோவுக்கு இத்தாலிய பாசிஸ்டுகளும், ஜெர்மானிய நாஜிகளும் உதவினர்.

உலகம் முழுவதிலுமிருந்த கம்யூனிஸ்டுகளும், ஜனநாயக கவாதிகளும் தொண்டர்களை அனுப்பினர். அர்ஜெண்டினாவி லிருந்தும் ஒரு தொண்டர் படை புறப்பட்டது.

பல நாடுகளிலிருந்து மாணவர்கள், இளைஞர்கள், டாக்டர்கள், கலைஞர்கள், மாதர் எனப் பலரும் சென்றனர். ரத்தக்களரி நடந்த அந்தப் போராட்டத்திற்குத் தலைவராகத் திகழ்ந்தவர் இபாரூரி என்னும் தாய். அவரை 'லா- பாசனோரியா'

என்ற புனைபெயரில் அழைத்தனர். லா - பாசனோ என்றால் 'கொப்பளிக்கும் எரிமலை' என்று பொருள். இவர் ஸ்பானியக் கம்யூனிஸ்டுக் கட்சியின் புகழ்மிக்க தலைவராக இருந்தார்.

பேரறிஞர் பெர்னாட்ஷாவும் இந்தப் போராட்டத்தை ஆதரித்து எழுதினார். கூட்டங்களை நடத்தினார் (கம்யூனிஸ்டுக் கட்சி எழுத்தாளர்களையும், கலைஞர்களையும், கவிஞர்களையும் இந்தச் சண்டைக்கு அனுப்பியது தவறு என பெர்னாட்ஷா கண்டித்தார்). சண்டை உள்நாட்டுப் போராக ஓராண்டு நீடித்தது. பிராங்கோ நாஜிகளின் துணையுடன் நாஜிகளின் முறைப்படி ஜனநாயகப் போராட்டத்தை ரத்த வெள்ளத்தில் மூழ்கடித்தான். அவன் அன்று முதல் முப்பதாண்டுக் காலம் வரை, அதாவது அவன் இயற்கையாக மரணம் எய்தும் வரை சர்வாதிகாரியாக இருந்தே மறைந்தான். அந்தப் போருக்கு, குவேராவின் பெரியப் பாவான கவிஞர் காயடோனா கோர்டோவா இடூர்புரு. டாக்டர் கோன்சாலன், இசைக் கலைஞர் மானுவேல் ஆகியோரும் வேறு பலரும் சென்றனர்.

இடூர்புரு சிறந்த கவிஞர். அர்ஜெண்டின கம்யூனிஸ்டுக் கட்சியில் (அந்தத் தொண்டர் படையில் இங்கிலாந்தில் படித்துக்கொண்டிருந்த இந்திய மாணவர்களும் சென்றனர். அவர்களுள் பூபேஷ் குப்தா, மோகன் குமாரமங்கலம், பார்வதி கிருஷ்ணன் குறிப்பிடத்தக்கவர்கள்). அவரும் அவரின் மனைவியும் உறுப்பினர்களாக இருந்தனர். இடூர்புரு ஸ்பெயினில் பத்திரிகை நிருபராகப் பணிபுரிந்தார். அவர் செய்திகளை குவேரா குடும்பத்துக்குத்தான் அனுப்புவார். அங்கிருந்துதான் செய்திகள் பத்திரிகைகளுக்குப் போகும்.

இடூர்புருவும், ஆகுவிலர் குடும்பமும் கோன்சாலசும் தங்களது மனைவி குழந்தைகளை குவேரா குடும்பப் பராமரிப்பில்தான் விட்டுச் சென்றனர். எனவே வந்த கடிதங்களும், செய்திகளும் குடும்பத்தில் வாசிக்கப்படும், சிறுவர்கள் கேட்டு வந்தனர். இடூர்புருவும், அவரது சகாக்களும், தாங்கள் பங்குகொண்ட ஜனநாயக மீட்புப் போரில் வெற்றி பெறாவிட்டாலும், உயிருடன் தாயகம் மீண்டனர்.

1943-இல் அர்ஜெண்டினாவில் ராணுவப் புரட்சி நடந்தது. 1945-இல் பெரான் ஆட்சிக்கு வந்தார். அந்தக் காலத்தில் தந்தை

அமைத்த 'ஆக்ஷன் அர்ஜெண்டினா' என்ற அமைப்பில் குவேரா ஓர் உறுப்பினராகச் சேர்க்கப்பட்டார். அது பாசிசத்தை எதிர்க்கும் களமாக இருந்தது.

1946-இல் ஏர்னாஸ்டோ குவேராவுக்கு 16 வயது. அந்நாட்டின் சட்டப்படி, 17, 18-ஆம் வயதில் கட்டாயமாக ராணுவப் பயிற்சி செய்தாக வேண்டும். சே குவேரா பனி கொட்டும் மலைப் பகுதியில் இருந்து ஆஸ்துமாவை அதிகப்படுத்திக் கொண்டு, ராணுவ முகாமின் மருத்துவரிடம் போய் நின்றார். சோதித்த மருத்துவர் அவரை ராணுவ சேவையிலிருந்து விலக்கியதோடு, படிப்பை முடிக்கும் வரையில் ராணுவப் பயிற்சிபெறத் தகுதியற்றவர் எனக் கூறினார்.

ராணுவத்தில் சேருவது என்பதை எதிர்த்ததற்குப் பயம் அல்ல காரணம். அரசின் ராணுவத்தில் சேவை செய்வதை வெறுத்தார். அப்பொழுது பெரானின் ஆட்சி நிலை பெற்றிருந்தது. பெரான் ராணுவத்தைப் பலப்படுத்தியிருந்தார். பொதுக் கல்வி முறையைக் கொண்டுவந்தார். பல துறைகளில் நாடு பொருளாதார முன்னேற்றம் கண்டிருந்தது. தொழிற்சங்கங்கள் பலவீனமடைந்தன. கம்யூனிஸ்டுக் கட்சியும், இதர ஜனநாயகக் கட்சிகளும் கூட செல்வாக்கை இழந்து வந்தன. ஒருவகை தேசியவாத உணர்வு ஓங்கி வந்தது. ஆனால், ஏகாதிபத்திய எதிர்ப்பு மங்கி வந்தது.

பிரிட்டிஷாருக்குச் சொந்தமான ரயில் பாதையை பெரான் அரசுடைமை ஆக்கினார். சாலைப் போக்குவரத்து வசதியைப் பலப்படுத்தினார். 'எல்லோருக்கும் கல்வி' என்ற கொள்கையை அறிவித்தார். தொழில்துறை வளர்ந்தது. இவைதான் மக்களை மயக்கி, அவரது யதேச்சாதிகாரப் போக்கைப் பார்க்கவிடாமல் மறைத்தன.

ஆனால் குவேரா குடும்பம் பெரானிச எதிர்ப்பில் நின்றது. பெரான் ஆட்சிக் காலத்தில் ஏற்றுமதி வளர்ந்து செல்வம் கிடைத்து வந்ததால், யாரையும் நோகச் செய்யாமல் வளர்ச்சித் திட்டங்களைப் போட முடிந்தது. அரை நூற்றாண்டுக் காலம் இந்த நிலை நீடித்தது. சே குவேரா திட்டவட்டமான பெரான் எதிர்ப்பு நிலையை எடுக்காதது, இன்றுவரை பலருக்கும் புதிராகவே நீடிக்கிறது. ஆனால் அவர் பெரான் ஆதரவாளர் அல்லர்.

1954-இல் குவாதமாலாவிலிருந்த சீர்திருத்தவாதக் கட்சியின் தலைவர் அர்பென்ஸ் தலைமையிலிருந்த ஆட்சியை, அமெரிக்க மத்திய உளவு அமைப்பு, குவாதமாலா ராணுவத்தைத் தூண்டிவிட்டுக் கவிழ்த்தது.

அதேபோன்று அதற்கடுத்து அர்ஜெண்டினாவிலிருந்த பெரானின் ஆட்சியும் கவிழ்க்கப்பட்டது. . இரண்டு ஆட்சிக் கவிழ்ப்புகளிலும், சி.ஐ.ஏ. நேரடியாகப் பங்கேற்றது. மேட்டுக் குடியினர் ஆதரித்தனர். பெரானின் ஆட்சி மாட்டு இறைச்சியை ஏற்றுமதி செய்வதை குவேராவின் உறவினர்கள் உட்படப் பலரும் எதிர்த்தனர். குவேராவின் தாயும் பெரானின் எதிர்ப்பாளர்தான். அவர் எதிர்த்ததற்குப் பொருளாதாரக் காரணங்கள் கிடையாது. பெரான், பெரானின் மனைவியின் ஆடம்பரம், ஊழல் ஆகியவற்றையும் எதேச்சதிகார முறைகளையும் எதிர்த்தார்.

பெருவாரி தொழிலாளர்கள், சட்டை அணியாதோர் பக்கமே நின்றனர். இவை குவேராவை ஒரு நிலையை எடுக்கவிடாமல் குழப்பி இருக்கக்கூடும். அவர் தெளிவான அரசியல் நிலையை எடுக்குமளவிற்கு இன்னும் வளரவில்லை என்பதுதான் உண்மையே ஒழிய, அவர் பெரானின் ஆதரவாளர் அல்லர். அர்பென்சும், பெரானும் ஒன்றல்ல என்பதும் சே குவேராவுக்குத் தெரியும். குவேராவின் காதலி சின்சினா குடும்பத்தாரும் மேட்டுக்குடியினர், மாட்டு இறைச்சி ஏற்றுமதியாளர் அவர்களும் பெரானை எதிர்த்தனர்.

ராணுவம், பெரானை இருபது ஆண்டுகட்கு நாடு கடத்தியது. அவரது மனைவி அதற்கு முன்பே இறந்து போனார்.

❖

5

இளமைக் காதல்

உயர்நிலைப் பள்ளியில் படித்துக்கொண்டிருந்த போது, வசதிபடைத்த குடும்பத்தில் பிறந்தவரான சின்சினா என்ற மாணவியைக் குவேரா காதலித்தார். சின்சினா, குவேராவைக் காதலித்தாள் என்பது பொருத்தமாக இருக்கும்.

ஒல்லியாக, உயரமாக வளர்ந்து, எடுப்பான மூக்கு, நிலவு ஊறித் ததும்பும் விழிகள், கொவ்வைச் செவ்வாய் என யாரையும் கவர்ந்திழுக்கும் கன்னிகையாக அவள் இருந்தாள். மாணவர்கள் அவளைச் சுற்றித்தான் வட்டமிட்டுக் கொண்டிருந்தனர். ஆனால், அவளது கண்கள் குவேராவைத் தேடின. இதயம் அவருக்காக ஏங்கியது.

குவேரா ஒரு நாள் மாடிப்படியில் இறங்கி வரும்போது பார்த்ததை,

"படிகளில் ஒரு சிங்கக் குட்டி இறங்கி வருவதுபோலத் தெரிந்தது. வாரி விடப்படாத தலைமுடி, அலங்கோலமாகத் தொங்கிக்கொண்டிருந்தது. சட்டையில் பொத்தான்களை மாட்டவே இல்லை. காலணியிலும் கயிற்றைக் கட்டவில்லை. இந்தக் கோலத்தில் தோன்றிய அந்த இளைஞனின் எடுப்பான கூரிய மூக்கும், ஒளிவீசும் கண்களும், இப்பொழுதுதான் முளைத்து அரும்பிக் கொண்டிருந்த தாடியும், மீசையும், அதுவும் கூட அங்குமிங்குமாகத் தொங்கிக் கொண்டு... என்னவோ போலத் தோன்றினாலும், அவனையே பார்த்துக் கொண்டிருக்க வேண்டும்போல இருந்தது. ஓர் ஆண் மகனின் கம்பீரம் தெரிந்தது. ஈர்க்கப்பட்டேன். அவர் வயப்பட்டேன்" எனக் கண்டதும் காதல் கொண்ட அவரது முதல் சந்திப்பை

சின்சினாவே வருணித்துள்ளார். குவேராவும் அவள் வயப்பட்டார். இருவரும் சந்திப்பது, பேசுவது தொடர்ந்தது.

காதலர்கள் சந்தித்த போதும் ஏதாவது புத்தகங்களைப் பற்றியே பேசிப் பொழுதைப் போக்குவார். பல நாடுகளைச் சுற்றிப் பார்க்க வேண்டும் என்ற ஆவலை வெளியிடுவார். உணர்ச்சி வயப்பட்ட காதற் பேச்சு சில சமயம் நடந்திருக்கலாம் என்கிறார் சின்சினா. ஏதோ ஒரு முரண்பாடு தெரிந்தது. இருந்தாலும் அவர் அருகில் இருக்கவே விரும்பினாள். அவருடன் சேர்ந்து வாழவே விரும்பினாள்...

ஒருமுறை ஒரு விடுதிக்குப் போய் விருந்து சாப்பிடத் திட்டமிட்டனர். அங்கு சில விதிமுறைகள் உண்டு. ஒழுங்காக உடை அணிந்திருக்க வேண்டும். இது தெரிந்திருந்தும் சட்டை போடாமல் வந்தார் குவேரா... சின்சினாவின் நண்பர் ஒருவர் சட்டையைக் கொடுத்துப் போட்டுக்கொள்ள வைத்தார். அப்பொழுதும் பொத்தான்களைப் போட்டுக்கொள்ளவில்லை. விடுதிக்குள் நுழைய நுழைவுக் கட்டணம் உண்டு. அதைக் கட்டாமல், தந்திரமாக உள்ளே புகுந்தார். அவரது நடை, உடைகளை அங்கிருந்தோர் வெறுப்புடன் பார்ப்பதை சின்சினா கண்டாள். ஆனால் அதற்காகப் பேசி, குவேராவை நாகரிகப்படுத்த இயலாது என்பது சின்சினாவுக்குத் தெரியும்.

இன்னொரு முறை விடுதியில் சின்சினாவின் தந்தையுடன் மேஜையில் உணவருந்த உட்கார்ந்த குவேரா, சாய்ந்து நாற்காலியை இழுத்துப் போட்டுக்கொண்ட முறை, தரித்திருந்த உடை அவரைக் கோபப்படுத்தியது. அவர் எழுந்தே போய் விட்டார். ஆனால், எதையும் பொருட்படுத்தாமல் ஓர் எலுமிச்சம் பழத்தை மெதுவாகக் கடித்துச் சுவைத்துக் கொண்டிருந்தார் குவேரா. சின்சினா அருகில் போய் உட்கார்ந்த போதும், அவர் எலுமிச்சம் பழத்தைக் கடிப்பதில் கவனமாக இருந்தார். முழுக்கக் கடித்து உறிஞ்சிய பின்னர், எதுவுமே நடக்காததைப் போல, வா போகலாம் என அழைத்துக்கொண்டு நடந்தார்.

இத்தகைய பல சந்தர்ப்பங்களில் தனக்கும், குவேராவுக்கும் இடையில் ஓர் இடைவெளி இருப்பதை சின்சினா உணராமல் இல்லை. எரிச்சல் கூட வரும். இருந்தும் அவரை விட்டுப் பிரிய மனம் வரவில்லை. ஆமாம், முடியவில்லை.

சில மாதங்கட்குப் பிறகு ஒரு நாள் குவேரா, திருமணம் செய்துகொள்ள இருக்கும் மணத்தம்பதியர் மாதிரி, "இன்று முதல் நிச்சயிக்கப்பட்ட காதலர்களாக நடந்து கொள்ளலாமா?" எனக் கேட்டார். ஏதும் யோசிக்காமல், மறுப்பே பேசாமல், ஆகட்டும் என்றாள் சின்சினா. எதிர்பார்த்தது நடந்துவிட்ட மகிழ்ச்சி அவளது முகத்தில் தெரிந்தது.

ஒரே ஒருநாள் ஒரு நொடி முத்தம் கொடுத்தார். அதைத் தவிர நெருங்கவே இல்லை. பேச்சு பூராவும் புத்தகம், பயணம் பற்றியே இருந்தது. நொந்து போனாள் சின்சினா. சொல்லவும் முடியாது திகைத்தாள்! சின்சினா குவேராவை முழுமனத்தோடு காதலித்தாள். அவருடன் இணை பிரியாது எந்நேரமும் இருக்க விரும்பினாள். அதே சமயம் அவரைப் புரிந்துகொள்ள முடியாமலும் திகைத்தாள்.

குவேராவும் சின்சினாவைக் காதலித்தார். ஆனால், அவரது உள்ளத்திற்குள் ஒரு புயலுக்கான கரு உருக்கொண்டிருந்தது. அது போகும் வழிதேடிக் கொண்டிருந்தது. அவர் காதலித்தது உண்மை. ஆனால் லைலாவைக் காதலித்த மஜ்னுவாக, அமராவதியை விரும்பிய அம்பிகாபதியாக அவர் இருக்கவில்லை. காதல் அன்பு உணர்ச்சியின் பருவ விளைவு. அதுவே வாழ்க்கையாகி விடாது எனக் கருதியவர் குவேரா.

சின்சினா குவேரா எனக்கே சொந்தம் எனக்கு மட்டுமே வேண்டும் என விரும்பிய காதலி... அந்தப் புரட்சிக்காரன் தன்னைவிட உலகை, உலக மக்களை நேசிக்கிறான். அவன் தன் இன்பம், தன் உயிர் பற்றிக்கூடக் கவலைப்படாமல், வாடும் மக்களுக்காகப் போராடத் தயாராகிக் கொண்டிருக்கிறான் என்பதைப் புரிந்துகொள்ள இயலவில்லை. இடைவெளி விரிவடைந்துகொண்டே இருந்தது. அவளுக்கோ காதல் வளர்ந்துகொண்டே இருந்தது.

ஒருநாள் ஆற்றங்கரையோரம் உட்கார்ந்து பேசிக் கொண்டிருந்தபோது குவேரா தன் நண்பருடன் சேர்ந்து பல நாடுகளைச் சுற்றிப் பார்க்கப் புறப்பட இருப்பதாகச் சொன்னார்... எங்கே? எதற்காக? எப்பொழுது திரும்புவார்?... எந்த விளக்கமும்

இல்லாத மொட்டையான அறிவிப்பு... வெந்து போனாள் சின்சினா.

'உன் பிரிவினும் சுடுமோ பெருங்காடு' என நொந்து கூற நினைத்திருக்கக் கூடும். வாய் சொல்லவில்லை. ஆனால் முகம் கூறிற்று!

உயர்நிலைக் கல்விப் படிப்பை முடித்த பின்னர் அதற்கடுத்து எந்தத் தொழிலுக்காகப் படிப்பது என்பதைத் தேர்ந்து எடுப்பதில் ஒரு குழப்பம் இருந்தது.

பொறியியல் கற்றுத் தேற வேண்டும். கப்பல், விமானம் கட்ட வேண்டும், தொழில் துறையில் சிறந்து விளங்க வேண்டும் என்று பேசிக்கொண்டே இருந்தார். திடீரென அவரது அன்புக்குரிய பாட்டி இறந்தபோது மிகுந்த துக்கத்துக்கு ஆளானார். பாட்டி தன் பேரனிடம் காட்டிய பரிவும், பொழிந்த அன்பும் குவேராவை முழுமையாக ஆட்கொண்டிருந்தது. அவர் நோயால் மரணமடைந்தார் என்பதையறிந்த குவேராவுக்கு மருத்துவம் கற்றுத் தேர்ந்து நோய்வாய்ப்பட்டோர்க்குச் சேவை செய்ய வேண்டும் என்ற ஆவல் பிறந்தது. தன் தாயும், தன்னிடம் கூறாத ஒரு நோயால் வேதனைப்படுவதும், அவர் மனதைக் குடைந்துகொண்டே இருந்தது.

ஆப்பிரிக்கக் காடுகளில் நாகரிக வாழ்க்கையின் பக்கமே திரும்பாது காட்டு மிருகங்களைப் போலவே வாழ்ந்து வந்த கறுப்பு நிற மக்களுக்குச் சேவை செய்ய ஆல்பர்ட் ஸ்வைட்சர், அங்கு துணிந்து சென்றது. பல சோதனைகளுக்கிடையில் மருத்துவமனை அமைத்தது. ஐரோப்பாவில் பாடி, மனிதர்களை நாடி நிதி சேர்த்தது. மருந்துகளுடன் காட்டு நதிகளில் படகில் சென்றது. யாருக்குச் சேவை செய்யப் போனாரோ, அதே மனிதர்கள் அவரைக் கொன்றுவிட முயன்றது. இத்தனையையும் மீறி அவர் வென்றது, அந்த மாமனிதரை உலகம் கண்டு வியந்து நோபல் பரிசு வழங்கியது, ஆகியவற்றைப் பற்றிப் படித்தபோது, தான் ஒரு மருத்துவராக வந்தே தீரவேண்டும் என முடிவு செய்தார். அவரையும் வாட்டிக்கொண்டிருந்த ஆஸ்துமா நோயும் இந்த முடிவை எடுக்க உந்தித் தள்ளியிருக்கலாம்.

மருத்துவம் பயிலப் போகிறேன் என சே கூறியதைக் கேட்ட தாயும், தந்தையும், சகோதர சகோதரிகளும் மகிழ்ந்தனர்.

குவேரா மருத்துவப் படிப்பைத் தேர்ந்து எடுத்ததற்கு இன்னொரு காரணமும் இருந்திருக்கலாம். தந்தையின் நடத்தை வழி தவறிப் போய்க்கொண்டு இருந்தது. யாரையும் வசீகரிக்கும் அழகுடைய நடிகை ராகவெல் ஹெவியாவுக்கும் அவருக்கும் ஏற்பட்ட உறவுதான் அது.

குவேராவின் தந்தை ஒரு பெண் பித்தர் என்றும், அவர் இவளோடு சுற்றியது, முதலும் கடைசியுமல்ல, பலவற்றுள் ஒன்று என்றும் குவேராவின் சகோதரி கார்மன் கோர்டோவா கூறியுள்ளார். அவரது ஐந்து குழந்தைகளில் மூவர் வயது வளர்ந்தவர்களாக இருந்தனர். இதைப் புரிந்துகொள்ளக் கூடியவர்களாக இருந்தனர். செலியாவுக்கும் தெரியும். அவர் வாய் விட்டுப் பேசாமல், வெறுப்பை அடக்கிக்கொண்டிருந்தார். குடும்பம் இதுவரை காணாத பணப்பிரச்சினையைச் சமாளிக்க வேண்டிய நிலை வந்தது.

செலியா குழந்தைகளையும் பராமரித்து படிக்க வைத்துக்கொண்டு, வழக்கமான பணிகளையும் செய்து வந்தார். அவருக்கும் புற்றுநோய் பற்றியிருந்தது. இதையும் சே அறிவார். குடும்பத்தில் தந்தையின் பாத்திரத்தை, தான் ஏற்கவேண்டிய தருணம் வந்துவிட்டதாக நினைத்திருக்கக்கூடும்.

ராகவெல் ஹெவியா என்ற நடிகையோடு சுற்றித் திரிந்தாலும் வீட்டிற்கு எப்போதாவது குழந்தைகளைப் பார்க்க வருவார். கட்டட வேலைகளை ஒப்பந்த முறையில் செய்து வந்த அவர், அவருக்குச் செயலராகப் பணிபுரிந்து வந்த ஆசிரியையைத் திருமணம் செய்துகொண்டார். அலுவலகத்திலேயே தங்கிவிட்டார்.

எனவே, தாய் தந்தையரின் திருமண உறவு முறிந்து விட்டதாகத்தான் இருந்தது. இதைத்தான் பின்னர் ஒருமுறை பிடல் காஸ்ட்ரோவிடம் பேசும்போது, "உறவும் இல்லை விவாகரத்தும் இல்லை" என்று சே குவேரா கூறினார்.

சின்சினா ஒரு முறை ஏதோ ஒரு பேச்சில் அந்த நடிகையின் பெயரைக் குறிப்பிட்டாள். அப்பொழுது சே குவேரா, "அவளது பெயரை மறந்தும் இன்னொரு முறை தன்னிடம் கூறக்கூடாது" என எச்சரித்தாராம். தன் தாயைக் கவலைக்குள்ளாக்கிய பெண்ணாக அவளைக் கருதினார்.

❖

6
திரும்பாப் பயணம் - 1

1952-ஆம் வருடம் ஜனவரி மாதத் தொடக்கத்தில் ஏர்னாஸ்டோ சே குவேரா தனது முதல் வெளிநாட்டுப் பயணத்தைத் தொடங்கினார். எட்டு மாதங்களில் ஐந்து நாடுகளைச் சுற்றிப் பார்த்துவிடத் திட்டம். இந்தச் சமயம் மருத்துவக் கல்லூரியில் அவர் படித்துக்கொண்டிருந்தார். படிப்பு முடியவில்லை. இருந்தாலும் இடையில் இப்படி ஒரு பயணம்.

இதற்காகப் பணம் திரட்டிக்கொள்ளவில்லை. எந்த ஊருக்குப் போவது? எங்கு தங்குவது? என்ற திட்டமெல்லாம் கிடையாது. எங்காவது போக வேண்டும். வேலை கிடைத்தால் செய்ய வேண்டும். கிடைக்கிற பணத்துடன் அடுத்தடுத்துப் போய்க்கொண்டே இருக்க வேண்டும். இதற்கு அவருடைய நண்பர் ஆல்பர்ட்டோ கிரானடோ துணை.

இந்தக் காலத்தின் போது அவருடைய அப்பாவும், அம்மாவும் பிரிந்தே வாழ்ந்து வந்தனர். சின்சினாவுடன் அவரது காதல் இருந்து வந்தது. திருமணத்திற்காக நிச்சயிக்கப்பட்ட கணவன் மனைவி போல வாழ்வதற்கு அந்த நாட்டில் 'நோவியோக்கள்' என்று பெயர். மிராமர் கடற்கரையில் நாட்கள் இனிமையாகக் கழிந்துகொண்டிருந்தன. அதன் ஏழாவது நாளின் போதுதான் சின்சினாவைத் தாங்க முடியாத வேதனைக் குள்ளாக்கக் கூடிய முறையில் தான் 'திரும்பாப் பயணத்தை' மேற்கொள்ள இருப்பதாக ஒரு வெடிகுண்டைப் போட்டார். அவள் கலங்கிப் போனாள். "எங்கு போகிறேன்? எப்பொழுது திரும்புவேன்? எனத் தெரியாது... ஆனால், உன்னைப் பார்ப்பதற்காக என்றாவது ஒருநாள் வந்துவிடுவேன் என்று

நம்புகிறேன்" என்றும் கூறினார். தெளிவற்ற, குழப்பமான, பிடிப்பே இல்லாத இந்தப் பேச்சு சின்சினாவை ஈட்டி கொண்டு தாக்கியது.

மருத்துவக் கல்லூரிப் படிப்பு என்ன ஆவது? திருமணம் என்றது என்ன ஆயிற்று? எதற்காக, ஏன் பயணம்?... தன்னை விட்டுப் பிரிய எப்படி மனம் வந்தது? பல கேள்விகள் துளைத்தன. ஆனால், அவை எதற்கும் அவரிடமிருந்து பதில் வராது என்பது தெரியும். ஆனால், தான் இதற்கு விடை கண்டாக வேண்டும். இந்த உறவு இப்படியே நீடிக்க முடியாது என்பதை மட்டும் நினைத்துக்கொண்டாள்.

ஆல்பர்ட்டோ கிரானடோவுடன் அவரது மோட்டார் சைக்கிளிலேயே முழுப் பயணத்தையும் மேற்கொள்வது என அவர்கள் திட்டமிட்டிருந்தனர். புறப்படுவதற்கு முன்னர் ஒரு நாய்க்குட்டியை சின்சினாவிற்கு அன்பளிப்பாகக் குவேரா கொடுத்தார். அந்த நாய்க்கு 'திரும்பி வா' (Come back) என்று பெயர் சூட்டியிருந்தார். சின்சினா மௌனமாக அதைப் பெற்றுக்கொண்டாள். குவேரா விடைபெற்றார். ஏரிகள் நிறைந்த ஆந்திய மலைகளின் தெற்குப் பகுதி வழியாக, பாரிலோசே, டெமுகா, சாண்டியாகோ வழியாக முதலில் சிலிக்குச் செல்வது எனக் கிளம்பினர்.

மலை வழியில் ஏறத் தொடங்கியவுடன் அவரது நார்ட்டன் மோட்டார் சைக்கிள் திணறத் தொடங்கியது. இருவரையும் சுமந்து கொண்டு அது ஓடத் தயாராக இல்லை. பழுது பார்த்தனர். ஓட்டினர். பழுது பார்த்தனர். அதாவது பயணம் செய்வதை விட, பழுது பார்ப்பதில் அதிக நேரம் கழிந்தது. கடைசியாகப் படுத்துவிட்டது. ஒரு லாரியில் ஏற்றிக்கொண்டு சென்றனர். சாண்டியாகோவில் அதைக் கைவிட்டனர். அது அவர்களைக் கைவிட்டது.

இதே நேரத்தில் ஒரு நூலகத்தில் கதவைச் சாத்திவிட்டு, கண்ணீரோடு சின்சினா ஒரு கடிதத்தை எழுதிக்கொண்டிருந்தாள். அது குவேராவுக்கு. அவர் பாரிலோச ஏரிக்கருகில் இருக்கும் போது கிடைக்கிறாற்போல அனுப்பப்பட இருந்த கடிதம். தாயின் வற்புறுத்தலும், தனக்கே ஏற்பட்ட உணர்வுகளாலும் சின்சினா குவேராவுடனான உறவை முறித்துக்கொள்ளும்

முடிவை எடுத்து, அதை அவருக்கு எழுதிக்கொண்டிருந்தாள். அக்கடிதம் குவேராவுக்குக் கிடைத்தது. படித்தார். நிலை குலைந்துபோனார். அன்றைக்கு இருந்ததைப் போல என்றைக்கும் அவ்வளவு துக்கத்துடன் குவேராவை தான் கண்டதில்லை என அவரது நண்பர் ஆல்பர்ட்டோ கிரானடோ கூறுகிறார்.

ஆழமான காதல் இருந்தது. ஆனால், அதில் மூழ்கி விட அவர் தயாராக இல்லை. அவரது சுதந்திர உணர்வு ஒரு வட்டக் கோட்டுக்குள் நிற்காதது. கட்டுக்கடங்காதது. சின்சினாவும் அவரது வாழ்க்கைப் பாதையில் ஒரு தடைக்கல்லாக சுமையாக இருக்க வேண்டாம் என்ற முடிவுக்கு வந்திருக்க வேண்டும். அல்லது அவரைப் போலவே சாகசங்கள் நிறைந்த அபாயம் நிறைந்த பயணத்தில் சக பயணியாக குவேரா அறிமுகப்படுத்திய பயணிகளின் முதுகுப் பையோடு கிளம்பத் தயாராக இருக்க வேண்டும். இது சின்சினாவால் செய்ய முடியாதது. எனவே, தவிர்க்க முடியாதவாறு பிரிந்தனர். குவேராவின் பயணம் தொடர்ந்தது.

அவர்களது பயணத்தின் போது, ஆந்திய மலையைக் கடந்து செல்லுகையில், புலிகள், கொள்ளையர்கள், பலவகைக்

குற்றவாளிகளுடன் சண்டை போட்டு வென்றது பற்றி எழுதியுள்ளனர். ஏரிகளை, பனிபடர்ந்த வனமரங்களைக் கண்டு ரசித்த வண்ணமே சென்றனர்.

மலை உச்சியில் நகர்ந்து கொண்டிருந்த பேருந்துகளில், அவர்களது வயதைக் கூற முடியாத, நினைப்பதையும் தெரிந்து கொள்ள முடியாத பூர்விக இந்தியர்களைக் கண்டனர். அவர்களது வறுமை தோய்ந்த உடை, உடல்களைப் பார்த்தபோது, இடியுண்டு கிடக்கும் பழைய நகரங்களின் கோபுரங்கள், தூண்கள், படைப்புகளை ஒப்பிட்டுப் பார்ப்பார் குவேரா. அவற்றைப் படைத்த அதே கரங்கள், அதே மனிதர்கள், இதோ கைகட்டி நிற்கும் அவலம், காணச் சகிக்காததாக இருந்தது!

வால்பரைசோ விடுதியில் தன்னைப் போலவே ஆஸ்துமாவால் அவதிப்படும் வயதான பெண்ணைப் பார்த்தார். தான் படும் பாட்டை விட, தாயொருத்தி படும்பாடு அவரைக் குடைந்தது. இந்தக் காட்சியை அவர் தனது நாட்குறிப்பில் வேதனையோடு எழுதும்போது, "இன்றைய அரசுகள், படைக்கும் படைக்கலன்களுக்கும் கொட்டி அழுவதை விட, அந்தப் பணத்தையும், நேரத்தையும் மக்களின் துன்ப துயரங்களை நீக்கப் பயன்படுத்தினால்..." எனக் குறிப்பிட்டிருக்கிறார். தொடக்க அரசியல் பொறிகள் தெறிப்பது தெரிகிறது.

சிலியிலுள்ள சூச்சிகாமாட்டாவில் ஒரு பெரும் தாமிரச் சுரங்கம் இருக்கிறது. இது நெடுங்காலமாக கம்யூனிஸ்டுகளின் கோட்டையாக இருந்து வந்தது. இங்குதான் குவேரா கம்யூனிஸ்டுக் கட்சியைச் சேர்ந்த ஒரு தொழிலாளி குடும்பத்தோடு ஒருநாளைக் கழித்தார். பாலைவனப் பனிபொழியும் இரவில் கணவனும் மனைவியும் ஒருவர் மீது மற்றவர் சாய்ந்து உட்கார்ந்தே இருந்தனர். அவர்கள் உலகத் தொழிலாளி வர்க்கத்தின் ஈடு இணையற்ற பிரதிநிதிகளாக குவேராவுக்குத் தோன்றியது. இவர்கள் கம்யூனிசத்தை உணவு, வாழ்க்கை என்றுதான் அறிந்திருக்க வேண்டும்.

பொன்னிறமான, திறமையுள்ள திமிர்பிடித்த சுரங்கக் கங்காணிகள், செல்வத்தைத் தோண்டி எடுத்துத் தந்த தொழிலாளர்களை நடத்தும் மிருகச் செயல்கள், குவேராவை ஆத்திரம் கொள்ள வைத்தன. அப்பொழுது நாடு முழுவதிலும்

சுரங்கங்களை அரசுடைமையாக்கக் கோரி கம்யூனிஸ்டுகளும் ஜனநாயகவாதிகளும் இயக்கம் நடத்திக்கொண்டு இருந்தனர். வலதுசாரிகள், தனியாரின் நேரடி நிர்வாகம், தனியார் முதலீடு இல்லை என்றால் சுரங்கங்களை மூட வேண்டி வரும் எனப் பிரசாரம் செய்து வந்ததையும் குவேரா கேட்டார்.

“சுரங்கங்களை வெட்டும்போது ஏற்பட்ட மண்சரிவுகளால் சாகடிக்கப்பட்ட தொழிலாளர்களையும், தொழில்துறை பரப்பிய நச்சுக் காற்றால் சாகடிக்கப்பட்ட தொழிலாளர்களையும், மண்ணுக்குள் போட்டுவிட்டு அடையாளம் காட்டிக் கொண்டிருக்கும் இந்தக் கல்லறைகள்தான் இதற்கு, பதில் கூறும்” என்று தனது நாட் குறிப்பில் குவேரா எழுதியுள்ளார்.

இருபத்தைந்து ஆண்டுகட்குப் பிறகு தேர்தல் மூலம் தேர்ந்தெடுக்கப்பட்ட டாக்டர் சால்வடார் அலெண்டே சுரங்கங்களை அரசுடைமையாக்கியதற்காக அமெரிக்க அரசு ஏவிய யதேச்சதிகாரி பினோச்சட், சி.ஐ.ஏ. துணையுடன், அலெண்டேயின் ஆட்சியைக் கவிழ்த்தான். பல்லாயிரம் பேரைக் கொன்றான் என்ற வரலாறு இதே இடத்தில்தான் பின்னர் நடந்தது. ஆம், குவேரா எழுதியது போல, பினோச்சட்டால், அமெரிக்க ராணுவத்தால் கொல்லப்பட்ட மக்களின் கல்லறை களும் இப்பொழுது அணிவகுத்து நிற்கின்றன!

“ஏராளமாக அமெரிக்கா முதலீடு செய்துள்ளதால், அவை அரசு உடைமையாக்கப்படும் போது படை கொண்டு பாய்வார்கள்” எனவும் குவேரா எழுதியிருந்தார். இவ்வாறு அரசியற் கருத்துக்கள் இவரிடம் அரும்பிக்கொண்டிருந்தன.

அவர்கள் இருவரும் குஸ்கோவிலிருந்து மச்சுபிக்குவுக்கு ரயிலில் சென்றனர். மச்சுபிக்கு, கடல் மட்டத்திலிருந்து 15 ஆயிரம் அடி உயரமுள்ள மலை மீது கட்டப்பட்டிருந்த நகரம். இப்போது அது பாழடைந்து பழைய வரலாற்றுச் சின்னமாகக் கிடந்தது. ரயில் வண்டியில் மூன்றாவது பெட்டி இந்தியர்களுக்கு மட்டும் என ஒதுக்கப்பட்டிருந்தது.

இந்தியர்களும் சுத்தமான உடை அணிந்திருக்கவில்லை. அந்த மூன்றாந்தரப் பெட்டியும் சுத்திகரிக்கப்படாமல்தான் இருந்தது. பாதை ஓரங்களில், மரத்தடியில் மலங்கழிப்பதும், பெண்கள் துணியால் துடைத்துக்கொள்வதும் குவேராவுக்கு

அருவருப்பாக இருந்தது. அவர்கள் மீது அனுதாபமும் இருந்தது. விலகி நிற்க வேண்டும் என்ற நிலையும் இருந்தது. அந்த மக்கள் அச்சம் நிறைந்தவர்களாக, எதற்கும் பயந்து நடுங்குவோராக, வாழ்க்கையைப் பற்றிய நம்பிக்கையற்றவர்களாக இருந்தனர்.

எப்படியோ இடியுண்டு கிடந்த மச்சுபிக்கு நகரின் சின்னங்களைக் கண்டனர். இதை ஆய்வு செய்ய வந்தோர் கலைப் பொருட்களை மறவாமல் கடத்திக்கொண்டு போய்விட்டனர். இருந்தும் முன்பு வாழ்ந்த காலத்தின் கம்பீரத்தை அது கூறிக்கொண்டிருந்தது. அத்துடன் அவர்களை ஒப்பிட்டுப் பார்த்துக்கொண்டார்.

அதற்கடுத்து அவர்கள் யூலியாகா, புனா ஆகிய இடங்களைக் கடந்து சென்று கொண்டிருந்தபோது புயலும் மழையும் வந்தது. வழியில் சென்ற ஒரு லாரியை நிறுத்தி ஏற முயன்றனர். குவேராவையும், ஆல்பர்ட்டோ கிரானடோவையும் ஏற்றிக் கொண்டவன், எவ்வளவு மன்றாடியும் பூர்விக இந்தியர்களை ஏற்றிக்கொள்ள மறுத்து புயலிலும், மழையிலும் விட்டு விட்டுக் கிளம்பி விட்டான். இவர்கள் இருவரும் அவர்களுக்காக வேதனைப்பட்டுக் கொண்டே சென்றனர். பல நாடுகளிலும் வாழ்ந்துவந்த பூர்விக மக்களைப் பொதுவாக இந்தியர்கள் என்றும், மெஸ்டிகோ இனம் என்றும் அழைத்து வந்தனர்.

மச்சுபிக்குவில் கோயில்கள் இருந்தன. பெரிய மாளிகைகள் இருந்ததற்கான அடையாளங்களும், எளியோர் உறைந்த சிறு வீடுகளின் அடையாளங்களும் தெரிந்தன. வாழ்ந்திருந்து விட்டு, வீழ்ந்துபட்ட ஓர் இனத்தின் வரலாற்றை அது கூறிக் கொண்டிருந்தது.

"இந்த நகரம் எந்தப் படையாலும் தொடப்பட்டதாகத் தெரியவில்லை. காலப் போக்கில் முதுமையடைந்து முடிவைத் தொட்டு இருக்கலாம். இதன் முன் நிற்போருக்கு இந்தக் கற்களுக்குள் புதைந்து கிடக்கும் புதையல் தெரியக்கூடும்" என்ற ஒரு குறிப்பையும் குவேரா எழுதியிருந்தார்.

குவேரா இது பற்றிக் கிண்டலாகவும் ஒரு குறிப்பு எழுதியுள்ளார். "மச்சுபிக்குவை நாசப்படுத்தியதற்கு அமெரிக்கா குற்றவாளியல்ல. ஆய்வு செய்தவரும் குற்றவாளியல்ல. பிறகு

யார்? அமெரிக்க அருங்காட்சியகங்களிலுள்ள அபூர்வச் சிலைகள்தான் அதற்குப் பதில் கூற முடியும்."

குவேராவும் ஆல்பர்ட்டோவும் ஆந்திய மலைப் பகுதிகளிலிருந்து லீமாவை நோக்கியும், பின்னர் அமேசான் காடுகளை நோக்கியும் சென்றனர். கம்யூனிஸ்டு டாக்டர் என்றே அழைக்கப்பட்ட கியூகோ பெசியால் நடத்தி வந்த தொழு நோயாளிகளுக்கான மருத்துவமனைக்குச் சென்றனர். அங்கு தங்குவதற்கு கன்னியாஸ்திரிகள் வாழ்ந்து வந்த பகுதியில் இடம் தரப்பட்டது. சமூகத் தொண்டராகப் பணிபுரிந்து வந்த சொரைடா பொலுவார்த்தே என்ற இளம் பெண் இவர்கள் இருவரையும் தன் வீட்டிற்கு தினந்தோறும் அழைத்துச் சென்று உணவு வழங்கி வந்தார்.

ஏழு நாட்கள் இங்கே தங்கியிருந்து தொழுநோயாளிகள் மத்தியில் மருத்துவப் பணி செய்தனர். அங்கேயே தங்கிவிடவும் சில சமயம் யோசித்தனர். ஆனால், முடிவுறாப் பயணம் இழுத்துக் கொண்டிருந்தது. ஏழு நாட்களுக்குப் பிறகு பயணத்தைத் தொடர்ந்தனர். சொரைடாவுக்கு 1955-ஆம் ஆண்டு வரை குவேரா கடிதங்களை எழுதி வந்தார். சொரைடா மீது குவேரா காதல் வயப்பட்டார் எனக் கூறுவதற்கு ஆதாரம் இல்லை. நட்புடன் இருந்தனர் என்பது உண்மை.

1953-இல் மீண்டும் லீமாவுக்கு வந்த குவேரா சொரைடாவைச் சந்தித்து இருக்கலாம். இவர்கள் எழுதிக்கொண்ட கடிதங்களில் காதற் சொற்கள் ஏதும் இல்லை. அவர்கள் இருவரும் உகாயளி நதி வழியாக, சான் பாப்கோவிலிருந்து இன்னொரு தொழுநோயாளி களுக்கான மையத்தைக் காணப் போய்க்கொண்டிருந்தனர். இந்தப் பயணத்தின் போது ஆஸ்துமா குவேராவை மிகவும் வாட்டியது. மூச்சிழுப்பால் துடிக்கின்ற நேரத்திலும் "இது தேவைதானா? என நுரையீரல்களிலிருந்து எழும்பும் கேள்விக்கு 'ஆம், எனப் பதில் கூறுவதைப் போல் வானத்துத் தாரகைகள் மின்னுகின்றன பார்" எனக் கவிநயத்துடன் கூறிவிட்டுச் சிரிப்பார் என அவரது நண்பர் ஆல்பர்ட்டோ எழுதியுள்ளார். இடுக்கண் வந்துள்ளபோதெல்லாம் நகுதற்குக் கற்றிருந்த நல்ல போராளிதான் குவேரா.

தொழுநோயாளிகள் தங்கியிருந்த இடம், அரைகுறை சுகாதார வசதியுடன்தான் இருந்தது. அங்கு, அவர்களுடன் 15 நாட்கள் தங்கவேண்டிய கட்டாயம் குவேராவுக்கு ஏற்பட்டது. ஆஸ்துமா தொல்லைதான். 15 நாட்கள் ஓய்வு எடுத்ததால் அது தணிந்தது. அங்கு தரப்பட்ட மருத்துவ, மருந்து வசதிகளை விட அவர்கள் மனித நேயத்துடன் கவனிக்கப்பட்டதும், நடத்தப்பட்டதும், தன்னம்பிக்கையைக் கொடுக்க இரண்டறக் கலந்து உறவாடுகிற முறைகளையும் கண்டு குவேரா அங்கு தங்கி சேவை செய்ய விரும்பினார்.

ஐந்து விரல்களையும் இழந்துவிட்ட ஒரு தொழுநோயாளி தனது மணிக்கட்டில் குச்சிகளைக் கட்டிக்கொண்டு அக்கார்டியன் வாசித்த அற்புதத்தைப் பார்த்துக் கேட்டு நெகிழ்ந்து போனார் குவேரா.

இங்கிருந்து இரண்டு நண்பர்களும் அமேசான் நதியில் ஒரு மிதவை மீதேறிப் பயணத்தை மேற்கொண்டனர். லொட்டிசியா என்ற தூங்கிக்கொண்டிருந்த கிராமத்திற்குள் நுழைந்தனர். அப்பொழுது கொலம்பியா சர்வாதிகாரியின் பிடியில் சிக்கியிருந்தது. அந்தச் சூழல் குவேராவுக்குப் பிடிக்கவில்லை. சீக்கிரமே அடுத்த பயணத்தைத் தொடர்ந்தனர்.

பல நூற்றாண்டுகளுக்கு முன்னர் ஆப்பிரிக்க மேற்குக் கரையோரங்களிலிருந்து பிடித்து வரப்பட்டிருந்த கறுப்பர்களின் வாரிசுகள் பல இடங்களில், வறுமையில் வாடிக் கொண்டிருந்தனர். இவர்கட்குக் குளிக்கிற வழக்கம் கிடையாது. இவர்களைப் போலவே வந்து குடியேறிய போர்த்துக்கீசியர்களும் கடினமாக உழைத்தனர். சுத்தமாக இருந்தனர். சிக்கனமாக இருந்து பணத்தைச் சேமித்தனர். இதற்கு நேர் எதிர்மாறாக கறுப்பர்கள் இருக்கிறார்களே எனக் குவேரா நினைத்து வேதனைப்பட்டார். அங்கிருந்து வெனிசூலா சென்று அங்கேயே தங்கிவிட ஆல்பர்ட்டோ விரும்பினார்.

ஆனால், அமெரிக்காவுக்குள் நுழைய அனுமதிச் சீட்டுப் பெறுவதில் காலதாமதம் ஆயிற்று. ஓர் அர்ஜெண்டின நண்பரின் உதவியுடன் குதிரைகளை ஏற்றிச் செல்லும் விமானத்தில் செலவின்றிப் பயணம் செய்ய குவேராவுக்கு வாய்ப்புக் கிட்டியது. அவர்கள் மியாமியில் ஒரு மாதம் தங்கிவிட்டுச் செல்லவேண்டும்.

அனுமதிச்சீட்டு வாங்கித்தர முன் வந்த பத்திரிகையாளர், "அர்ஜெண்டினர்கள் 1806-இல் நடைபெற்ற சுதந்திரப் போருக்குப் பின் அமெரிக்காவுடன் இணையாமல் போனதால்தான் பின்தங்கிவிட்டது" எனக் கூறினார். இதைக் கேட்டு ஆத்திரமடைந்த ஆல்பர்ட்டோ மிகுந்த கோபத்துடன், "படிப்பு அறிவற்ற இந்தியர்களாக, பிரிட்டிஷ் பேரரசின் அடிமைகளாக இருப்பதே மேல்" என்று சீறினார். குவேரா, "நானொரு அமெரிக்க கோடீஸ்வரனாக இருப்பதைவிட ஏழை இந்தியனாக இருப்பதை விரும்புகிறேன்" என்றார். இருந்தாலும் அவர் அனுமதிச் சீட்டுப் பெற்றுத் தந்தார்.

மியாமியில் சின்சினாவின் ஒன்றுவிட்ட சகோதரர் ஜிம்பிரோகோ இருந்து வந்தார். இருவரும் அதிகப் பணம் இல்லாததால் பீரும், உருளைக்கிழங்கு வறுவலும் மட்டும் சாப்பிட்டுக் காலந்தள்ளினர். சின்சினாவின் இன்னொரு ஒன்றுவிட்ட சகோதரரின் விமானம் பழுது பார்க்க ஒரு மாதமாயிற்று. 1952-இல் ஆகஸ்டு 31-ஆம் தேதி அவர் பியூனஸ் அயர்சுக்குத் திரும்பி வந்தார்.

மியாமியில் அவர் தங்கியிருந்தபோது, சின்சினா விடை பெறுவதற்கு முன்னதாகக் கேட்டுக்கொண்டபடி, ஒரு நீச்சல் உடையை வாங்கினார். இதற்கிடையில் காதல் முறிவு ஏற்பட்டுவிட்டது என்றாலும், தான் கொடுத்த வாக்குறுதிப்படி நீச்சல் உடையுடன்தான் சின்சினாவை மீண்டும் பார்த்தார்.

இந்தப் பயணங்களின் போது குவேரா பெரிதாக அரசியல் அனுபவம் எதையும் பெறவில்லை. ஆல்பர்ட்டோ பிற நாட்டில் தங்கிவிட்டார். குவேரா மட்டும்தான் வீடு திரும்பினார். இதற்குக் காரணம் தாய்க்குக் கொடுத்திருந்த தனது வாக்குறுதியை நிறைவேற்றுவதற்காகத்தான்.

7

திரும்பாப் பயணம் - 2

மருத்துவக் கல்லூரிப் படிப்பை முடிப்பதற்காக மீண்டும் வருவேன் எனத் தன் தாய்க்குத் தந்திருந்த வாக்குறுதிப்படி பியூனஸ் அயர்சுக்குத் திரும்பி வந்தார். சின்சினாவை சந்தித்து, தான் வாங்கி வந்திருந்த நீச்சல் உடையைக் கொடுத்தார். ஒருவரையொருவர் நீண்ட நேரம் பார்த்துக்கொண்டே உட்கார்ந்திருந்தனர். இருவருமே எந்த உணர்ச்சியையும் வெளிக்காட்டவில்லை. முறிந்த காதல் பற்றிக்கூடப் பேசவே இல்லை. மௌனமாகவே நேரம் கழிந்தது என்று சின்சினா பின்னாட்களில் நினைவுக் குறிப்பில் எழுதியுள்ளார்.

குவேரா மருத்துவக் கல்லூரியில் படிக்கும்போது இன்பாண்டினோ என்னும் மாணவியுடன் நெருக்கமாகப் பேசுவதும், உரையாடிக்கொண்டே நடமாடுவதும் இருந்தது. சில ஆய்வாளர்கள், இன்பாண்டினோவை குவேரா காதலித்து இருக்க வேண்டும் என வலிந்து உளவியல் ஆய்வு செய்திருக் கின்றனர்.

இன்பாண்டினோ மாணவியாக இருக்கும்போதே, அர்ஜண்டினக் கம்யூனிஸ்டுக் கட்சியினுடைய பிரிவான இளைஞர் மன்றத்தில் உறுப்பினராக இருந்தார். அப்போது அவர் குவேராவையும், சக மாணவர்களையும் விட அதிகமான அரசியல் விவகாரங்களைத் தெரிந்தவராக இருந்தார். அவர்கள் இருவரிடையே இருந்தது நட்புதான். அது அவர்கள் எழுதிக்கொண்ட கடிதங்களிலும் தெரிகிறது.

மருத்துவம் பயிலத் தொடங்கிய குவேரா கல்லூரிக்குச் சரிவரச் செல்வது இல்லையென்றாலும், எல்லாத் தேர்வுகளிலும் வெற்றியே பெற்று வந்தார். மருத்துவ நிபுணராக ஆக வேண்டும்

என்ற விருப்பமும் இருந்தது. "மருத்துவர்களைக் கிராமப் புறங்களுக்குச் சேவை செய்ய அனுப்ப வேண்டும்" என்றும், "வணிக ரீதியிலான மருத்துவம் தடை செய்யப்பட வேண்டும்" என்றும் வாதாடி வந்தார்.

மருத்துவப் படிப்பை முடித்து பட்டம் பெற வேண்டும். பெற்ற தாயை மகிழச் செய்ய வேண்டும். பிறகு, மீண்டும் புறப்பட்டு தொழுநோயாளிகளுக்குச் சேவை செய்ய வேண்டும். எனவே மீண்டும் பயணத்தைத் தொடரவே, மீண்டும் வீடு திரும்பினார். அவர் அன்று முதல் 14 மணி நேரமும் படித்தார். தேர்வுகளை வெற்றிகரமாக எழுதி முடித்தார்.

1953 ஜூலை 12-ஆம் தேதி குவேரா டாக்டர் எம்.டி. பட்டதாரி ஆனார். அம்மாவுக்குத் தந்த வாக்குறுதியை நிறைவேற்றினார்.

மருத்துவக் கல்லூரிப் படிப்பை முடித்தவுடன் மருத்துவ ஆராய்ச்சி நிலையம் நடத்திக்கொண்டு இருந்த டாக்டர் ஆல்வடார் பிசானியிடம் ஒவ்வாமை இயல் நிபுணராகக் குவேரா சேர்ந்தார். டாக்டருக்கு குவேராவின் கடமை உணர்வு, சேவை மனப்பான்மை, தொழில் திறமை ஆகியவை பிடித்து இருந்ததால், அவரை அங்கேயே தொடர்ந்து பணிபுரிய வற்புறுத்தினார். மாதச் சம்பளம் தருவதாகவும் கூறினார். சக மாணவர்கள் இதனைக் கிடைத்தற்கரிய அரிய வாய்ப்பு எனக் கருதினர்.

ஆனால், குவேரா மருத்துவப் பையைத் தூக்கிக்கொண்டு அலைவதா அல்லது வேறு ஒரு முதுகுப் பையுடன் 'எங்கோ' பயணத்தை மேற்கொள்வதா என்ற ஊசலாட்டத்தில் இருந்தார். இத்தகைய நேரத்தில் அவருடன் நெருங்கிப் பழகிய நண்பர் ஆகுலர் கூற்றுப்படி சே குவேரா அரசியல் பக்கம்தான் சாய்ந்து கொண்டிருந்தார். லத்தீன் அமெரிக்க நாடுகள் அமெரிக்காவின் ஆதிக்கத்திலிருந்தும், சுரண்டலில் இருந்தும் விடுதலை பெற வேண்டும் என்ற கருத்தைக் கூறி வந்தார்.

தனது 24-வயது முடிய சில நாட்களே இருந்தபோது - அதாவது அவரது 25-வது பிறந்த நாளைக் கொண்டாட சில நாட்களே இருந்தபோது, எங்கு? எதற்கு? எத்தனைக் காலம்? என்று தெளிவாகக் கூற முடியாத திரும்பாப் பயணத்தை உடனடியாகத் தொடங்கப் போவதாக, மகனுக்காகவே ஏங்கிக்

கொண்டிருந்த தாயிடம் சொன்னார். கணவரைப் பிரிந்தும், பெரிய குடும்பப் பாரத்தைச் சுமந்து புற்றுநோய் பற்றி யாரிடமும் கூறாமல் அடக்கிக் கொண்டும், தனது முதல் மகனின் திறமை, கம்பீரத்தைப் பற்றிய பெருமை உணர்வுடன் நாட்களை ஓட்டிக் கொண்டிருந்த தாய்க்கு அது பழுக்கக் காய்ச்சிய ஈட்டியாகத்தான் இருந்திருக்க வேண்டும். துவண்டு போனார்.

பிறந்த நாளுக்காகக்கூட இருக்க மாட்டானா? யார், என்ன பேசினாலும் தன் கருத்தை மாற்றிக்கொள்ள மாட்டானே என நினைத்து, நொந்து, துவண்டு போனார். 'என் மகனை நான் இழந்துவிட்டேன்' என முனகிக்கொண்டே அவர் நாற்காலியில் நெடு நேரம் சாய்ந்திருந்த சோகக் காட்சியையும், ரயிலில் ஏறி குவேராவும், காலியா பெரைரும் புறப்பட்டபோது, கண்ணீர் வடிய, ஒடிந்துபோன மனத்துடன் ரயிலோடு சேர்ந்து ஓடிய தாயையும் வருணித்துள்ளது யாரையும் நெகிழச் செய்யும் நிகழ்ச்சியாகும். வெனிசூலாவை நோக்கித்தான் ரயில் போய்க் கொண்டிருந்தது. வெனிசுலாவில் தங்கி தொழுநோயாளிகட்கு சேவை செய்யலாம் என்றுதான் புறப்படும்போது குவேரா சொன்னதாக காலியா பெரைரா எழுதியுள்ளார்.

குடும்பத்தில் தாய் தந்தையர் பிரிந்து வாழ்ந்ததையும், சின்சினாவின் காதலை இழந்ததையும், ஆஸ்துமா தொல்லையும் சேர்ந்துதான் குவேராவை நாட்டை விட்டு ஓட வைத்திருக்க வேண்டும் எனச் சில ஆய்வாளர்கள் எழுதியுள்ளனர். இவர்கள் 'அணி செய் காவியம் ஆயிரம் கற்பினும் ஆழ்ந்த கவியுள்ளம் காண்கிலாதார்' என்ற பட்டியலில் சேர்க்கப்பட வேண்டியவர் களாவர்.

ஆஸ்துமா நோயால் துன்புற்றவர் குவேரா மட்டும்தானா? எண்ணற்ற பலர் உலகின் பல பகுதிகளில் வதைபடுவதைக் கண்டுள்ளோம். அவர்களில் எத்தனை பேர், அதை எதிர்த்துப் போராட, குடும்பத்தைப் பிரிந்து, நாட்டைத் துறந்து, ஏன், தன்னையே மறந்து துப்பாக்கியுடன் சாவுக்கு அஞ்சாமல் போராடப் புறப்பட்டிருக்கிறார்கள்? இத்தகையோர் ஆஸ்துமா நோயாளிகளைத் தேடிப்பிடித்து, அவர்களிடமிருந்து புரட்சியாளர் களை உருவாக்க முயல்வது, விந்தையிலும் விந்தையாகும்.

பிளவுபட்ட குடும்பத்துப் பிள்ளைகள் புரட்சிக்காரர்கள் ஆகிவிடுவார்களா?

காதல் தோல்வி கண்டவரில் எத்தனை பேர் புரட்சிக்காரர்கள்? பலர் பைத்தியம் போல அலைவது உண்டு. சிலர் சாவைத் தேடுவது உண்டு. துப்பாக்கி தூக்கிய முதல் மனிதன் குவேராதான்! ஆனால், அவர் புரட்சிக்காரர் ஆனதற்கு இவை ஏதும் காரணம் அல்ல.

பசி, பட்டினியால் வாடும் ஏழைகள் கம்யூனிஸ்டுகளாக ஆகிவிடுவர் அல்லது புரட்சி செய்வர் என்ற மலிவான ஒரு கருத்தை, பலர் பல்லாண்டுகளாகச் சொல்லி வருகின்றனர். இது சரியல்ல. இவ்வாறு நடப்பதும் இல்லை.

குவேராவின் குடும்பம் செல்வ வசதி படைத்த குடும்பம், குவேரா எம்.டி. பட்டம் பெற்ற மருத்துவர். காதலித்த சின்சினாவும் மேல்தட்டுக் குடும்பத்தைச் சேர்ந்தவள். எனவே, இயல்பாக மினுமினுக்கும் மேட்டுக்குடி வாழ்வல்லவா குவேராவை ஈர்த்து இருக்க வேண்டும்.

அன்பைப் பொழிந்த, அறிவுள்ள ஆற்றல் மிகுந்த தாய், அழகும், கல்வித் தகுதியும் உடைய வசதியான குடும்பத்தில் பிறந்த காதலி, வருக என அழைத்த வேலை வாய்ப்பு... ஆகிய சகல வசதி வாய்ப்பையும் துறந்து செல்ல, லட்சிய நெருப்பு பற்றிக்கொண்ட நெஞ்சினால் மட்டுமே முடியும்.

இதற்கு மாறான உளவியல் ஆய்வில் ஈடுபடுவது ஒரு மாவீரனை மாசுபடுத்தும் செயல் ஆகும். அவரது வாழ்க்கை வரலாற்றைப் படிக்கும்போது இந்த உண்மை தானே வெளிப்படும்.

வெனிசூலாவை நோக்கிப் புறப்பட்ட இளைஞர்களை ஏற்றிச் சென்ற ரயில் முதலில் பொலிவியாவுக்குள் நுழைந்தது. அந்த ரயிலிலும் பியூனஸ் அயர்சில் சின்னஞ்சிறு வேலைகளைச் செய்து, சம்பாதித்திருந்த கொஞ்சம் பிசோக்களுடன், நாடு திரும்பிக்கொண்டிருந்த தொழிலாளர்கள் பலர் அந்தப் பெட்டியில் இருந்தனர்.

1953-ஆம் ஆண்டு ஜூலை 11-ஆம் தேதி விக்டர் பாஸ் எஸ்டன் சோராவால் தலைமை தாங்கி நடத்தப்பட்ட சீர்திருத்தப் புரட்சிக் கட்சி பொலிவியாவில் வெற்றி பெற்றிருந்தது. அதற்கு, 'எம்.என்.ஆர்.' என்று சுருக்கமாகப் பெயர். பொலிவியாவில் புரட்சி வெற்றி பெற்றிருந்தது குவேராவை மகிழ வைத்தது.

விவசாய சீர்திருத்தங்களைச் செய்தது புதிய ஆட்சி. கனிமச் சுரங்கங்களை அரசுடைமை ஆக்கியது. அவற்றால் உற்சாகம் அடைந்தார் குவேரா. இதனை அமெரிக்காவுக்கு எதிரான வெற்றியாகவே குவேரா கருதினார். ஐந்து மாதங்களை பொலிவியாவில் கழித்தார். அவருடன் காலியா பெரைராவும் இருந்தார். லா பாசுக்கு அருகிலிருந்த மிகுந்த குளிர் பிரதேசத்தில் போல்சா நீக்ரா என்ற சுரங்கம் இருந்தது. இந்தச் சுரங்கத்தில் சொற்ப ஊதியத்தில் பணிபுரிய குவேரா சேர்ந்தார்.

ஏனெனில், அந்நாட்டுச் சட்டப்படி தொழிற்சங்கத் தலைவராக இருப்பதற்கு, அந்தத் துறையில் வேலை பார்க்கிற தொழிலாளியாக இருத்தல் அவசியம். வெளியாள் தொழிற்சங்கத் தலைவர் ஆக முடியாது. மருத்துவராகவும் சேவை செய்ய முடியும். பணமும் சம்பாதிக்கலாம். ஆனால், சுரங்கத்திற்குள் இறங்கவே குவேரா விரும்பினார் என்று பொலிவியக் கம்யூனிஸ்டுக் கட்சியின் தலைவர் மோஞ்சே குறிப்பிடுகிறார்.

இதற்கு முன்னதாக தலைநகரில் நடந்த ஒரு வெற்றிப் பேரணியைக் குவேரா கண்டார். பொதுமக்கள் மாசர் துப்பாக்கிகளுடன் அணிவகுத்து வந்தனர். இடையிடையே வேட்டுக்களையும் போட்டனர். துப்பாக்கிகளுடன் மக்கள் ஊர்வலத்தில் போனதால், உணர்ச்சிப் பரவசப்பட்டார் குவேரா. இதுபற்றி வருணித்து இன்பாண்டினோவுக்கு, "இது வெளி நாட்டுப் படையின் தாக்குதலால் விழாது உள் முரண்பாடுகளால் விழ நேரிடலாம்" என்று ஒரு கடிதம் எழுதினார்.

ஒன்றிரண்டு வாரங்களுக்குள் கவலை தரும் ஒரு சம்பவம் நடந்தது. குவேராவும், நண்பரும், விவசாயத்துறைக்கான அமைச்சர் நுப்லோ சாப்லோவைச் சந்திக்கப் போனார்கள். அமைச்சரைப் பார்க்க ஏராளமான விவசாயிகள் வந்து காத்துக் கொண்டிருந்தனர். அப்போது அரசாங்க ஊழியர் ஒருவர் விவசாயிகள் மீது டிடிடி. மருந்தைத் தெளித்துவிட்டுப் போனார். இந்தக் காட்சி குவேராவைக் குலுக்கிவிட்டது.

குவேரா அமைச்சரிடம் இது பற்றிக் கேட்டபோது, அமைச்சர், மிகச் சாவதானமாக, "பூர்விக இந்தியர்கள் சோப்புப் போட்டுக் குளிப்பது இல்லை. ஏன் குளிப்பதே இல்லை! உடைகளையும் துவைப்பது இல்லை. இதனால், இவர்கள் மீது தெள்ளுப்பூச்சி ஊறிக்கொண்டே இருக்கும். அது பரவாமல்

தடுக்கத்தான் மருந்தை அடிக்கிறோம். இது கவலை தரத்தக்க வேலைதான். ஆனால், தவிர்க்க முடியவில்லையே" என்ற வருத்தத்தைத் தெரிவித்தாராம்.

திரும்பும்போது, "தெள்ளுப்பூச்சியை ஒழிக்க நடவடிக்கை எடுக்காமல், மனிதர்கள் மீது மருந்தைத் தெளிக்கும் இந்த மனிதர்களை என்னென்பது?" எனக் கூறி வருத்தப்பட்டாராம். இந்தச் சம்பவத்தை எழுதியவர் ரிக்கார்டோ ரோஜோ. அவர் ஒரு வழக்கறிஞர். அர்ஜெண்டினாவிலிருந்து பெரானின் சர்வாதிகாரத்தை எதிர்த்து ஓடிச் செல்லநேரிட்ட புலம் பெயர்ந்த அகதியாவார்.

"புரட்சி நடத்திய ஒரு கட்சி, தான் ஆட்சிக்கு வந்தவுடன், அரசுடைமை ஆக்குவது, சில சீர்திருத்தங்களைச் செய்வதுடன் மனநிறைவு கொள்வது சரியல்ல. ஒடுக்கப்பட்டுக் கிடந்த, அடிமைகளாக வாழ்ந்த மக்களை மனிதர்களாக எழுப்பி நிறுத்த வேண்டும். இதைச் செய்யாத புரட்சிக்கு அர்த்தமே இல்லை" என வேதனைப்பட்டார் குவேரா.

சீர்திருத்தப் புரட்சிக் கட்சியின் தலைவரான விக்டர் பாரிஸ், அமெரிக்கத் தூதுவர் மில்டன் ஐசன்கோவருடன் நடத்திய பேச்சுவார்த்தை ஒப்பந்தத்தில் முடிந்தது. உள்நாட்டுச் சீர்திருத்தங்களை அமெரிக்கா ஒப்பியது. அரசை அங்கீகரித்தது. இது புரட்சிகர அரசுக்குக் கிடைத்த தற்காலிக வெற்றி. ஆனால், அது தேவைப்பட்டது. ஆனால் குவேரா இதைச் சரிவரப் புரிந்துகொண்டதாகத் தெரியவில்லை. பொலிவியாவில் 'எம்.என்.ஆர்' நடத்திய புரட்சி பற்றிய தெளிவான கருத்து அவரிடம் உருவாகாதது ஏன்? என்பது இன்னும் கேள்விக் குறியாகவே இருக்கிறது.

பொலிவியாவில் தங்கியிருக்க குவேரா விரும்பவில்லை. காலியாவும், குவேராவும் ஆகஸ்டு மாதத்தில் பொலிவியாவை விட்டுக் கிளம்பினர். குவேரா பழைய பயணப் பாதை வழியாக மீண்டும் மச்சுபிச்குவுக்கும், குஸ்கோவுக்கும் போனார். மீண்டும் அந்தப் பழைய சுவர்கள் கட்டடச் சுவடுகள் எனப் பலவற்றைக் கண்டார்.

மீண்டும் தொழுநோயாளிகள் பராமரிக்கப்பட்டு வந்த இடத்திற்குப் போய் சொரைடா பொலுவார்த்தேயையும்,

டாக்டர் பெசியையும் சந்தித்தார். இவர்களுடன் ரிக்கார்டோ ஜோவும் சேர்ந்துகொண்டார்.

பெரு நாட்டின் தலைநகரில் இரண்டு வாரங்களைக் கழித்தனர். பிறகு சுட்டு எரிக்கும், அனல் தகிக்கும் சூட்டைக் கொண்ட காயாகுவிலுக்குச் சென்றனர். வாழைத் தோட்டங்கள் நிறைந்த அந்த நகரத்தில் மூன்று வாரங்களைத் தனது அர்ஜெண்டின நண்பர்களுடன் கழித்தனர்.

பின்னர் யுனைடெட் புரூட் கம்பெனியின் படைக்கப்பலில் இலவசமாக பனாமா செல்ல வாய்ப்புக் கிடைத்தது. இங்குதான் ரிக்கார்டோ ரோஜோவும் மற்றவர்களும் வெனிசூலா போய் தனது நண்பர் கிரனடோவுடன் சேரும் திட்டத்தைக் கைவிட்டு, குவாதிமாலா செல்வது என்று திட்டமிட வைத்தனர். இந்தத் திடீர் மாற்றம், பின்னர் வரப்போகும் எல்லா மாற்றங்களையும் தீர்மானிப்பதாக அமைந்தது.

குவாதமாலாவில் அப்போது நடைபெற்றுக் கொண்டிருந்த சீர்திருத்தம் குவேராவைக் கவர்ந்தது. அவை அமெரிக்காவை எதிர்க்கின்ற சுதந்திரமான நடவடிக்கைகளாக இருந்தன. குவாதமாலா பூர்விக மக்களைப் பெரும்பான்மையாகக் கொண்ட நாடு. ஆனால், இரண்டு மாத காலம் நீடித்த பயணம் மிகவும் சங்கடமானதாக இருந்தது. பணக் கஷ்டம். அவர் பனாமாவுக்கும் போனார்.

கோஸ்டா ரீகாவில் யுனைடெட் புரூட் கம்பெனியின் மிகப் பெரிய பண்ணைகளையும் கண்டார். இந்த முதலாளித்துவ ஆக்டோபசுக்களின் பிடியை, தான் யுனைடெட் புரூட் கம்பெனியின் பெரிய பண்ணைகளில் கண்டதாக எழுதியிருந்தார். "இந்த முதலாளித்துவ ஆக்டோபசுக்களை ஒழிக்கும் வரை ஓய மாட்டேன்" என்று ஒன்பது மாதங்கட்கு முன்னர் காலமாகிவிட்டவரான தோழர் ஸ்டாலின் படத்திற்கு முன்னால் நின்று சபதம் எடுத்ததாக குவேரா எழுதியுள்ளார்.

இந்தக் காலத்தின் போது லத்தீன் அமெரிக்கக் கம்யூனிஸ்டுத் தலைவரான மானுவேல் மோரா வால்வெர்டோவையும் குவேரா சந்தித்தார். தேசியவாதி பேடன்கோர்ட்டையும் சந்தித்தார். ஒரு தடவை பேடன் கோர்ட்டிடம், "ரஷ்யாவிற்கும், அமெரிக்காவுக்கும் சண்டை வந்தால், நீங்கள் யார் பக்கம் நிற்பீர்கள்?" என குவேரா

கேட்டார். அதற்கு அவர், "நான் பிறந்த அமெரிக்கா பக்கம்தான்" என்றவுடன், "அப்படியானால் நீங்கள் ஒரு துரோகிதான்" என்றார் குவேரா.

கம்யூனிஸ்டுக் கட்சித் தலைவர் மானுவேல் மோரா, லத்தீன் அமெரிக்க நாடுகளில் நிலவும் அரசியல் நிலைமை பற்றி நிதானமாக, ஆனால், சரியாகப் படம் பிடித்துக்காட்டியது குவேராவைத் தெளிவு கொள்ளச் செய்தது.

கோஸ்டா ரீகாவில் 1948 முதலே கம்யூனிச எதிர்ப்பு ஆட்சியை உருவாக்கிட ஜோஸ்ஃபிகுவெராவின் முயன்று வந்தார். அந்த ஆட்சியைப் பற்றியும் குவேரா தெரிந்திருந்தார். ஆனால் ஜான் சோசில் தங்கியிருந்த ஒன்றிரண்டு நாட்களின் போதுதான் குவேராவின் வாழ்வையே இழுத்துக் கொண்டுபோன மாற்றம் நிகழ இருந்தது.

1953ஜூலை 26-ஆம் தேதி கியூபாவில் மான்கடா படைத்தளத்தைத் தாக்கிய சம்பவம் பற்றி அறிந்துகொண்டார். குவேரா அங்கிருந்து தப்பி ஓடி வந்திருந்த இருவரைக் கண்டார். அவர்கள் களத்திலிருந்து திரும்பி இருந்தனர். அவர்கள் மூலம்தான் பிடல் காஸ்ட்ரோவைப் பற்றியும் கேட்டுத் தெரிந்துகொண்டார்.

ஃபெல்ஜென்சியோ பாட்டிஸ்டாவின் சர்வாதிகார ஆட்சியைத் தூக்கி எறிய பிடல் காஸ்ட்ரோ மான்கடாவிலிருந்த ராணுவக் கிடங்கைத் தாக்கத் திட்டமிட்டார். ஆனால் அது வெற்றி பெறவில்லை. அந்தக் தாக்குதலின்போது பிடலின் படைப்பிரிவு தோற்கடிக்கப்பட்டது. சிதறுண்டு போனது. காஸ்ட்ரோ கைதாகி, சிறைப்பட்டு, பல்லாண்டுகட்குப் பிறகே விடுதலை ஆனார்.

1953-ஆம் ஆண்டில் குவாதமாலா வந்திருந்த குவேரா மெக்சிகோ செல்வதற்காக அனுமதிச் சீட்டுக்காகக் காத்திருந்தார். 30 லட்சம் இந்திய மக்களைக் கொண்ட அற்புத நாடாக குவாதமாலா, குவேராவுக்குத் தோன்றியது. இந்த நாடு வாழைப்பழம், பருத்தி, காப்பி ஏற்றுமதியால் வாழ்ந்துவந்த நாடு.

அவர் குவாதமாலாவில் எட்டரை மாத காலம் தங்கியிருந்தார். ஆனால், அவரது பயணத்துக்காக எடுத்துச்

சென்ற முதுகுப் பை மட்டும் கிழியவில்லை. அவர் நெஞ்சுக்குள் சுமந்துகொண்டிருந்த பழமைக் கருத்துக்களும் கழியத் தொடங்கின. மனச்சுமை குறைந்து, புதிய சூடு ஏறி வருவதை குவேரா உணர்ந்தார். குவாதமாலாவில் இருந்தபோதுதான் அவரது முதல் மனைவியான பெரு நாட்டைச் சேர்ந்த 'கில்டா காடியா' (Hilda Cadia)வைச் சந்தித்தார்.

லத்தீன் அமெரிக்க நாடுகளில் நோய் வாய்ப்பட்ட மக்கள் ஏராளமாக இருந்தனர். ஆனால், பிற நாட்டு மருத்துவர்கள் சிகிச்சை தரத் தடை இருந்தது. அங்கிருந்த மக்கள் நல அமைச்சரைச் சந்தித்து வேலை தரும்படி குவேரா கேட்டார். கிடைக்கும், கிடைக்காது என்பதைத் தெளிவாகக் கூறும்படி கேட்டார். அமைச்சர் ஏற இறங்கப் பார்த்துவிட்டு, ஒரு மாதம் கழித்து இல்லை என்ற பதிலைத் தெளிவாகச் சொன்னார். "நாய் மகன் தெளிவாகச் சொல்லிவிட்டான்" எனக் கூறிக்கொண்டே திரும்பியதாக நண்பர்களிடம் கூறினார்.

குவாதமாலாவில் கம்யூனிஸ்டுக்கட்சி, தொழிற்கட்சி என்ற பெயரில் இயங்கி வந்தது. ஸ்பானிய மொழியில் பிஜிடி என்றழைக்கப்பட்டது. இதில் குவேரா உறுப்பினராக ஆகவில்லை. இங்கிருந்தபோது கில்டாவுடன் நட்பு வளர்ந்தது. இரண்டாண்டுகட்குப் பிறகு இங்குதான் கில்டாவுடன் தேனிலவைக் கழித்தார் குவேரா. இங்கு புரட்சியாளர்கள், அமெரிக்க இடதுசாரி கருத்துவாதிகள், கம்யூனிச அனுதாபிகள் பலருடன் நீண்ட விவாதங்களை குவேரா நடத்தினார்.

குவேரா ஆஸ்துமா தாக்குதலாலும், குளிராலும் மனமுடைந்தவராக பசியோடு படுக்கையில் முடங்கிக்கிடந்த நிலையில்தான் கில்டா குவேராவைச் சந்தித்தார். யாரும் கேட்டுக்கொள்ளாமலே குவேரா செலுத்தவேண்டிய விடுதிக் கட்டணம் முழுவதையும் கில்டா செலுத்தினார். வேண்டிய உதவிகள் அனைத்தையும் செய்தார். அந்தத் தருணத்தில் காதல் அரும்பியிருக்கவில்லை. கில்டா திறமைசாலி. இந்தியப் பண்புகளைக் கொண்டிருந்ததால் தன்னைக் கவர்ந்ததாக குவேரா 1954-இல் தன் தாய்க்கு எழுதிய கடிதத்தில் கில்டாவைப் பற்றி எழுதியுள்ளார்.

குவாதமாலா விடுதலை பெற்ற நூற்றியைம்பது வருடங்களில் 1950-ஆம் ஆண்டு நடைபெற்ற தேர்தலில் ஜேக்கபோ அர்பென்ஸ் குஸ்மன் குடியரசுத் தலைவராகத் தேர்ந்தெடுக்கப்பட்டார். இந்த அரசு பலவீனமானதாக இருந்தாலும், நல்ல நோக்கங்களைக் கொண்டிருந்தது. இவர் 1951 மார்ச் 15-ஆம் தேதி பதவியை ஏற்றார். அன்றைக்கு அந்த நாட்டில் இரண்டே இரண்டு விழுக்காடு பேர், மொத்த நிலப்பரப்பில் எழுபது விழுக்காட்டிற்குச் சொந்தக்காரர்களாக இருந்தனர்.

அர்பென்ஸ் தலைமையில் பொறுப்பேற்ற குவாதமாலா குடியரசு.

* தொழிற்சங்கங்களை அமைக்கவும் கூலி உயர்வுக்குப் போராடவும் உரிமை வழங்கியது.
* குறைந்தபட்சக் கூலியை அறிவித்தது.
* நிலச் சீர்திருத்தச் சட்டத்தை நிறைவேற்றியது. விவசாயம் செய்யப்படாத பண்ணை நிலங்களை அரசு எடுத்துக்கொண்டு இழப்பு ஈட்டுத்தொகை வழங்கியது.
* நீர் மின் நிலையம் அமைத்தது.
* நெடுஞ்சாலை இணைப்புகளைக் கொண்டு வந்தது.

இந்த அரசில் பிஜிடி என்ற பெயரில் இயங்கி வந்த குவாதமாலா கம்யூனிஸ்டுக் கட்சி, அரசிலும், பல துறைகளிலும் பங்கேற்றது. சீர்திருத்தங்கள் யுனைடெட் புரூட் கம்பெனியைப் பாதித்தது. பிஜிடி கட்சியினுடைய தொண்டர்களின் போட்டியுணர்வு, அர்ப்பணிப்பு ஆகியவற்றால் பிஜிடி செல்வாக்கைப் பெற்றது. ஆனால், அதுதான் அமெரிக்கா நேரடியாகத் தலையிடவும், குவாதமாலா அரசைத் தூக்கி எறிவதற்கும் முதற்காரணமாக அமைந்தது.

1954-இல் காரகாசில் அனைத்து அமெரிக்க நாடுகளின் மாநாடு நடந்தது. அதில் ஜான்பாஸ்டர் டல்லஸ் அர்பென்ஸ் அரசுக்குக் கண்டனம் தெரிவித்தார். ஹோண்டுராசிலிருந்து கார்லோஸ் தலைமையில் சிஐஏயின் பண உதவி, படையுடன் நுழைந்தார். ராணுவப் புரட்சி நடந்தது.

குவாதமாலாவிலிருந்து தன் தாய்க்கு எழுதிய கடிதத்தில், "எல்லை தாண்டி எவ்வளவு பேர் நுழைகிறார்கள் என்பதில் கூட

ஆபத்து இல்லை. மக்கள் வாழும் வீடுகள் மீது விமானத்திலிருந்து குண்டுகள் போட்டாலும்கூட ஆபத்து இல்லை. கிரிங்கோக்கர் தங்களது கைக்கூலிகளை எவ்வாறு அமெரிக்காவுக்கு அனுப்புகிறார்கள் என்பதில்தான் ஆபத்து இருக்கிறது" என மிகச் சரியாக மதிப்பிட்டிருக்கிறார். இது அவர் வளர்ந்து கொண்டிருந்தார் என்பதைக் காட்டுகிறது.

"கர்னல் அர்பென்ஸ் துணிச்சல்காரர். தேவைப்பட்டால் போராடிக்கொண்டே சாகவும் தயாராக இருப்பார். அமெரிக்கப் படைகளும், விமானங்களும் வந்தால், மக்கள் ஆயுதமேந்தி தமது அரசைப் பாதுகாக்கத் தயாராக இருப்பார்கள்" என்றும் எழுதினார்.

ஆனால் மக்கள் போராடவில்லை. அரசைக் காப்பாற்ற தெருக்களில் கூட இறங்கவில்லை. நெட்டை மரங்கள் என நின்றனர்.

மக்கள் அநியாயங்களைக் காணும்போது கொதித்து எழுவார்கள் என எதிர்பார்த்ததுதான், அவரது எல்லாத் தவறுகளுக்கும் அடிப்படையாக அமைந்துவிட்டது.

"துரோகம் இழைப்பது இராணுவங்களுக்குப் பொழுதுபோக்கு. ராணுவம் இல்லாதபோதுதான் ஜனநாயகம் மலரும் போல இருக்கிறது" என தன் தாய்க்கு எழுதியபோது குறிப்பிட்டார்.

கில்டா காடியாவுடன் குவேரா, குவாதமாலாவை விட்டு வெளியேறினார். அப்போது ஸ்பானியக் குடியரசு வீழ்ந்ததைப் போலவே, குவாதமாலா அரசும் கவிழ்க்கப்பட்டுவிட்டது. "கர்னல் அர்பென்ஸ், மக்களுக்கு ஆயுதங்களை வழங்கியிருந்தால், அவர்கள் போராடியிருக்கக் கூடும் எனத் தொடர்ந்து பேசிக்கொண்டே இருந்தார் குவேரா" என கில்டா காடியா எழுதியுள்ளார்.

குவாதமாலாவின் வீழ்ச்சிக்கான காரணங்களை ஆய்வு செய்கிற முறையில், "முற்போக்கு சக்திகள் மத்தியில் ஒற்றுமை இல்லாதது, ஒரு தலைமை இல்லாது போனது, பிஜிடியின் மீது மற்ற கட்சிகளுக்கு இருந்த பொறாமை, வெறுப்பு, அச்சம்... அதனால் உருவாகாத ஒற்றுமை, ஆகியவைதான் வீழ்ச்சிக்கான உண்மையான காரணங்களாகும்" என்றார். அவரது இந்த மதிப்பீடு மிகவும் சரியானதே. அத்தகைய ஒற்றுமையை அவரும்,

பிடலும் சோவியத் யூனியனுக்கும், சீனாவுக்கும் இடையே வர வேண்டும் என வேண்டியவர்கள். ஏனெனில், பல நாடுகளின் வீழ்ச்சிக்கும் மூலகாரணம் அமெரிக்காதான் என்பதில் அவர் தெளிவாக இருந்தார்.

குவாதமாலாவில் புரட்சி நடந்த பின்னர் பறந்த விமானங்களைக் கண்டு மக்கள் கைதட்டி மகிழ்ந்ததையும், பேரணிகளில் திரண்டதையும் மகிழ்ச்சியுடன் அனுபவித்ததாக எழுதுகிறார். அப்போது மிகுந்த பண நெருக்கடியில் இருந்த குவேரா தன் பெற்றோருக்கு எழுதிய இன்னொரு கடிதத்தில், "நான் செத்தாலும், உங்களிடம் என்றைக்கும் காசு கேட்க மாட்டேன்" என எழுதினார். அவரது பிடிவாதம் இறுகிக் கொண்டிருந்தது.

அதே நேரத்தில், பாதுகாப்புப் படையில் சேர விண்ணப் பித்தார். "பிற நாட்டவர் என்பதால் மறுக்கப்பட்டது. தானே ஒரு பாதுகாப்பு அணியைத் திரட்டலாமா?" எனக் கேட்டபோது "அதைச் செய்ய நீ யார்?" எனப் பதில் வந்ததாகவும் குவேரா தன் தாயிடம் கூறியுள்ளார்.

இப்போது குவேராவுக்கு இருபத்தாறு வயது ஆகிவிட்டது. கம்யூனிஸ்டுகளும், குவேராவும் அர்ஜெண்டினத் தூதரகத்தில் தஞ்சம் அடைந்தனர். அவர்களது எண்ணிக்கை அதிகரித்தவுடன், கம்யூனிஸ்டுக்கட்சித் தலைவர் விக்டர் மானுவேல் தலைமையில் ஒரு குழு தனியாகப் பிரிக்கப்பட்டது. இவர்களுடன் குவேரா தொடர்ந்து அரசியல் விவாதங்களில் ஈடுபட்டார். அர்பென்ஸ் ஆட்சி தூக்கியெறியப்பட்டது, அவருக்குச் சில அனுபவங்களையும், துயரத்தையும் தந்திருந்தது.

குவாதமாலாவில் அமைந்திருந்த முற்போக்கு அரசுக்கு ராணுவத்தில் சேர்ந்தோ, மருத்துவராகவோ, தொண்டர் படையைத் திரட்டியோ, உதவிட பல வழிகளில் குவேரா முயன்றும், அவர் அசட்டை செய்யப்பட்டார். அவரை முற்போக்காளர்களால் அடையாளம் கண்டுகொள்ள முடிய வில்லை. ஆனால், அதே காலத்தில் இருபத்தைந்து வயதைக் கடந்துகொண்டிருந்த அந்த ஆபத்தான அக்கினி புத்திரனை சி.ஐ.ஏ. மச்ச அடையாளங்களுடன் மதிப்பீடு செய்து

கவனிக்கப்பட வேண்டியவர்கள் பட்டியலில் அவரது பெயரை எழுதியது.

அர்ஜெண்டினத் தூதரகத்தில், அடைக்கலம் புகுந்த 25 வயது இளைஞரைப் பற்றி சி.ஐ.டி.ஏக்கு முதல் தகவல் கொடுத்தது புரூட் கம்பெனியின் ஆய்வாளர் ஒருவர். “தொடக்கத்தில் சாதாரணமாகவே பதியப்பட்ட அந்தப் பெயர், பின்னாளில் வளர்ந்து, சி.ஐ.ஏ.யின் கோப்புகளிலேயே மிகவும் கனத்த கோப்பாக மாறிவிட்டது” என சி.ஐ.ஏ.யில் பணியாற்றிய ஓர் அதிகாரி எழுதியுள்ளார்.

இதே காலத்தில் வளர்ந்து வந்த குழந்தையை வயிற்றில் சுமந்துகொண்டு குவாதமாலா சிறையிலடைக்கப்பட்டிருந்தார் கில்டா காடியா. குவேரா அர்ஜெண்டினத் தூதரகத்தில் தஞ்சமடைந்திருந்தார்.

எல்சால்வடார் கம்யூனிஸ்டுக் கட்சிப் பொதுச் செயலாளரும், ‘எஃப்.எம்.எல்.என்’ என்றழைக்கப்பட்ட புரட்சிகர விடுதலை இயக்கத்தின் புகழ்மிக்க காவியத் தலைவருமான சால்வடார் காயடானோ கார்பியோவினுடன் பழகும் வாய்ப்பைப் பெற்றார். அங்கு தங்கியிருந்த பல அர்ஜெண்டினா அரசியல் வாதிகளுடனும் பழகினார். டூலா ஆல்வாரங்கா என்னும் புரட்சிக்காரருடனும் பழகினார்.

அர்ஜெண்டின மக்களை அழைத்துக் கொண்டு போக, அதிபர் பெரான் ஒரு விமானத்தை அனுப்பியிருந்தார். குவேரா அதில் ஏற மறுத்து, அங்கேயே தங்கிவிட்டார். அங்கிருந்த கியூப அகதிகளுடன் ஏற்பட்ட நெருக்கமான நட்பு, அவரது புரட்சிகரப் பயணம் முழுவதிலும் நீடித்தது. குவாதமாலாவில் தங்கியிருந்த போதுதான் குவேராவுக்கு கியூப நண்பர்கள் ‘சே’ என்ற புனை பெயரைச் சூட்டினர். அன்று, அங்குச் சூட்டப்பட்ட புனைபெயர் உலகப் புகழ்பெற்ற ஒரு புரட்சிகரச் சொல்லாக, முழக்கமாக மாறிவிட்டது.

கில்டா காடியா சிறையிலேயே இருந்தார். கில்டா விடுதலை பெற்றவுடன் அவர்கள் இருவரும் மெக்சிகோவுக்கு வந்து சேர்ந்துகொள்வதென முடிவு செய்தனர். மெக்சிகோவுக்குச் செல்ல அனுமதிச் சீட்டுக்காகக் குவேரா காத்திருந்தார். அப்போது அடிட்லானுக்கு கால்நடையாகச் சென்றார்.

உலகிலேயே அழகான ஏரியைக் கண்டுகளித்தார். அதுதான் செலவு இல்லாமல் செய்யக்கூடியதாக இருந்தது. பின்னர் தனது அத்தை பீட்ரிக்கு எழுதிய கடிதத்தில், "உலகத்திற்கே ஊழலுக்குத் தலைநகரமாக விளங்கும் மெக்சிகோ வந்து சேர்ந்தேன்" என குவேரா எழுதினார்.

1954-ஆம் ஆண்டில் அவர் அங்கு கழித்த நாட்கள் மிகவும் கசப்பானவை. பணக்கார நகரத்தில் பணமும், வேலையும், நண்பர்களும் இல்லாது வாழ்வது எவ்வளவு கொடிய நரகம் என்பதை உணர்ந்தார்.

வதைபட்டுக் கொண்டிருந்த குவேராவை, திரைப்படக் கதை எழுதி வந்த நண்பர் உல்லிசஸ் - பெட்டிட் டி புன்முறுவலுடன் வரவேற்றார். குவேரா ஒரு காமிராவை வாங்கிக்கொண்டு, குவாதமாலாவிலிருந்து தன்னுடன் ரயிலில் பயணம் செய்த நண்பர் ஒருவருடன் சேர்ந்து, மெக்சிகோ தெருக்களில் சுற்றுலாப் பயணிகளைப் படமெடுக்கத் தொடங்கினார். சிறிது வருவாய் கிடைத்தது.

சில நாட்களுக்குள் மாலன் என்னும் டாக்டரிடம், பொது மருத்துவமனையில் ஒவ்வாமை இயல் ஆய்வாளராகப் பணிபுரிந்தார். இதற்கும் கொஞ்சம் சம்பளம் தரப்பட்டது. குவேரா தானே சமைக்கவும், குளித்துக்கொள்ளவும், துணிகளைத் துவைத்துக்கொள்ளவும் தொடங்கினார். துணியைத் துவைப்பது மட்டும் மோசமாகவே இருந்தது என்று தன் தாய்க்கு எழுதினார்.

மெக்சிகோவில் ஆறு மாதங்கள் தங்குவது என்றும், அப்பொழுது தனது மருத்துவ மேல்படிப்புக்காக முயல்வது, உதவித்தொகை கேட்பது என்றும் விரும்பினார். மெக்சிகோவைப் பற்றி "மெக்சிகோ முழுவதும் அமெரிக்கர்களிடம் கொடுக்கப் பட்டுவிட்டது. பத்திரிகைகளோ இவை பற்றி எழுதுவதில்லை. பொருளாதார நிலை பயங்கரமானதாக உள்ளது. விலைவாசி ஏறிக்கொண்டே இருக்கிறது. வேலை நிறுத்தங்களைத் தடை செய்யும் சட்டங்கள் உள்ளன. அமெரிக்க நிறுவனங்களில் தொழிலாளர் தலைவர்கள் அநியாய ஒப்பந்தங்களில் கையெழுத்திட நிர்ப்பந்திக்கப்படுகின்றனர். அல்லது விலைக்கு வாங்கப்படுகின்றனர். சுதேசித் தொழிலும் இல்லை. சுதந்திர வர்த்தகமும் இல்லை" என குவேரா எழுதினார்.

1955-ஆம் ஆண்டில் ஓர் அர்ஜெண்டின செய்தி நிறுவனம் குவேராவை விளையாட்டுப் போட்டிகளைப் படமெடுக்கும் புகைப்பட எடுப்பாளராக நியமித்தது. அதே காலத்தில் மருத்துவக் கட்டுரைகளை எழுதினார். குரூசில் நடந்த மருத்துவர் மாநாட்டில் குவேரா கலந்துகொண்டார். ஒவ்வாமை பற்றிய ஆய்வைத் தொடர்ந்தார். இதனால் வருவாய் வளர்ந்தது. வாழ்க்கை சற்றே எளிமையானது.

இதே காலத்தில் ஆஸ்துமா நோயாளிகள் செய்யக்கூடாத, ஆபத்தான மலைச் சிகரங்களில் ஏறும் முயற்சியையும் செய்து பார்த்தார். போபோ என்ற சிகரத்தைப் பிடிக்க அவர் ஏறிக்கொண்டிருந்தபோது, அவருடைய கியூப நண்பரின் கால்கட்டை விரல் உறைந்து விரைத்துப் போனதால் அந்த முயற்சியைக் கைவிட்டு இறங்கினர். இறங்கும்போது இடுப்புவரை பனி மூடி ஆறு மணி நேரம் அதிலிருந்து விடுபடப் போராடினர். பிறகு உயிருடன் திரும்பினர்.

கில்டா 'APRA' இயக்கப் போராளியாவார். குள்ளமாகவும், பருமனாகவும் இருந்தார். இந்த இரு புரட்சியாளர்களும் திருமணம் செய்து கொண்டதுகூட, புரட்சிகரச் சிந்தனையால் பிணைக்கப்பட்ட இணைப்புத்தான். கில்டா, சீனா மற்றும் இந்திய அடையாளங்களைக் கொண்டவராக இருந்தார். மெக்சிகோ நாட்டின் கெடுபிடி சட்டதிட்டங்களால் அவர்கள் திருமணம் செய்துகொள்ள முடியாத நிலை நீடித்தது. திருமணம் செய்வது என்ற முடிவை எடுத்தவர், முதலில் சொன்னவர் குவேராதான். அவர்களது திருமணம் 1955 ஆகஸ்டு 18-ஆம் தேதி டெபோட்ஸாட்லானில் நடந்தது.

1955-ஆம் ஆண்டு நவம்பர் மாதத்தில் கில்டா மெக்சிகோ வந்து சேர்ந்தார். கில்டா கம்யூனிஸ்டுக் கட்சியில் உறுப்பினராக இருந்ததால், லத்தீன் அமெரிக்க நாட்டுக் கம்யூனிஸ்டுத் தலைவர்களைத் தெரிந்தவராக இருந்தார். அமெரிக்க அரசால் சிறையிலடைக்கப்பட்டிருந்த தேசியவாதியின் மனைவியான லாரா டி-அல்பிசியைச் சந்தித்தார். குவேரா தொடர்ந்து பல போராளிகளைச் சந்தித்தார். கில்டாவுடனான இல்லற வாழ்க்கை ரயிலில் செல்லும் சகபயணியின் அனுபவத்தை ஒத்திருந்தது.

காதல், குடும்பம், குழந்தை என்பதைவிட, சோவியத் யூனியன், சீனா, வியத்னாம் பற்றியும், லத்தீன் அமெரிக்காவைப் பற்றியுமே அவர்களது பேச்சு மையம் கொண்டிருந்தது. இருவரும் தங்களது குடும்பத்தைப் பற்றி மட்டும் பேசிக் கொள்ளவே இல்லை.

கில்டா கம்யூனிசத்தைப் பற்றியும், சோவியத் யூனியனைப் பற்றியும் தந்த புத்தகங்கள், நடத்திய விவாதங்களால் குவேரா கம்யூனிசத்தை நோக்கி வளர்ந்தார். எனவே, கில்டாவுக்கு மகன் பிறந்தால் 'விளாடிமிர் இலியிச்' என்ற லெனின் பெயரைவைக்க விரும்புவதாகச் சொன்னார். கில்டாவும் மகிழ்ந்தார். ஆனால் அவர்கட்கு மகள் பிறந்தாள்.

❖

8

இரட்டையர்

1950-களில் கியூபா ஒரு மாயத்தோடு வளர்ச்சி பெற்ற நாடாகக் காட்சியளித்தது. கியூபாவின் முக்கியப் பயிர் கரும்புதான். அது விளைச்சலில் 50 விழுக்காடு நிலப்பரப்பில் இருந்தது. விவசாயத்திலும் சர்க்கரை ஆலைகளிலும் 28 விழுக்காடு மக்கள் இருந்தனர். ஏற்றுமதியில் 80 விழுக்காடு சர்க்கரை ஏற்றுமதியால் கிடைத்தது. 1950-களில் சர்க்கரை விலை உயர்ந்து வந்தது. நல்ல வருவாய் கியூபாவுக்குக் கிடைத்தது.

கியூபாவின் தனிநபர் வருமானமும் அதிகரித்தது. கியூபா நாட்டின் கரும்புத் தோட்டங்களும், சர்க்கரை ஆலைகளும் அமெரிக்க முதலாளிகளுக்குச் சொந்தமாக இருந்தன. இதனால் கியூப அதிகாரிகள், அரசியல்வாதிகள், அந்த அமெரிக்க முதலாளிகளின் எடுபிடிகளாகவே இருந்தனர். இது ஒரு புறம்...

மறுபுறம் கியூபாவின் மேற்குக் கடற்கரைப் பகுதி அமெரிக்கர்களின் சுற்றுலாப் பகுதியாகவும், விளையாட்டு, பொழுதுபோக்கு மண்டலமாகவும் மாற்றப்பட்டது. கேளிக்கை விடுதிகள், காபரேக்கள் வளர்ந்தன. கியூப நடுத்தர வர்க்க சுற்றுலாப் பயணிகளுக்கு மகிழ்ச்சியூட்டி காசு சம்பாதித்தனர். கரையோரத்தில் விளம்பரப் பலகை போட்டு நடந்த விபச்சார விடுதிகள் வளர்ந்தன.

ஆக கியூபா, அமெரிக்காவின் அரைக்காலனி ஆயிற்று. ஒரு புறத்தில் மக்கள் டாலர் மயக்கத்தில் வீழ்ந்தனர். இன்னொரு புறம் விபச்சார விடுதிகளில் கியூபாவின் கலாச்சாரப் பண்பாடு சீரழிந்து, புற்று நோய் பரவிக்கொண்டிருந்தது. ஆனால், புறத்தோற்றத்தில் நகரங்கள் வளர்ந்தன. வாகனங்கள் பெருகின.

கல்வியும் பரவிற்று. சராசரி வாழ்க்கை வரம்பும் அதிகரித்தது. உள்ளே பரவிக்கொண்டு இருந்த புற்றுநோயை எழுந்த கட்டடங்களும், புகை பரப்பிய வண்டிகளும் மறைத்தன.

காஸ்ட்ரோ இன்னும் பழமைக் கட்சியில்தான் இருந்தார். அமெரிக்க எதிர்ப்பாளராக வளர்ந்தாலும், ரஷ்ய - கம்யூனிச எதிர்ப்பாளராகவும் இருந்தார். காஸ்ட்ரோ மார்க்சின் நூற்றாண்டு விழாவில் பேசும்போது, தனது இளமைக்கால கம்யூனிச எதிர்ப்புக்கான காரணத்தை விளக்கி, "அமெரிக்கக் கண்டத்தில் 1917 முதல் இடைவிடாமல் சுறுசுறுப்புடன் செய்யப்படும் ஒரே காரியம் கம்யூனிச எதிர்ப்புப் பிரசாரம்தான். கிறிஸ்துவ முறைப்படி பெயர் வைக்க பாதிரியார் ஞானஸ்நானம் கொடுப்பதற்கு முன்னதாகவே, கம்யூனிச எதிர்ப்பு ஞானஸ்நானத்தை அரசு செய்துவிடுகிறது. ரஷ்ய எதிர்ப்பு - கம்யூனிச எதிர்ப்பில் நானும் மூழ்கியதில் வியப்பு இல்லை."

"1917 முதல் அமெரிக்கர்கள் அதைத்தானே நம்புகிறார்கள். படித்தவர்கள் இதை எவ்வாறு கண்மூடி நம்புகிறார்கள் எனக் கேட்கிறீர்களா? சொர்க்கம், நரகம் என்பதை எத்தனை சந்ததிகளாக மக்கள் நம்பிக் கொண்டிருக்கிறார்கள். அப்படித்தான், ஏன்? எதற்கு? எனக் கேட்காமல் நம்பினார்கள். இன்றும் நம்புகிறார்கள். ஆனால், அமெரிக்கப் பிடியிலிருந்து கியூபா விடுதலை பெறாமல் முன்னேற முடியாது என்பதை உணர்ந்து கியூபாவின் சுதந்திரத்திற்காகப் போராடத் தொடங்கினேன்."

"அப்போது லத்தீன் அமெரிக்கக் கம்யூனிஸ்டுகளை நான் கிண்டல் செய்தேன். இவர்கள் அமெரிக்காவிடமிருந்து நாட்டை விடுவித்து ரஷ்யாவிடம் ஒப்படைக்கப் போகிறார்கள் என்றுதான் நினைத்தேன். ஆனால், கியூபப் புரட்சியின் போதும், அதற்குப் பின்னரும்தான், ஒரு நாடு விடுதலை அடையவும் சோவியத் யூனியன் இருப்பதால்தான் முடிகிறது என்பதைப் புரிந்தேன். பெற்ற சுதந்திரத்தைக் காக்கவும் சோஷலிச முகாம் தேவை என்பதை உணர்ந்தேன். நாடு வளரவும், சோவியத், சோஷலிச நாடுகளின் உதவி அவசியம் என்பது தெளிவாயிற்று. அமெரிக்காவை எதிர்க்க, சோவியத் ஆயுதம் அவசியம் என்பதை வாழ்க்கை எனக்குக் கற்றுத் தந்தது" என்று காஸ்ட்ரோ முழங்கினார்.

இது பல்லாண்டுகட்குப் பிறகு ஆற்றப்பட்ட உரை. ஆனால், கியூபப் புரட்சிக்குத் திட்டமிட்டபோது அவர் கம்யூனிஸ்டு ஆதரவாளராகக்கூட இருந்தது இல்லை. ஆனால் நாட்டின் சுதந்திரத்தை விரும்பினார்.

மான்கடா ராணுவ மையத்தைத் தாக்கிய சதி, ராஜ துரோக வழக்கில் காஸ்ட்ரோ தானே வாதாடினார். அது நாட்டின் சுதந்திரப் பிரகடனமாக இருந்தது. அதில் 'இசம்' எதுவும் இல்லை. 1902-ஆம் ஆண்டு கியூபாவின் விடுதலைக்காகப் போராடிய ஜோஸ் மார்ட்டி, அன்டொனியோ மாகேவோவும் இறந்துவிட்டனர். அவர்கள் பெயரால்தான் பிடல் பேசினார்.

அவர்கள் தொடங்கிய போரை முடிவுக்குக் கொண்டுவரவே போராடுவதாகக் கூறினார். பின்னர் வந்த போலித்தனமான ஜனநாயக அரசுகளின் பிடி அமெரிக்கர்களிடமே இருந்தது.

அமைப்பு ரீதியில் தொழிலாளர்களைத் திரட்டியிருந்த கியூபக் கம்யூனிஸ்டுக் கட்சி, பாட்டிஸ்டாவையும், குடியரசுத் தலைவரான ராமோன் கிரோசான் என்பவரையும் ஆதரித்த அணிகளைப் பலப்படுத்தினர். அமெரிக்க ஆதிக்கத்தை அப்புறப்படுத்த அத்தகைய கூட்டணி அவசியம் எனக் கருதினர்.

1944-க்குப் பின் மக்கள் சோஷலிஸ்டுக் கட்சி என்ற பெயருடன் (பி.எஸ்.பி.) இயங்கி வந்தது. ஆனால், எந்தத் தேர்தலிலும் ஏழு விழுக்காட்டிற்கு மேல் வாக்குகளைப் பெறவே இல்லை. ஆனால் தொழிற்சங்கத்தில் தீர்மானிக்கும் சக்தியாக இருந்தது. 1942-இல் கம்யூனிஸ்டுத் தலைவர் யுவான்மாரி நெல்லோ இலாகா இல்லாத மந்திரியாக நியமிக்கப்பட்டார்.

கம்யூனிஸ்டுக் கட்சியில் முக்கியப் பொருளாதார நிபுணராக இருந்து முப்பத்தொரு வயதே ஆகி இருந்த கார்லொஸ் ரஃபேல் ரோட்ரிகுவஸ் மந்திரி சபையில் சேர்த்துக்கொள்ளப்பட்டார். பனிப்போர் காலத்தில் 1949-இல் இவர்கள் வெளியேற்றப்பட்டனர். தொழிற்சங்கங்களிலிருந்தும் நீக்கப்பட்டனர். பிறகு 1958-இல் அக்கட்சி மீண்டும் புத்தெழுச்சி பெற்றது.

வளர்ந்து வந்த ஊழல்கள்தான் 1952-இல் புரட்சி தொடங்கக் காரணமாக இருந்தது. 1952-இல் நடக்க இருந்த தேர்தலில் வேட்பாளராகப் போட்டியிட்டார் பிடல் காஸ்ட்ரோ. ஆனால் தேர்தல் நடத்தப்படவில்லை. குடியரசுத் தலைவர் தேர்தல் நடைபெறுவதற்கு ஓராண்டுக்கு முன்னதாக சார்ஜண்டாக இருந்த பாட்டிஸ்டா ராணுவத்தைத் திரட்டி ஆட்சியைப் பிடித்துக்கொண்டார். 1940-ஆம் ஆண்டிலிருந்து வந்த தேர்தல் ஜனநாயகம் சாகடிக்கப்பட்டது. ஆர்ப்பாட்டங்கள், போராட்டங்கள் நசுக்கப்பட்டன.

பாட்டிஸ்டாவாலும் ராணுவத்தின் துணை கொண்டு ஆட்சியைப் பிடிக்க முடியுமானால், நாமும் சிலரது துணையோடு அவரது ஆட்சியைத் தூக்கி எறிய முடியும் எனச் சாதாரண முறையில் கணக்குப் போட்டவர்தான் பிடல்.

ஆத்திரமடைந்திருந்த 150 பேரைத் திரட்டி, 1953-ஆம் ஆண்டில் மான்கடா என்ற ராணுவக் காப்பரண்களின் மீது தாக்குதலைத் தொடங்கினார் காஸ்ட்ரோ. ஆனால், தாக்குதலை பாட்டிஸ்டாவின் படை தோற்கடித்தது. கடும் அடக்குமுறை கட்டவிழ்த்து விடப்பட்டது. பலர் சிறையிலடைக்கப்பட்டனர்.

பிடலைக் கைது செய்த கறுப்பு நிறத்தவரான ராணுவ அதிகாரி, அவரை தன்னுடைய கண்காணிப்பில் இருக்கட்டும் எனக் கண்டிப்புடன் கூறினார். அவர் கடுகடுப்புடன் நடந்துகொள்வது போலத் தோன்றினாலும், பிடலைக்

காப்பாற்றும் நோக்கத்துடன்தான் அவர் அந்த நாடகமாடி இருக்கிறார் என்பது பின்னர்தான் தெரிய வந்தது.

பிடலை, அன்றைக்கே சுட்டுக் கொன்றுவிடத் திட்டமிட்டிருந்தனர். ராணுவ அதிகாரி பாதுகாத்து, விசாரணைக்கு நிறுத்தி, இருபத்திரண்டு மாதச் சிறைத்தண்டனையைப் பெற்றுத் தந்தார். (அந்த ராணுவ அதிகாரியை பிடல் காஸ்ட்ரோ, தமது ராணுவத்திலும் உயர் அதிகாரியாகப் பணிபுரிய வைத்தார் என்பது பின்வந்த வரலாறு).

1955 ஜூலை எட்டாம் தேதி ஒரு பொதுமன்னிப்பை வழங்கினார் பாட்டிஸ்டா. அதில் விடுதலை பெற்ற காஸ்ட்ரோ, ஹவானா வழியாக வேரா குரூஸ் வந்து, பின்னர் பேருந்து மூலமாக மெக்சிகோ சென்றடைந்தார். காஸ்ட்ரோ மீண்டும் புரட்சிக்குத் தயார் செய்யவே வந்துகொண்டிருந்தார்.

பிடல் காஸ்ட்ரோ பல்கலைக்கழக மாணவர் பேரவைத் தலைவராக இருந்தவர். ஊழல் மலிந்த பழமைவாதக் கட்சியில் உறுப்பினராகவும் இருந்தார். அப்பொழுது கியூபாவின் மக்கள் தொகை அறுபது லட்சமாக இருந்தது. காஸ்ட்ரோவின் நீதிமன்ற வாதங்கள், நடுத்தர மக்களை அவர் பக்கம் வெகுவாக ஈர்த்தது.

பிடல் காஸ்ட்ரோவும், குவேராவும் 1955 ஜூலை அல்லது ஆகஸ்டில் சந்தித்திருக்க வேண்டும். "ஒரு குளிர் மிகுந்த மெக்சிகோ நகரில், இரவில் அவரைச் சந்தித்தேன். உலக அரசியலைப் பற்றி முதலில் விவாதித்தோம். விடியும் முன்னர், எனது அடுத்த பயணத்தைப் பற்றி முடிவு செய்துவிட்டேன்" என்றும், "அறிவுக் கூர்மை மிக்க, தன்னம்பிக்கையுள்ள, அசாத்திய துணிச்சல் நிறைந்த இளைஞரைச் சந்தித்தேன். அது ஒரு பெரும் அரசியல் நிகழ்ச்சி" என்றும் எழுதினார் குவேரா. "கண்ணீரை நிறுத்திவிட்டு, போராடத் தருணம் வந்துவிட்டது" என மகிழ்ந்தார்.

அதேபோல காஸ்ட்ரோவும், "ஒரே இரவு உரையாடலில் குவேரா கிரான்மா நோக்கிச் செல்லும் படையில் உறுப்பினர் ஆகிவிட்டார்" என பின்னர் வருணித்தார். அவர்கள் இருவரும் நண்பர்களாக, தோழர்களாக, போராளிகளாக, சகோதரர்களாக

ஆக எல்லா வருணனைக்கும் பொருந்தக் கூடியவர்களாக இணைந்தார்கள்.

"குவேரா இல்லை எனில், காஸ்ட்ரோ அநேகமாக கம்யூனிஸ்டாக மாறியிருக்க மாட்டார். அதேபோன்று பிடல் காஸ்ட்ரோ இல்லாதிருந்தால், குவேரா லட்சியப் பிடிப்புள்ள அறிவு ஜீவியாக மட்டுமே இருந்திருக்கக்கூடும்" என ஒரு கியூப நண்பர் எழுதுகிறார். இருவருக்கும் ஒத்த கருத்து, ஒரே மாதிரிப் போர்க்குணம் இருந்ததைப் போலவே, இருவருக்கும் வாய்ப்புகளும் எதிர்நோக்கி நின்றன.

1955-ஆம் ஆண்டு ஜூலை அல்லது ஆகஸ்டு மாதம் முதல் மெக்சிகோ துறைமுகமான டுக்ஸ்பானிலிருந்து கிரான்மா கிளம்பிய 1956 டிசம்பருக்கும் இடையில் பல அனுபவங்களைக் குவேரா பெற்றார். மெக்சிகோவில் பல இயக்கத் தலைவர்களையும், கம்யூனிஸ்டுகளையும் சந்தித்தார். கியூபப் புரட்சியின் வெற்றிக்கு பிடலின் தலைமை அர்ப்பணிப்புள்ள அவரது குழுவினர் மட்டுமே போதுமானதாக இராது. கியூப நாட்டுத் தொழிற் சங்கங்களும் அந்தப் புரட்சிக்கு ஆதரவு தர வேண்டியது அவசியம். விவசாயிகளின் ஆதரவும் தேவை என்பதையும் குவேரா புரிந்திருந்தார்.

குவேரா ஒரு பண்ணையை வாடகைக்கு அமர்த்திடவும், தொண்டர்களுக்குப் பயிற்சி கொடுக்கவும் நியமிக்கப்பட்டார். 1956 ஜூன் 24-ஆம் தேதி மெக்சிகோ போலீசாரால் காஸ்ட்ரோவும், அவரது குழுவினரும் கைது செய்யப்பட்டனர். இதற்குப் பாட்டிஸ்டா அரசின் புலனாய்வுத்துறை தொடர்ந்து நடத்தி வந்த வேவுகளும் ஒரு காரணம். ஒன்றிரண்டு பேர் காட்டிக்கொடுத்தும் இருக்கலாம் என்று சந்தேகிக்கப்பட்டது. என்ன காரணமாக இருந்த போதிலும் பலரும் கைதாயினர். போட்டிருந்த திட்டம் சிதைந்து போனதைப் போலத் தோன்றியது. அதைவிட அந்த நேரத்தில் காஸ்ட்ரோ எடுத்த முடிவு குவேரா உள்ளிட்ட அனைவரையும் கலங்கச் செய்தது, குழப்பமடைய வைத்தது.

போராடுவது பற்றி முதலில் யோசித்த புரட்சியின் கதாநாயகன் பிடல்காஸ்ட்ரோ, எதிர்ப்பின்றிச் சரணடைய முடிவெடுத்தார். பிறரை இது கலங்க வைத்தது. ஆனால்,

காஸ்ட்ரோ பின்னர் கூறியதைப் போல மெக்சிகோ பாதுகாப்புப் படையினரிடையே இருந்த ஊழல், மெக்சிகோவிலிருந்த சில நண்பர்களின் உதவி, லஞ்சம், தனது பேச்சாற்றல் ஆகியவை மூலம், அனைவரையும் விடுவித்துக் காத்துவிட முடியும் என்று நம்பினார். மெக்சிகோ அரசின் பாதுகாப்புப் படையில் உயர் அதிகாரியாக இருந்த பெர்ணான்டோ குடியரஸ் பாரியோஸ்தான் இவர்களைக் கைது செய்தவர்.

“உங்கள் சதித்திட்டத்தின் ஆவணம் முழுவதும் பிடிபட்டு விட்டது. உங்கள் தோழர்களும் கைதாகிவிட்டனர். இந்த நிலையில் துப்பாக்கிச் சண்டையிட்டு, பல உயிர்களைப் பலியிட வேண்டாம்” என பாரியோஸ் நட்போடுதான் கேட்டுக்கொண்டார். அதற்குக் காஸ்ட்ரோ இசைந்தார். எல்லோரும் கைதானார்கள். சே குவேரா, கார்சியா ஆகியோர் அந்நிய நாட்டவராக இருந்ததால், மேலும் மோசமாக நடத்தப்பட்டனர். இவர்களைத் தவிர மற்றவர்களை பிடல், அவர் நினைத்தபடியே ‘என்ன செய்தோ’ விடுதலை பெற வைத்துவிட்டார். குவேராவிடம், “நான் உன்னைக் கைவிட மாட்டேன்” எனக் கூறிவிட்டுப் போனார்.

சிறையிலிருந்த சில நாட்களும் சித்திரவதைக் கூடமாக இருந்தது. மிருகத்தனமாகத் தாக்கினர். உறைந்த தண்ணீர் தொட்டியில், முகம் முங்க மூழ்க வைப்பதும், தலை முடியைப் பிடித்து மூச்சுத் திணறும் போது தூக்கிவிடுவதும், நடுக்கத்துடன் வெளியில் வரும்போது அடிப்பதும் அவர்களுக்கு வாடிக்கையாக இருந்தது. சே குவேரா இதுவரை சிறையில் இருந்தது கிடையாது. முதன் முதலாக மெக்சிகோ சிறைக் கொடுமையை அனுபவிக்க நேரிட்டது. ஆஸ்துமா நோயால் வதைக்கப்பட்ட அந்த மனிதனை, அந்தச் சித்திரவதை கொன்றே இருக்க வேண்டும் அல்லது நிலைகுலையச் செய்திருக்க வேண்டும்.

ஆனால், சோவியத் எழுத்தாளர் ஆஸ்ட்ராவ்ஸ்கி எழுதியதைப் போல, கொளுந்து விட்டெரிந்த நெருப்பில் எஃகை வார்த்து வடித்தெடுத்த வாளாக இந்த மனிதன் வெளியில் வந்தான். இந்த அதிசய இளைஞனின் மீது காஸ்ட்ரோ முழு நம்பிக்கை கொண்டதற்கு வியப்பே இருக்க வழியில்லை. சிறையில் ஆறு நாட்களாக உணவும், தண்ணீரும் தராமல் போட்டு அடித்தனர். சாகவிடாமல் மட்டும் பார்த்துக்

கொள்வார்களாம். இந்தக் கொடுமைகளை கியூப முகமூடி அணிந்த ஒருவனே செய்தானாம். மெக்சிகோ காவற்படை துணை நின்றதாம். இந்தக் காலத்தில் குவேரா சோவியத் ஆதரவாளராக மாறியிருந்தார்.

இவர் சோவியத் நட்புறவுக் கழகத்திற்குச் சென்றது, ருஷ்யமொழி கற்க முயன்றது. புஷ்கினையும், டால்ஸ்டாய், கார்க்கி, ஆஸ்ட்ராவ்ஸ்கி போன்றோரின் நூல்களை அவர் படித்தது உட்பட, சிஐஏ குவேராவைப் பற்றிய குறிப்பில் எழுதியிருக்கிறது. அவருக்கு அவரது உண்மையான எதிரிகள், கம்யூனிஸ்டு என்ற சரியான பட்டத்தை வழங்கினர். இந்தக் காலத்தில் மெக்சிகோவிலிருந்த நிக்கோலாய் லியோனேவையும் சந்தித்தார். அவர்கள் சந்தித்துக் கொண்டபோது அவர் அவரது முகவரி அட்டையைக் கொடுத்து இருந்தார். குவேராவிடமிருந்து அந்த முகவரியும் பிடிபட்டதால், அவரை ரஷ்ய உளவாளி என்றும் குற்றம் சாட்டினர்.

மெக்சிகோ காவற்படை உயர் அதிகாரி, குடியரஸ் பாரியோஸ், கம்யூனிசம் பற்றித் தெரிந்திருந்த ஒரு வழக்குரைஞரை அழைத்துச் சென்றார். குவேரா மட்டும்தான் தன்னை ஒரு கம்யூனிஸ்டு எனப் பிரகடனம் செய்தார். அது உண்மையுங்கூட, ஏனெனில், பிடல் காஸ்ட்ரோ மார்டியை பின்பற்றி வந்த தேசியவாதிதான். வழக்குரைஞர் தனது மார்க்சிய ஞானத்தைக் காட்டிக்கொள்ள குவேராவுடன் தத்துவ வாதத்தில் ஈடுபட்டார். குவேரா தனது மார்க்சியப் புலமையை சில நிமிடங்களுக்குள் காட்டிவிட்டார். அவரது அறிவு மேலாண்மை தெரிந்தது.

பாரியோஸ் குறுக்கிட்டு, “வழக்குரைஞரே தத்துவ விளக்கம் வேண்டாம். குற்றச்சாட்டை வாசியுங்கள்” என்றாராம். இதைப் பாரியோசே குவேரா பற்றிய நினைவுக் கட்டுரையில் எழுதியுள்ளார்.

1956-ஆம் ஆண்டு, மெக்சிகோவிலிருந்து ஐம்பது மைல் தொலைவில் இருந்த சாண்டா ரோசா கால்நடைப் பண்ணையை விலைக்கு வாங்கினார் காஸ்ட்ரோ. ஸ்பானியக் குடியரசின் படை அதிகாரியாக இருந்த பெர்ட்டோ பாயோவை வைத்துப் பயிற்சி கொடுக்கவும் ஏற்பாடு செய்யப்பட்டது. ஆஸ்துமாத் தொல்லையோடு, அனைத்துப் பயிற்சிகளிலும் பங்கெடுத்தார் குவேரா.

பயிற்சி தந்த படை அதிகாரி பாயோ குவேராவைப் பற்றிக் கூறும்போது, “அவர் கிட்டத்தட்ட இருபது பயிற்சிகளில் தினந்தோறும் பங்கெடுத்தார். 650 தோட்டாக்களை வெடித்தார். சிறந்த ஒழுக்கம், தலைமைப் பண்புகள் இருந்தன. சில சமயம் சிரிப்பார். ராணுவத்திற்கு அப்பாற்பட்ட சில சிறு சிராய்ப்புகள் நீங்கலாக, அவர் ஓர் அற்புத வீரர். வகுப்பிலேயே முதல் மாணவராகத் திகழ்ந்தார். எப்பொழுதும் பத்துக்குப் பத்து என்ற மதிப்பெண்ணைப் பெற்றார்” காஸ்ட்ரோவும் ஆமாம் எனத் தலை ஆட்டி ஒப்புதல் கூறினார்.

வீரன் பயிற்சியை முடித்துவிட்டான்.

கில்டா காடியா இந்தச் சமயத்தில் ஒரு பெண் குழந்தையைப் பெற்றார். குவேரா 57 நாட்கள் சிறையிலிருந்தார். பின்னர் தலைமறைவு வாழ்க்கை காரணமாக வீட்டிற்குச் செல்ல முடியவில்லை. குழந்தை அழகாக இருந்தது. அதன் கண்களும், குமிழ் சிரிப்பும் குவேராவைக் கவர்ந்தன. கில்டா மகா திறமைசாலி. தானே தனித்து நின்று சோதனைகளை வென்று நிற்பவள்.

ஆனால், இயல்பான குடும்ப வாழ்க்கையை அவளுடன் நடத்த இயலுமா? ஒரு கணவனாக, ஒரு தந்தையாக... குவேராவால் அதைச் சிந்தித்துப் பார்க்கவும் முடியவில்லை. அவரது மனத்தளவில் அந்த மணவாழ்க்கைக்கு முடிவு வந்துவிட்டது. தனது பணிக்கு அது ஒத்துவராது. அதை அவளிடம் நேரில் கூற இயலவில்லை. குழந்தை இடையில் சிரித்தது! எதையும் தன் தாயிடம் மறைக்காமல் கூறும் குவேரா இது பற்றி அவரிடமும் கூறவில்லை.

குவேரா ஓர் அர்ஜண்டைனராக இருந்ததால், சில விவாதங்களில் பங்கு எடுத்துக்கொள்ளாமல் விலகி இருந்தார். மெக்சிகோவில் இருந்தபோது காஸ்ட்ரோ ஒரு கியூபத் திட்டத்தை எழுதியிருந்தார்.

அந்தத் திட்டத்தைப் படித்தால், அது 1940-லேயே பிற கட்சித் தலைவர்கள் வெளியிட்ட சீர்திருத்த ஆசைகளைப் போலவே இருந்தது. தீவிர, முற்போக்கு அம்சங்களைக் கொண்டதாக அது விளங்கவில்லை. பிறர் அறிவித்தும்

நிறைவேற்றாத சீர்திருத்தங்களைச் செய்து முடிக்கப் போவதாக மட்டுமே அந்த அறிவிப்பு தொனித்தது.

* 150 ஏக்கருக்கும் குறைவான நிலத்தையுடைய விவசாயிகட்கு நிலத்தை உறுதிப்படுத்தும் சீர்திருத்தம்.
* சர்க்கரை ஆலைகளில் கிடைக்கும் லாபத்தைப் பகிர்ந்து கொள்வதற்கான திட்டம்.
* மோசடி மூலம் பெறப்பட்ட நிலத்தைப் பறிமுதல் செய்தல்.
* தொலைபேசி, பொதுச் சேவை அமைப்புகளை தேசவுடைமை ஆக்குவது.
* கல்விச் சீர்திருத்தம், வீட்டு வசதி சீர்திருத்தம்.

ஆகியவை மட்டுமே குறிப்பிடப்பட்டிருந்தன.

கியூபாவை நோக்கிக் கிளம்புவதற்குச் சில நாட்களுக்கு முன்னதாக, இருபது துப்பாக்கிகளையும், 50,000 ரவுண்டு ரவைகளையும் காவல்துறையினர் கைப்பற்றி எடுத்துச் சென்றனர். நவம்பர் 25 அதிகாலையில்தான் கிரான்மா கிளம்பியது.

பதினைந்தாயிரம் டாலர் விலை கொடுத்து ஓர் உல்லாசப் படகு வாங்கப்பட்டது. அது குறைந்த தூரப் பயணத்துக்கு உரியது. சிறியது, இலகுவில் கவிழக்கூடியது. இன்னும் சரியான தயாரிப்பு செய்துகொள்ளக் காத்திராமல் புறப்பட்டதற்கு, 1956-ஆம் ஆண்டில், "விடுதலை பெறுவோம், அல்லது வீரமரணம் அடைவோம்" என காஸ்ட்ரோ வெளியிட்டிருந்த உறுதிமொழியே காரணமாகத் தோன்றுகிறது. அல்லது அரசின் நெருக்கடிகளும் உந்தித் தள்ளியிருக்கலாம்.

பிடல் காஸ்ட்ரோவுடன் குவேரா கிரான்மாவில் தொடங்கிய இந்தப் பயணம் அவரை அவரது பிறந்த நாடு, பிறந்த வீடு, கட்டிய மனைவி, பெற்ற குழந்தை என்ற பாசபந்தக் கயிறுகள் அனைத்தையும் அறுத்தெறிந்துவிட்டுக் கிளம்பியது.

இருபது பேர் பயணம் செய்யக்கூடிய படகில் எண்பத்திரண்டு பேர் இருந்தனர். இவர்களுக்கு மருத்துவ உதவி செய்யப் புறப்பட்ட குவேராவுக்கு மூச்சிழுக்கும் குழலும், ஆஸ்துமா வுக்கான மருந்தும் இல்லாததால் பெரும் அல்லற்பட்டார்.

எண்பத்திரண்டு பேருடன், ஆயுதங்கள், குண்டுப் பெட்டிகள், தண்ணீர், உணவு ஏற்றப்பட்டு இருந்தது.

படகு மெதுவாகத்தான் மிதந்து நகர்ந்தது. குறிப்பிட்ட நேரத்திற்குப் பதிலாக எழுபத்திரண்டு மணி நேரக் காலதாமதத் துக்குப் பின், டிசம்பர் 2-ஆம் தேதி, எதிர்பார்த்த நிக்குவெராவுக்கு வெகு தொலைவில், கொலராடோஸ் கடற்கரையோரம் செடியும் புதர்களும் மண்டிக்கிடந்த இடத்தைத் தொட்டது. கால நிலையும் மோசமாக இருந்தது. படகு கரை சேரவில்லை. விபத்துக்குள்ளாகியது என்றுதான் கூற வேண்டும்.

காலதாமதமாக வந்ததால் பாட்டிஸ்டா படையினருக்குச் செய்தி எட்டிவிட்டது. அது தாக்கி அழிக்கத் தயாராகிவிட்டது. இவர்கள் கொஞ்சம் பொருட்களைப் படகில் விட்டுவிட்டு, மாங்ரோவ் புதர்களுக்குள் மறைந்து போராடிக் கரையேற வேண்டி வந்தது. வந்தவர்களும் சிறு சிறு குழுக்களாகப் புதர்களுக்குள் தொடர்பு இல்லாமல் சிதறிப் போயினர்.

பல போராளிகளைப் படைவீரர்கள் சுட்டுக் கொன்றனர். எண்ணிக்கை தெரியவில்லை. குவேரா ஒரு சிறு குழுவுடன், அந்தப் பகுதியில் மிகப்பெரும் பண்ணையாக இருந்த லோபோ குடும்பத்தாரின் கரும்புப் பண்ணைக்குள் நுழைந்தார். ஒரு ராணுவ வீரனைச் சுட்டு வீழ்த்தினார். அதுதான் அவரது முதல் குண்டு வீச்சு. குறி தப்பவில்லை. ஆனால், அவன் வீழ்ந்தபோது அவரது மனத்தில் ஒரு முள் தைத்தது.

முதல் யுத்தம் அலெக்ரியா - டி - பிரியாவில் தொடங்கிற்று. அங்கு குவேராவின் கழுத்துச் சதையை ஊடுருவிக் கொண்டு ஒரு குண்டு பாய்ந்தது. தன் ரத்தத்தைத் தானே தொட்டுப் பார்த்துக்கொண்டார். இந்தத் தருணத்தில் அவர் ஸ்பானியக் கவிஞர் லியோன் ஃபிலிப்பின் எழுதிய,

"இயேசு பெருமானே! நீங்கள் பர்வதத்திலிருந்து இறங்கி வந்ததால் அல்ல. எனக்கு ஒளியைக் காட்டினீர்கள் என்பதால் உம்மை நேசிக்கிறேன். மனிதன் கடவுள் என்றும், உங்களைப் போல பாவத்தில் கிடக்கும் கடவுள் என்றும், கொல்கதாக் குன்றில் குருசினில் தொங்கியபோதும், இடது பக்கம் இருந்த திருடனையும், என்னுடன் பரலோகத்திலிருப்பாய் என்றீரே,

அதனால் நேசிக்கிறேன்" என்ற பாடலை குவேரா முணு முணுத்தார். அவர் சாவையும் எப்படிச் சந்திக்க விரும்பினார் என்பதற்குத் தெரிவிக்கப்பட்ட கருத்தாகவும் இதைக் கொள்ளலாம்.

புரட்சியாளர்கள் சிதறடிக்கப்பட்டனர். தப்பிப்பதே அவசியமாக இருந்தது. பல போராளிகள் சுட்டுக் கொல்லப் பட்டனர். சிலர் பிடிபட்டனர். சிலர் நம்பிக்கை இழந்தனர். எஞ்சியிருந்த நான்கே நான்கு போராளிகளுடன், அந்தப் பகுதியில் உயரமாக இருந்த சியாரா மீஸ்ட் ரோவை நோக்கி குவேரா குழு முன்னேறியது. உணவும், தண்ணீரும் இல்லாமல், மிஞ்சி யாராவது இருப்பார்களா என்பதும் தெரியாமல், மலை முகட்டை நோக்கி ஏறிக்கொண்டிருந்தனர். ராமிரோ வால்டெஸ், காமிலோ சியன்பியுகோஸ், யுவான் அல்மெய்டா ஆகியோர்தான் இந்த சாகசப் பயணத்தை மேற்கொண்ட, நாட்டை விடுவிக்கப் போன 'நால்வர் படை.'

பதினாறு நாட்களுக்குப் பிறகு நம்பிக்கையிழந்து, நரம்பு தளர்ந்து, கால் எலும்பு மரத்து, பசி தாகத்தோடு, சோர்வும் அவநம்பிக்கையும் தள்ளிட, ஆயுதத்தை மட்டும் போட்டுவிடாமல் நடந்துகொண்டு இருந்தனர். நால்வர் படை கடைசியாக நடக்க முடியாத போது துப்பாக்கிகளை ஒரு விவசாயி வீட்டில் வைத்துவிட்டு வந்தனர். அதை ராணுவத்தினர் பறிமுதல் செய்து விட்டனர். காஸ்ட்ரோவைச் சந்தித்தபோது, "ஆயுதங்களைப் போட்டு விட்டு வருவது முட்டாள்தனம்" என்று கண்டித்தார்.

மோங்கோ பெரஸ் என்னும் விவசாயியினுடைய பண்ணை வீட்டைப் போய்ச் சேர்ந்தனர். அதிசயிக்கத்தக்க வகையில் அல்லது மக்கள் அடிக்கடி கூறுகிற விதிப்படி அங்கே பிடல் காஸ்ட்ரோவையும், ரால் காஸ்ட்ரோவையும் மற்றும் சிலரையும் கண்டனர். அது மறுபிறப்பாக, புத்துயிர் பெற்ற புரட்சி வாழ்க்கையாகத் தெரிந்திருக்க வேண்டும்.

பிடல் காஸ்ட்ரோ என்றைக்குமே தன்னம்பிக்கையை இழக்காதவர். சோர்வுற்றோருக்கும் நம்பிக்கை ஊட்டக்கூடியவர். அத்துடன் அந்த வட்டாரத்து விவசாயிகள் உதவி செய்ய முன் வந்தனர். திட்டமிட உதவக்கூடிய முறையில் சூழல் இருந்தது. பக்கத்து நகரமொன்றிலிருந்த புரட்சிக் குழுவின் தொடர்பும் கிடைத்தது. கடற்கரையோரக் கிராமமான லா-பிளாட்டாவின்

ராணுவத் தளத்தை ஜனவரி மாத மத்தியில் தாக்கிக் கைப்பற்றினர். முதல் வெற்றி கிட்டியது. இந்தச் சண்டையின் போதுதான் காட்டிக் கொடுத்த துரோகி ஒருவன் கொல்லப்பட்டான்.

சியாரா மிஸ்ட்ரா மலைச் சிகரப் பகுதிகளில் குவேராவும், அவரது போராளிக் குழுவினரும் பதினெட்டு மாதங்களைக் கழிக்க வேண்டி இருந்தது. அந்த வட்டாரத்தில் கறுப்பர், முலோட்டோக்கள், வெள்ளையர், குவாஜிரோக்கள் (சிறுநில விவசாயிகள்) சம எண்ணிக்கையில் இருந்தனர். காப்பி, கரும்பு பயிரிடப்பட்டு வந்தது. விவசாயிகள் போராளிகளைப் பராமரிக்கப் பெரும் முயற்சிகளை மேற்கொண்டனர். அரசின் அடக்குமுறைக்கு அஞ்சாதும், காட்டிக் கொடுக்காமலும் நிமிர்ந்து நின்றனர். போராளிகளும் அவர்களுடன் நெருங்கிப் பழகினர்.

இந்த விவசாயிகளைப் போலவே, பொலிவியாவிலிருந்த விவசாயிகளான கேம்பசினோக்களும் இருப்பார்கள் என எதிர்பார்த்துத்தான் குவேரா தனது பொலிவியப் போராட்டத்தைத் தொடங்கினார். அந்தத் தவறான மதிப்பீடுதான் அவரை மரணத்தின் வாசலருகில் கொண்டுபோய் நிறுத்தியது.

சியாராவில் தங்கி அடுத்த கட்டப் போருக்குத் தயாரிப்பு வேலைகளில் குவேரா ஈடுபட்டார். இன்ப, துன்பங்கள், வெற்றி, தோல்விகள் மாறி மாறி ஏற்பட்ட காலமாக இருந்தது. மருந்து கிடைக்காததால், ஆஸ்துமாவால் அதிகத் தொல்லைக்கு ஆளானார். பிராங்க் பெய்ஸ் வீரர்களை ஒழுங்குபடுத்தவும், ஆயுதங்களை வழங்கிடவும் அங்கு வந்திருந்தார் குவேரா. இறந்து போனதாகப் பத்திரிகைகளில் செய்தி வெளியாகி இருந்ததால், தன் குடும்பத்தார்க்கு தான் இன்னும் உயிருடன் இருப்பதாக ஒரு கடிதத்தை அனுப்பி வைத்தார். ரால் காஸ்ட்ரோவுக்கு பிரெஞ்சு மொழி கற்பிப்பதற்காக பிரெஞ்சுமொழிப் புத்தகங்களை அனுப்புமாறும் கேட்டிருந்தார்.

கொரில்லாக்கள் அல்லது சுதந்திரப் போராளிகள் மத்தியிலேயே இருந்த உளவாளி கண்டுபிடிக்கப்பட்டான். யூடிமியா குவெர்ரா என்பது அவன் பெயர். அவனுக்குத் தன் கையால் மரண தண்டனையை நிறைவேற்றினார் குவேரா. பாட்டிஸ்டாவின் விமானப்படை இவர்கள் மீது பறந்து

குண்டுகளைப் போட்டுக்கொண்டே இருந்தது. அந்தச் சமயம் பார்த்து மலேரியா காய்ச்சலால் கொதித்துப் போய்ப் படுக்கையில் விழுந்தார் குவேரா. தான் முன்னேற முடியாமல் திண்டாடுவ தாகவும், மருந்து இன்றி தொடர முடியாது என்றும் வருந்திய குவேரா, முடிவு எடுக்க வேண்டிய நேரம் வந்துவிட்டது என்றுகூடக் கூறினார்.

எப்படியோ மருந்துகள் வந்து சேர்ந்தன. சிறிது ஓய்வுக்குப் பின் எழுந்தார். இப்பொழுது அவருடன் பதினெட்டுப் பேர் இருந்தனர். நகர்ப்புறப் பிரிவிலிருந்து வந்த விடுதலைப் போராளிகள் சிலர் கொரில்லாக்களுடன் சேர விரும்பினர். அவர்களது தளபதியாக இருந்த சோடசுக்கும், குவேராவுக்கும் யார் அதிகாரி என்பதில் சர்ச்சை எழுந்தது. குவேரா அமைதியாக இருந்தார். ஏனெனில், தான் ஓர் அந்நியன் என்பதால் அவை நடப்பதாக நினைத்தார். முக்கிய விவாதங்களில் கலந்து கொள்ளாது விலகி நின்றார். அவர் ஒரு மருத்துவ அதிகாரி என்ற நிலைக்குச் சற்று மேம்பட்டவராகக் கருதப்பட்டார்.

1957-ஆம் ஆண்டு மே மாதத்தில் காஸ்ட்ரோ நான்கு இயந்திரத் துப்பாக்கிகளைக் கொண்டு வந்தார். அவற்றில் ஒன்றை குவேராவிடம் காஸ்ட்ரோ வழங்கினார். அவர் பல கிராமங்களுக்கு மருத்துவ சிகிச்சைக்காகச் சென்று வந்தார். விவசாயிகள் அவரது வருகையைப் பெரிதும் எதிர்பார்த்தனர்.

ராணுவ லாரி ஒன்றில் ஏறி மறைந்து இருந்துகொண்டு தாக்கலாம் என்று குவேரா கூறிய ஆலோசனையை காஸ்ட்ரோ மறுத்து, "கடற்கரை ஓரம் உள்ள ராணுவக் காப்பரணைத் தாக்குவது அதிகப் பலன் தரும்" என விளக்கினார். இவர்கள் சேர்ந்து விவாதிப்பது அதிகரித்து வந்தது. கருத்து வேறுபாடுகள் எழுவதும் விரைவில் தீருவதும் இயல்பாகிவிட்டது. இரு நண்பர்கள் இணைந்தே செயல்பட்டதால், இரட்டையராக வளர்ந்து வந்தனர்.

மே மாதத்தில் அரசு ராணுவத்தை நேருக்கு நேராக குவேராவின் குழு சந்திக்க வேண்டி வந்தது. இவருடன் 18 பேர்தான். அவரை எதிர்த்து நின்ற, நவீன ஆயுதங்களை ஏந்திய பயிற்சி பெற்ற ராணுவத்தினரோ 53 பேர். போர் முடிந்தது. ராணுவம் தோற்கடிக்கப்பட்டது. குவேராவின் விடுதலைப்

போராளிகள் முதற்பெரும் வெற்றியைக் கொண்டாடினர். ராணுவத்தரப்பில் 14 பேர் கொல்லப்பட்டனர். குவேரா தரப்புக்கும் 6 பேர் இழப்பு. காயம்பட்டோர் 14 பேர்.

ஆனால், பரவிய செய்தியோ, "அரசு ராணுவம் பூண்டோடு அழிக்கப்பட்டது" என்பதுதான். விடுதலைப் போராளிகள் போராடும் நிலையிலும், ராணுவத்தை வெல்லும் வல்லமையுடனும் இருக்கிறார்கள் என்று பரவிய செய்திதான் முக்கியமானது. அது நடுத்தர மக்கள் மத்தியிலும், விவசாயிகள் மத்தியிலும் நம்பிக்கையை வளர்த்தது. குவேராவின் உற்சாகம் மேலோங்கி நின்றது.

காயம்பட்ட தனது வீரர்களுக்கு மட்டுமல்லாது, அரசு ராணுவ வீரர்களுக்கும் குவேரா மருத்துவ சிகிச்சை அளிப்பது வழக்கம். அதில் பாகுபாடே காட்டமாட்டார்.

ஜூன் மாதத்தில் ஆஸ்துமா தாக்கியது. மருந்தும் கிட்டவில்லை. நோயாளிகளுடன் குவேரா தங்க வேண்டியதாகி விட்டது.

1957 ஜூலை 21-ஆம் நாளன்று குவேராவுக்கு 'கமாண்டண்டாக' பதவி உயர்வு தரப்பட்டது. ஜூலை 26 தாக்குதலுக்கு முழு மூச்சாக தயாரிப்பில் ஈடுபட்டனர். கிரான்மா எல்லையைத் தொட்டதிலிருந்து சில கண்டிப்பான நடவடிக்கைகளை மேற்கொள்ள வேண்டி இருந்தது. காட்டிக் கொடுப்போர், துரோகிகளைக் கறாராகக் கவனிக்க வேண்டி வந்தது. சிலருக்கு மரணதண்டனை விதிக்க வேண்டிய அவசியமும் ஏற்பட்டது. ரொட்டி சுடுவதற்கான அடுப்பு ஒன்றைத் தயாரித்தனர். எல்கியூபானோ பத்திரிகையைத் தொடங்கத் திட்டமிட்டனர்.

மரண தண்டனையை வழங்கிய பிறகு குவேரா கவலை நிறைந்தவராகவே காணப்பட்டார். ரால் காஸ்ட்ரோவிடம், "மரண தண்டனையைத் தவிர மாற்று வழியே இல்லையா?" என்றும் விவாதித்தார். ஒரு கொள்ளைக்காரன் புரட்சிக்குழுவில் சேர வந்தான். படை புறப்பட்டவுடன் விலகிக்கொள்ள விரும்பினான். சந்தேகம் ஏற்பட்டதால் கொன்றுவிடத் தீர்மானிக்கப்பட்டது.

இன்னொரு போராளி, அடிக்கடி மறைந்துவிடுவான். கிராமங்களில் விவசாயிகள் வீடுகளில் கொள்ளையிடுவான்.

குவேராவுக்குச் செய்தி எட்டியது. உடனே சுட்டுத் தள்ளும்படி உத்தரவிட்டார். அந்த இளைஞனுக்கு போராடுவதற்குள்ள உடல் வலிமை, சுறுசுறுப்பு இருந்தது. ஆனால் திருட்டும், கொள்ளையும் பெரும் குணக்கேடு. அது புரட்சிகர இயக்கத்தையே அசிங்கப் படுத்திவிடும். எனவே களை எடுத்துவிட வேண்டியதுதான்.

ஆனால், அமைதி ஏற்பட்ட பின்னர், நிதானமாக மாற்று வழிகளைத் தேடலாம் என்றார். 1959-இல் லாகபானாவில் நூற்றுக்கணக்கான பேருக்கு அவர் மரணதண்டனை வழங்கும் உத்திரவில் கையெழுத்திட்டது, அவரைப் பல நாட்கள் வாட்டி வதைத்தது. கடைசி வரையில் அவருக்கு இந்த மரணதண்டனை பற்றி நிரந்தரக் குழப்பம் இருந்தது. மரண தண்டனை வழங்கிட நமக்கு அதிகாரம் தந்தது யார்? இனிக் குற்றவாளி திருந்தவே மாட்டான் என்ற முடிவுக்கு ஏன் வருகிறோம்? விரும்பா விட்டால் விலகிக்கொள்ள ஏன் அனுமதி தரக்கூடாது? ஆனால் காட்டிக்கொடுப்போரை என்ன செய்வது?

சரி, இதெல்லாம் ஓய்வு இருக்கும்போது விவாதிக்க வேண்டியது. யோசிக்க வேண்டியது. முன்னேறிக் கொண்டிருக்கிற போது ஆபத்தை நாமே வரவழைத்துக்கொள்ளக் கூடாது. வெற்றிதான் முக்கியம் என்றும் கூறி முடித்துவிடுவது வழக்கம் என்கிறார் ரால் காஸ்ட்ரோ.

இந்தக் கட்டத்தில் நகர்ப்புற இயக்கத்தில் இயங்கி வந்த தேசியவாத, மிதவாதக் கட்சித் தலைவர்களுடன் கூட்டணி அமைத்தார் காஸ்ட்ரோ. எழுதிய ஒப்பந்தங்களும் மிதவாதத் தன்மை கொண்டவையாகவே இருந்தன.

அரசியல் சட்டப்படி தேர்தலை நடத்துவது. சகல கட்சிகளையும் சேர்த்துக் கூட்டணி ஆட்சி அமைப்பது. எடுக்கப்படும் நிலங்களுக்கு இழப்பு ஈட்டுத்தொகை வழங்குவது. ஆனால், இவர்களின் உதவி நிதி பெறவும், ஆயுதங்களைச் சேகரிக்கவும், மக்களின் ஆதரவைத் திரட்டவும், குறிப்பாக பிளவை, எதிர்ப்பைக் குறைக்கவும் தேவைப்பட்டது. காஸ்ட்ரோ செயல்வீரர்; காரியவாதி என்பதைத் தெரிந்துகொண்டார் குவேரா. குவேரா இப்போது அந்நியராகக் கருதப்படவில்லை. அவர்களில் ஒருவராக, கமாண்டன்டாக உறுதியாக நிலைத்து விட்டார்.

இந்த நேரத்தில் பிராங்க் பெய்ஸ் இறந்து போனார். ராமோஸ் என்பவர் தலைமறைவு இயக்கத்தின் தலைவர் ஆனார். அக்டோபர் மாதத்தில் மேலும் பல கட்சிகளுடன் உறவு பலப்படுத்தப்பட்டது. பிலிப் பாசோசை குடியரசுத் தலைவராக நியமித்து, தேர்தலை நடத்தப் போவதாகவும் அறிவித்தனர். இருந்தாலும், பல குழுக்களிடையே பெரும் கருத்து வேறுபாடுகள் நீடிக்கவே செய்தன. மியாமி ஒப்பந்தம் என்ற ஒன்றில் கையெழுத்திட்டாலும், அவரவர் அணுகுமுறையை வற்புறுத்திக்கொண்டே இருந்தனர். குவேரா ஆத்திரமடைவது வழக்கம்.

"என் கருத்துப்படி உலகத்தின் பிரச்சினைகளுக்கான தீர்வு, இரும்புத்திரை என்று அழைக்கப்படும் ஓர் இடத்தில்தான் இருக்கிறது என நம்புகிறவர்களில் நானும் ஒருவன்" என்று குவேரா கூறினார். ஆனால் மியாமி ஒப்பந்தத்தில் கையெழுத்திட்ட காஸ்ட்ரோ எழுதப்பட்ட எழுத்துக்களை விட, புரட்சியின் வெற்றியில் மட்டுமே குறியாக இருந்தார் என்பதை குவேரா விரைவில் புரிந்துகொண்டார். அவரை ஒரு நடுத்தர பூர்சுவா அரசியல்வாதி என்று மட்டும் மதிப்பிட்டு வந்ததை மாற்றிக்கொள்ளத் தொடங்கினார். சில வாரங்களுக்குப் பிறகு காஸ்ட்ரோ, மியாமி ஒப்பந்தத்தை நிராகரித்தார். அதைக் கேட்டு மகிழ்ச்சியடைந்தவர் குவேராதான்.

ஆனால், அவர் நகர்ப்புற தலைமறைவுக் குழுக்களையும் சந்தேகித்தது தவறாக இருந்தது. ராமோஸ் லத்தோர் குவேராவுக்குக் கடிதம் எழுதினார். நகர்ப்புறங்களில் நிதி வசூலித்து, ஆயுதம் வாங்கி அனுப்புவதும், ரகசியத்தைக் காப்பதும், சியாரா மீஸ்ட்ரா இடத்திலுள்ள விடுதலைப் போராளிகள் மாதிரியே வீர உணர்வு உள்ளவர்கள் என்பதை டேனியல் தெளிவுபடுத்தி எழுதினார்.

"அமெரிக்க ஆதிக்கக் கொடுமையிலிருந்து விடுதலை பெற விருப்பம்தான், அதற்கு மாற்றாக ருஷ்ய ஆதிக்கக் கொடுமையை ஏற்கத் தயாராக இல்லை" என்றும் எழுதினார். அமெரிக்க எதிர்ப்பில் உறுதியாக நின்றால் போதுமானது என்ற முடிவுக்குக் குவேரா வந்தார்.

ராமோஸ் லத்தோர் குவேராவுடன் விவாதிக்க, விமர்சிக்கத் தயங்குவது இல்லை. "கம்யூனிஸ்டுக் கட்சியில் மாற்றுக் கருத்தை உடையவர்கள் இருக்கிறார்கள். அவர்கள், தீர்க்க முடியாத ஹங்கேரி அல்லது எகிப்தின் பிரச்சினை பற்றிக் கவலை தெரிவிப்பார்கள். ஆனால், புரட்சிகரப் போக்கில் இணைவதற்குள்ள முறையில் தாங்கள் சம்பாதிக்கப் பார்த்து வரும் வேலையை விட்டு மட்டும் விலகமாட்டார்கள். நான் தொழிலாளி சுயமாகச் சிந்திக்கிறவன்" என்று லத்தோர் கூறினார்.

ஆனால், குவேராவுடைய பழக்க வழக்கங்கள் நடவடிக்கைகள் எல்லோரையும் கவர்ந்தன. பாராட்டைப் பெற்றன. டர்க்கினோ சிகரத்தின் அடிவாரத்துக்கு வந்தனர். அங்கே ஒரு சாதாரண விவசாயியின் வீடு இருந்தது. அவரிடம் போராளிகளின் எண்ணிக்கையைச் சொல்லி, உணவு தயாரித்துத் தருமாறு வேண்டிக்கொண்டார். அதற்குப் பணம் தரப்படும் என்று சொன்னபோது, அதை விவசாயி மறுத்தார். தன் கடமை என்றார். பணம் தர வேண்டியது எனது பொறுப்பு என்றார் குவேரா. விவசாயி ஏற்கெனவே தயாராக இருந்த மூவருக்கான உணவை அருந்த குவேராவை அழைத்தார்.

குவேரா மறுத்ததோடு அந்த உணவையும், தயாரிக்கப்படும் உணவுடன் சேர்த்துவிடுமாறு கேட்டுக்கொண்டார். தயார் ஆனவுடன் சகலரும் வரிசைப்படி நின்று உணவை வாங்கிக் கொண்ட போது கடைசியில் நின்றார் குவேரா. இதுதான் அவரைத் தோழர்கள் நேசித்ததற்கு முதல் காரணம். அவரது பதவியும், உத்தரவுகளும் அல்ல. அவரது செயல்கள், அவருடன் உயிர்விடுவதைப் பெருமையாக நினைக்குமளவிற்கு அவர்களை இணைத்தது.

'நியூயார்க் டைம்'சின் பத்திரிகை நிருபர் ஹோமர் பிகார்ட், சியாரா மீஸ்ட்ராவில் குவேராவைச் சந்தித்து பேட்டி கண்டார். அவர் எழுதியதால், குவேரா உயிருடன் இருப்பதும், முதுகுப் பையுடன் முன்னேறிக் கொண்டிருந்த படத்துடன் வெளியானதும் உலகம் முழுவதற்கும் குவேரா சாகவில்லை என்பதை உறுதிப்படுத்தியது. அது அரசின் ராணுவத் தலைமையை கிலிகொள்ள வைத்தது. அவருடன் உருகுவே நாட்டுப் பத்திரிகையாளர் கார்லோஸ் மரியா குடியரசும் போயிருந்தார்.

இவர்தான் பின்னாளில் குவேரா வாழ்க்கை வரலாற்றை எழுதி வெளியிட்டார்.

இருவரும் அவரது பன்முகத் திறமை, சிறப்பு, எளிமை, நேர்மை, போர்க்குணத்தை வெகுவாகப் பாராட்டி எழுதினர். இவர்கள் பிடல்காஸ்ட்ரோவையும் சந்தித்தனர். "குவேராவின் தீவிர அரசியல் கருத்துக்கள், கொரில்லாப் படையை நான் தலைமை தாங்கி நடத்துவதற்கு எப்போதும் இடையூறாக இருந்தது இல்லை" என காஸ்ட்ரோ கூறினார். குவேராவைப் பற்றிய பல செய்திகள், பேட்டிகள், பல பத்திரிகைகளில் வெளிவந்தன.

இந்தப் போர்க்களத்தில் நடுநாயகனாகத் திகழ்ந்த குவேரா, இத்தனைக்குமிடையில் ஏராளமான புத்தகங்களைப் படித்துக் கொண்டே இருந்தார். இவற்றில் வரலாறு, கவிதைகள், தத்துவம் எனப் பல புத்தகங்களைப் படிப்பது வழக்கம். வில்துராண்ட், கெமிங்வே, ஃபாக்னர், கிராகம்கிரீன், சார்தர், மில்டன், நெருடா, கொங்கோரா எனப் பல கண்டத்தவரின் பல படைப்புகளையும் படித்தார். சாவை எந்த நேரத்திலும் எதிர்நோக்கியபடி வாழ்ந்த போராளி படித்துக்கொண்டே இருந்தது. சாகும் முன்னர் ஒரு பாடலைக் கற்க முயன்ற சாக்ரடீசை நினைவுபடுத்துகிறது.

மிகவும் அழகு வாய்ந்த உடல்வாகு கொண்ட சோய்லா என்ற பெண்ணுடன் குவேரா நட்புடன் இந்தக் காலத்தில் இருந்தார். குவேரா மீது காதல்கொண்ட பெண்களின் எண்ணிக்கை அதிகமாக இருந்தது. இருப்பினும் இது விஷயத்தில் கண்டிப்பானவராக, கண்ணியமானவராக இருந்தார் என்று லாஸ் வேகாஸ் - டி ஜிபாகோவாவில் நடைபெற்ற இந்தச் சம்பவத்தை, ஜோயல் இக்லேசியாஸ் எழுதியுள்ளார். 1958 ஆகஸ்டில் அந்தப் பெண்ணை விட்டுப் பிரிய வேண்டியதாயிற்று. போராளி என்ற முறையிலும், ஒரு பெண் என்ற வகையிலும் தன்னை குவேராவிடம் ஒப்படைத்து இருந்ததாக சோய்லா எழுதியுள்ளார்.

குவேரா போராளிகளுடன் போர் புரியக் கிளம்பும்போது, கமாண்டன்ட் என்ற முறையில், "முன்னேறித் தாக்குங்கள், என உத்தரவிடுவதற்குப் பதிலாக என்னைப் பின்தொடர்ந்து

வாருங்கள் எனக் கூறிப் பாய்வார்" என்பதை சக போராளிகள் அனைவரும் குறிப்பிட்டு எழுதியுள்ளனர்.

தாக்குவது, தப்புவது, மறைவது, மீண்டும் தாக்குவது, எதிரிக்கு மட்டும் சிக்குவது இல்லை எனப் பலமுனைத் தந்திரங்களுடன் போரிடுவது வழக்கமானது. குவேரா திறமை மிக்கவராக இருந்தாலும், சில போர்த் தந்திரங்களில் பலவீனமானவராகவும் தோன்றினார். காஸ்ட்ரோவுக்கும், குவேராவுக்கும் கருத்து மாறுபாடு ஏற்படுகிற போதெல்லாம், சக போராளிகட்கு கவலையாகவே இருக்கும்.

ஆனால், காஸ்ட்ரோ பேசியே தன் தலைமையை நிலைநாட்டிவிடுவார். காஸ்ட்ரோ இல்லாத ஒரு போரை நடத்த முடியாது என்பதை குவேரா சிறிது சிறிதாக உணர்ந்து வந்தார். 1958 ஏப்ரல் 9-ஆம் தேதி நடைபெற்ற தொழிலாளர் வேலை நிறுத்தம் தோல்வியைக் கண்டது. இதனால் காஸ்ட்ரோ கோபமடைந்தார். ஆனால், குவேரா இந்தச் சிறு அசைவும் கூட தமக்கு நல்லது என்று விளக்கம் தந்தார். ஆனால், சமவெளித் தலைவர்களைச் சந்தித்தபோது குவேரா கண்டித்தார், விமர்சித்தார்.

இத்தகைய சீர்திருத்தவாதத் தலைவர்களிடம் தயக்கமும், குழப்பமும் ஏற்பட்ட காலத்தில் மக்கள் சோஷலிஸ்டுக் கட்சி, குவேராவுடன் தொடர்பு கொண்டு, போராட்டத்தில் சேரத் தொடங்கினர். அது மிக விரைவில் முன்னிலை வகிக்கத் தொடங்கி விட்டது. ராணுவம் மூர்க்கத்தனமாக சியாரா மிஸ்ட்ராவைத் தாக்கிக்கொண்டே இருந்தது. குவேராவின் படைப்பிரிவு, தற்காப்புப் போரையே நடத்த வேண்டியிருந்தது. உயிருடன் இருப்பதே வெற்றிக்குத் தேவையாகத் தோன்றியது. இன்னொரு புறத்தில் பிடல்காஸ்ட்ரோ முன்னேறிக்கொண்டு இருந்தார். ஆயுதங்களும், படைகளும் அடிக்கடி இடம் மாற்றப்பட்டன.

சியாரா மிஸ்ட்ரா மீது பத்தாயிரம் ராணுவத்தினர், 76 நாட்கள் தொடர்ந்து தாக்குதல் நடத்தினர். போராளிகள் பக்கம் புதிதாகச் சேர்க்கப்பட்டோரையும் சேர்த்து முந்நூற்றியிருபது பேர் மட்டும்தான் இருந்தனர். எண்ணிக்கையை வைத்துப் பார்த்தால், ராணுவத்தின் பலம் ஒப்பிட முடியாததாக இருந்தது.

நவீன ரக ஆயுதங்களும் அவர்களிடம் இருந்தன. ஆனால், நடந்த போரில் ஆயிரத்துக்கும் மேற்பட்டோரை ராணுவம் சில நாட்களுக்குள் இழந்தது. நானூறு ராணுவ வீரர்களை விடுதலைப் போராளிகள் கைது செய்தனர்.

ஐந்நூறு நவீனத் துப்பாக்கிகளும் போராளிகளுக்குப் பரிசாகக் கிடைத்தது. இரண்டு எளிய ரக டாங்கிகளும் சிக்கின... இது பற்றிய செய்தி ராணுவத்தினர் மத்தியில் பீதியைப் பரப்பியது. நாட்டு மக்கள் மத்தியில், இனி பாட்டிஸ்டாவின் ஓட்டம் எப்போது? என்ற பேச்சு எழுந்தது.

இந்தக் காலத்தின் போது அமெரிக்க அரசு ரகசியமாக காஸ்ட்ரோவுடன் தொடர்புகொண்டது. அமெரிக்க நிறுவனங்கள் மீதான தாக்குதல்கள் நகர, கிராமப்புறங்களில் அதிகமாயிற்று. பாட்டிஸ்டாவுக்கு வந்துகொண்டிருந்த ஆயுத தளவாடங்களைத் தடுப்பதில் விடுதலைப் போராளிகள் வெற்றி கண்டனர். அமெரிக்கா சீர்திருத்தவாதத் தலைவர்களுடன் தொடர்பு கொண்டு அவர்கட்கு உதவிடவும் முயன்றது. இவற்றின்போது குவேரா எதிலும் பங்கெடுக்கவில்லை. பிடல் காஸ்ட்ரோ சீர்திருத்தவாதத் தலைவர்களிடமிருந்து விலகி வந்தார். அதே சமயம் குவேராவுடனும், மக்கள் சோஷலிஸ்டுக் கட்சித் தொண்டர்களுடன் அவரது இணக்கம் வளர்ந்து வந்தது.

1957-இல் சியாராவுக்குக் கம்யூனிஸ்டுத் தொழிலாளர் தலைவர் அர்சனியோ ரோஜாஸ் வந்தார். காஸ்ட்ரோவைச் சந்தித்தார். கட்சித் தலைமை, தமது உறுப்பினர்களை விடுதலைப் போரில் சேர்ந்துகொள்ள அனுமதிக்கும் முடிவை எடுத்ததைக் கூறினார்.

பிஎஸ்பி (கம்யூனிஸ்டுக் கட்சி)யைச் சேர்ந்த இளைஞர் ரிபால்டா படையுடன் வந்து சேர்ந்தார். அவர் பிராக் நகரில் கட்சிப் பயிற்சியும் பெற்றவர். பணிபுரிந்தவர். பல நாடுகளைப் பார்த்த அனுபவமுள்ளவர். அவர் குவேராவுடன் ஐந்தாண்டுகள் வலதுகரமாக இருந்து வந்தார். குவேரா, ரிபால்டாவிடம், தன்னைக் கம்யூனிஸ்டு எனக் காட்டிக்கொள்ளாமல், பழகிட வற்புறுத்தினார். ரிபால்டா கம்யூனிஸ்டு என்பதைப் போராளிகள் சில மாதங்களுக்குள் தெரிந்துகொண்டனர்.

ஆனால், அதனால் தீய விளைவுகள் ஏற்படக்கூடும் என குவேரா எதிர்பார்த்ததற்கு மாறாக, ரிபால்டா மீது மற்றவர்கள் மிகப் பெரும் மரியாதை, அன்பு காட்டத் தொடங்கிவிட்டார்கள். குவேரா மகிழ்ச்சி அடைந்தார். எதையும் மோப்பம் பிடிக்கும் சிஐஏ, இந்த விவகாரத்தை மட்டும் தெரிந்துகொள்ளாமலே இருந்தது. அவரைப் பற்றி 1958 பிப்ரவரி 21-இல் அமெரிக்கத் தூதரகம் சாண்டியாகோவிலிருந்து அனுப்பிய குறிப்பில், "அவரை ஓர் இடதுசாரி சாகசக்காரர்" என்றும், "கம்யூனிஸ்டு ஆதரவாளர் அல்ல" என்றும் தந்தி அனுப்பியிருந்தது. ரிபால்டா பற்றிக் குறிப்பிடப்படவே இல்லை. ஜூலை 26-ஆம் தேதி முழு மூச்சுத் தாக்குதலுக்கு காஸ்ட்ரோ திட்டமிட்டார். அதற்காக குவேராவின் படைப்பிரிவில் ஏராளமான கம்யூனிஸ்டுகள் சேர்ந்து இருந்தனர். வெற்றியை நோக்கி அணிவகுத்துக் கொண்டிருந்த விடுதலைப் போராளிகள் என்றும் கண்டிராத உறுதியுடனும், தெளிவுடனும், நம்பிக்கையுடனும் இருந்தனர்.

குவேராவின் முகத்தில் அலங்கோலமாகத் தொங்கிய இளந்தாடிக்கு நடுவில், நெடு நாட்களுக்குப் பிறகு புதுப்பொலிவும், புன்முறுவலும் தெரிந்தது. சக போராளிகளும் அந்த மகிழ்ச்சி நிறைந்த வெற்றிப் பேரணியை எதிர்நோக்கிச் சிரித்தனர்.

❖

புரட்சிக்கு முன்னதான காலங்களில் 'சே'வும் காஸ்ட்ரோவும் அடிக்கடி விளையாடும் Golf விளையாட்டு

9

ஹவானாவை நோக்கி...

1958 ஆகஸ்டு 18-ஆம் தேதியன்று பாட்டிஸ்டா அரசு வீழ்ச்சி அடையப் போவதையும், புரட்சி வெற்றிபெறப் போவதையும் காஸ்ட்ரோ உணர்ந்தார். ஆட்சியமைப்பதைப் பற்றியோ, அமெரிக்காவுடன் பேச்சு நடத்துவதைப் பற்றியோ யோசிக்காமல், புரட்சியை முடிப்பதில் முழுக் கவனம் செலுத்தினார். "சியாரா பிஸ்ட்ராவிலிருந்து இரண்டு படைப் பிரிவுகளாகப் பிரித்து கியூபத் தீவை ஊடுருவ வேண்டும்" என்று ஆணை இட்டார். மையத்தில் யுத்தத்தைத் தொடங்கி தீவை இரு போர்க்களங்களாகப் பிரித்து விடுவது என்பது திட்டம்.

இரண்டாவது போர் முனைக்கு ரால் காஸ்ட்ரோவைத் தலைவராக நியமித்தார். அடுத்த பிரிவுக்கு காமிலோ சியென்பியுகோஸ் பொருத்தமானவராக இருந்தார். வீரம், அறிவுக்கூர்மை, போராளிகளுடன் பழகும் தன்மை அவரிடம் இருந்தது. இதற்குத் தகுதியாக இருந்த இன்னொருவர் குவேரா. ஒரு வருடமாக தனது படைப்பிரிவைத் தலைமை தாங்கி நடத்தி, வெற்றிப் பயணம் செய்தவர் அவர். குவேராவை காஸ்ட்ரோ தலைமை தாங்கச் சொன்னார். குவேராவின் படைப்பிரிவுக்கு அண்மையில் கொல்லப்பட்ட ரிடாண்டோவின் பெயர் சூட்டப்பட்டிருந்தது.

நூற்றைம்பது வீரர்களுடன் மலைப் பகுதியிலிருந்து நெடுந்தூரம் பயணம் மேற்கொள்ள வேண்டிய சோதனை மிக்க பணி குவேராவின் மீது சுமத்தப்பட்டது. போகும் வழியில் புரட்சிகரச் சக்திகளை இணைக்க வேண்டும். தன் படையில் கட்டுப்பாட்டைக் காக்க வேண்டும். எதிரிப் படையிடமும்

சிக்கிவிடக் கூடாது. விவசாயிகளையும் திரட்ட வேண்டும். இறுதியில் பேச்சுவார்த்தை நடத்தவும் தயாராக இருக்க வேண்டும்.

சிலருக்கு குவேரா அந்நியர்தானே என்ற உணர்வு இருந்திருக்கலாம். சிலருக்கு அவரது முன் கோபம் சகித்துக்கொள்ள முடியாததாக இருந்தது. ஆனால், அவர் காட்டிய பரிவு, தோழமையுணர்வு, தான் செய்ய முடியாததை பிறரைச் செய்யுமாறு ஏவாத பண்பு, வீரம், அர்ப்பணிப்பு ஆகியவை அவரது தலைமையைப் பலப்படுத்தின.

குவேரா புறப்படும்போது, காமிலோ சியென்பியுகோசையும், காதலி சோய்லாவையும் விட்டுப் பிரிய நேரிட்டது. அவர் தனது படைவீரர்களிடம் எந்தக் கனவையும், கற்பனையையும் வளர்க்கவில்லை. எதிர்ப்படக்கூடிய அபாயங்களை எடுத்துக் கூறினார். “நம்மில் எல்லோருமோ, பாதிப் பேரோ சாக நேரிடலாம்... ஆனால் வெற்றி பெறப் போவது நாம்தான்” எனப் பேசினார்.

இறுதியாக 148 பேருடன், ஆகஸ்டு 31-ஆம் தேதி தாக்குதல் பயணம் தொடங்கியது. 46 நாட்கள் உணவு, தண்ணீர், உறக்கம் இன்றி, பசி, கொசுக்கடி, புயல், வெள்ளம், வெப்பம் ஆகியவற்றுடன் ஆர்வமே இல்லாத அபூர்வ மக்களையும் பாட்டிஸ்டா படையினரின் தாக்குதலையும் சந்திக்க நேரிட்டது.

இவ்வாறு 300 கிலோ மீட்டரை, 46 நாட்களில் கடந்தனர். எரிபொருள் கிடைக்காததால், வாகனங்களைக் கைவிட வேண்டியதாயிற்று. பல இடங்களில் குதிரை, கழுதைகளில் பயணம் செய்தனர். பெரும்பாலும் கால்நடையாகத்தான் பயணம் செய்தனர். பயணத்தின்போது 6 பேர் இறந்துவிட்டனர். துன்பம் துயரம் நிறைந்த இந்தப் பயணம் வருணிக்க முடியாத உறுதியைக் காட்ட வேண்டியதாக இருந்தது.

இந்தப் பயணத்தை மேற்கொண்ட படைப்பிரிவை நொறுக்க அனுப்பப்பட்ட டாபர்னில்லா டோல்ஸ் எனும் இணைத் தளபதி குவேரா கொல்லப்பட்டு விட்டதாகவும், படையினர் எல்லோரும் செத்துவிட்டதாகவும் செப்டம்பர் 20-ஆம் தேதி அறிவித்தான். ஆனால் செப்டம்பர் 16-ஆம் தேதியே

அந்த அக்கினிப் பயணம் நிறைவை எட்டிக்கொண்டிருந்தது. அன்றைக்கு அவர்கள் லாஸ்வில்லாஸ் மலையின் முடிச்சுகளைக் கண்டனர். குறியை நெருங்கிவிட்ட மகிழ்ச்சியால் களைப்பை, சோர்வை உதறித் தள்ளினர்.

ஆனால், வெற்றிக்காக மேலும் மூன்று மாதங்கள் காத்திருக்க வேண்டியிருந்தது. இந்தக் கடுஞ்சோதனைகளைத் தாண்டிச் சென்று நெருப்பில் நீந்திய காலத்தில் ஆஸ்துமா நோயைப் பற்றி தனது நாட் குறிப்பில் குவேரா எங்கும் குறிப்பிடவே காணோம். பட்ட பாடுகளால், அந்த நோய் அற்பமாகத் தோன்றியதோ என்னவோ!

அவரது பாதுகாப்புப் படையில், ஜோ ஆர்குடின், ஆல்பர்ட் காஸ்டலோனஸ், காரி வியே காஸ், ஹெர்மிஸ் பெர்மினா ஆகியோர் இருந்தனர். அர்ஜெண்டினா, பொலிவியா, காங்கோ சென்ற குழுவில் கடைசி வரை இவர்கள் குவேராவுடன் சென்றனர். இவர்கள் பின்னர் பொலிவியாவில் குவேராவுடன் கொல்லப்பட்டு, 1996-இல் இவர்களது எலும்புகள் எடுக்கப்பட்டது வரலாறாகும்.

லாஸ் வில்லாசுக்கு வந்த பின்னர் புரட்சிக்கு ஆதரவாக சகல சக்திகளையும் ஒன்று திரட்டும் சிரமமான பணியில் குவேரா ஈடுபட்டார். விவசாயிகளுக்கு குத்தகையை ரத்து செய்வது, காபி உற்பத்தி செய்யும் சிறு நிலச் சொந்தக்காரர்களுக்கு வரி விலக்கு அளிப்பது போன்ற வாக்குறுதிகளைத் தந்தார்.

"கொரில்லா யுத்தத்தில் விவசாயிகளைப் பங்குபெறச் செய்வது, புரட்சிக்கு ஆள் திரட்டுவதற்காக மட்டும் அல்லாது, அவர்களைப் போராட்டப் பாதைக்குக் கொண்டு வரவேண்டிய கடமையுமாகும். அதற்கும் மேலாக சமுதாய மாற்றத்துக்கே அந்தக் கடமை நிறைவேற்றப்பட வேண்டும்" என்றார். நிலச் சீர்திருத்தம் ஒரு மந்திரச் சொல்லாக இருந்தது. ஆனால், அது இடத்திற்கு இடம் வித்தியாசப்பட வேண்டியதாக இருந்தது. விவசாயத் தொழிலாளர்கள் நில மறுவினியோகத்தை எதிர்பார்த்தனர். எனவே விவசாயப் படை, விவசாய இயக்கம் தேவைப்பட்டது. அதையும் குவேரா அமைத்தார்.

கம்யூனிஸ்டுகள் பெரும் பண்ணைகள் மீது தாக்குதலைத் தொடங்க குவேராவை வற்புறுத்தினர். பிடலுடன் இருந்த

கம்யூனிஸ்டுத் தலைவர் ரோபகுருவசை தீவிர நிலச் சீர்திருத்தத்தை வற்புறுத்தியதற்காக, லாபிளாட்டா முகாமிலிருந்து வெளியேற்ற முயன்றபோது, குவேரா தலையிட்டு அதைத் தடுத்தார். "சியாராவிலிருந்து வெளியேற்றப்பட வேண்டியவர்கள் அமெரிக்கப் பத்திரிகையாளர்கள்தான். அதை விடுத்து, கம்யூனிஸ்டுகளை வெளியேற்றினால், பாட்டிஸ்டா செய்வதை நாமே செய்வதாக ஆகிவிடும்" என்று ஒளிவு மறைவின்றிச் சொன்னார். அதைக் காஸ்ட்ரோ ஏற்றுக்கொண்டார்.

சோரி மாரினுடன் இணைந்து, புரட்சிகர அரசு அவசரச் சட்டத்தைக் கொண்டு வந்தது. ஒவ்வொரு நிலவுடைமை அமைப்பையும் அளந்து மதிப்பீடு செய்யும் வரையில் குத்தகைத் தொகையைக் கட்டத் தேவையில்லை என்ற சட்டம் அறிவிக்கப்பட்டது. ஆனால் சீர்திருத்தவாதக் குழுக்கள் இதனால் அதிருப்தி அடைந்தனர். சியாரா மிஸ்ட்ராவிலிருந்து எஸ்காம்ப்ரே வரும் வழியில் பிஎஸ்பி கட்சியினருடன் இரண்டு கூட்டங்களை குவேரா நடத்தியிருந்தார். இறுதிப் பயணம் முடிவடைய பத்தே நாட்கள் இருந்தபோது, 'ஜூலை இருபத்தாறு' இயக்கத்தைச் சேர்ந்த இருவர் "குவேரா எழுத்து பூர்வமாகக் கேட்டால் உதவுவோம். இல்லையேல் அவர் என்னவோ செய்து தொலையட்டும்" என்று கூறியதைக் காஸ்ட்ரோவின் கவனத்திற்குக் கொண்டுவந்தார்.

காரகாசில் இருந்த சகல குழுக்களையும் ஒருங்கிணைத்த காஸ்ட்ரோ, கம்யூனிஸ்டுகளை ஒதுக்கியிருந்தார். ஆனால் குவேரா அர்மாண்டோ, அகோஸ்டா என்னும் கம்யூனிஸ்டைத் தனது குழுவில் சேர்த்துக்கொண்டார். பிஎஸ்பி கட்சி, எல்கியூபானோ பத்திரிகையை வெளியிட, பென்சில்கள், மை, காகிதத்துடன் செர்ஜியோ ரோட்ரிகுவசை அனுப்பியிருந்தது. இளைஞர் அமைப்பின் செயலாளராக இருந்த ஓவிடியோ டயசும் குவேராவுடன் சேர்ந்தார்.

கட்சித் தலைமையிடத்திலிருந்து வந்த தோழர்கள் ஒரு குடுவையில் மேட் பானத்தை அன்பளிப்பாகக் கொண்டு வந்திருந்தனர். அதை அமைதியாக வாங்கிக்கொண்ட பொறுப்பற்ற தோழர்களைக் களத்திற்கு அனுப்ப வேண்டாம் என்றும் குவேரா கட்சித் தலைமைக்குத் தெரிவித்தார். "கமாண்டன்ட் அவர்களே,

இதோ கட்சித் தலைமை அனுப்பிய பரிசு" என்று சத்தமாக அவர் கூறியதன் விளைவாகத்தான் அந்த எச்சரிக்கை! இத்தகைய எச்சரிக்கைகளை குவேரா கம்யூனிஸ்டுக் கட்சியைக் கண்டித்த, வெறுத்த சம்பவங்களாகக் காட்டிட சில ஆய்வாளர்கள் வலிந்து முயன்றுள்ளனர்.

அவருக்குக் கம்யூனிஸ்டுக் கட்சிகள் செயலாற்றி வந்த முறைகளைப் பற்றி பல விமர்சனங்கள் இருந்தது. கம்யூனிஸ்டுக் கட்சிகள் செய்யும் மதிப்பீடுகள் - சில தனிப்பட்ட தலைவர்களைப் பற்றியும், குறிப்பிட்ட கால நிலைமை குறித்தும் தவறான முடிவுக்கு வருவதாகக் கருதினார். அதை வெளிப்படையாகச் சொன்னார். காஸ்ட்ரோவை, அவர் வழி நடத்திய போராளிக் குழுவின் ஆற்றலை, அது செய்யப் போகும் காரியத்தை மதிப்பிடாமல், அவர் பல வருடங்களுக்கு முன்னால் எந்தக் கட்சியில் இருந்தார்? என்ன கருத்து கொண்டிருந்தார்? என்பது பற்றியே பேசிக் கொண்டிருப்பது பொழுதை வீணடிக்கும் செயல் எனக் கண்டித்துள்ளார்.

ஆனால், அவர் தன்னை ஒரு சாதாரணக் கம்யூனிஸ்டு என்றே கூறிக்கொண்டார். சோவியத் யூனியன் தலைமையில் சோசலிசத்திற்கான சர்வதேசப் படையில் தானும் ஓர் உறுப்பினன் என்றே அந்தக் கட்டத்தில் பெருமையுடன் கூறி வந்தார்.

சியாராவைச் சேர்ந்த போராளிப் பெண்ணொருத்தி, தன்னோடு பேசிய முதல் நாளே அவளுடைய மதநம்பிக்கை பற்றிக் கேட்டாராம். அந்தப் பெண் திரும்பி, "உங்களது மதநம்பிக்கை பற்றிக் கூறுங்கள்" எனக் கேட்ட போது, "ஒரு கம்யூனிஸ்டுக்கு மதநம்பிக்கை இருக்க முடியாதம்மா!" என்று எழுதியுள்ளார். எனவே உறுப்பினர் அட்டை பெறாத, தன்னை ஒரு சுய கம்யூனிஸ்டாக அவர் கருதிக்கொண்டார்.

ஒருமுறை கம்யூனிஸ்டுக் கட்சிகளின் மெத்தனமான போக்குகளை விமர்சிக்கும் வகையில், "சிறையில், இருட்டறையில் அடிபட்டு நொறுக்கப்படுகிற போதும் உறுதியை, பொறுமையை, கட்சிப் பற்றைக் காட்டப் பயிற்சியளித்திருக்கிற கம்யூனிஸ்டுக் கட்சிகள், எதிரிகளைத் திருப்பி அடிக்க, துப்பாக்கி ஏந்தும் பயிற்சிகளைக் கொடுக்காமல் இருப்பது ஏன்?" என்றும் தோழர்களிடம் சீறியுள்ளார்.

இத்தகைய துண்டு துண்டாக வெளிவந்த சொற்களை வைத்துச் சில ஆய்வாளர்கள், குவேரா தொடக்கம் முதலே கம்யூனிஸ்டு எதிர்ப்பாளராக இருந்தார் என்பது, ஸ்டாலின் படத்தின் முன்னர் சத்தியம் செய்து உறுதி எடுத்த இளைஞருக்கு, மகன் பிறந்தால் 'விளாடிமிர் இலியிச்' எனப் பெயரிடுவேன் என்ற குவேராவுக்கு எந்த வகையிலும் பொருந்தாது. ஆனால், கியூபக் கம்யூனிஸ்டுக் கட்சியும் ஆயுதப் போராட்டத்தை ஆதரித்துத் தீர்மானம் போட்டவுடன், அவரது விமர்சனங்கள் மறைந்து அவர் கியூபக் கம்யூனிஸ்டுக் கட்சியின் உறுப்பினர் ஆனார்.

இறுதிப் போருக்காகக் காத்திருந்த குவேரா ஸாண்டா கிளாரா யுத்தத்திற்கு முன் நடத்திய விவாதம் பதிவு செய்யப்பட்டுள்ளது. ஓடல்ஸ்கி வாழ்க்கையில் பல திருப்பங் களைச் சந்தித்தவர். தனது 27-வது வயதில் புரட்சி அரசில் இணை அமைச்சராக நியமிக்கப்பட்டார். திடீரென பதவியிலிருந்து நீக்கப்பட்டு சிறையில் அடைக்கப்பட்டார். விசாரணைக்குப் பின்னர் விடுவிக்கப்பட்டு, மீண்டும் குவேராவின் தொழில் அமைச்சகத்தில் நியமிக்கப்பட்டார். தொடர்ந்து பல துறைகளுக்குப் பொறுப்பாக இருந்தார். இவர்களது விவாதம் பெரும் பண்ணைகளை எடுத்து மறுவினியோகம் செய்வதைப் பற்றி இருந்தது. படிப்படியாக நிலத்தை வினியோகிக்க வேண்டும் என்பதும், நிலத்தை ஏழை விவசாயிகளுக்குக்கூட இனாமாக தரக்கூடாது என்றும், நீண்ட காலக் கடனாக வழங்கினால்தான், நிலத்தின் அருமை தெரியும் என்றும், இலவசமாக வழங்கிய மெக்சிகோவில் அந்தத் திட்டம் தோற்றது என்றும் வற்புறுத்தினார்.

“ஏழை விவசாயிகளிடம் பணம் வாங்குவதைத் தன்னால் நினைத்துக்கூடப் பார்க்க முடியாது” என்று குவேரா வாதாடினார். ஓடல்ஸ்கி, “அமெரிக்கக் கழுகு நம்மை எந்த நேரம், என்ன காரணம் கூறிக் கொத்தலாம் எனப் பார்த்துக்கொண்டிருக்கிற போது நாம் மெதுவாக முன்னேறுவதே நல்லது” என்றும் வாதிட்டார்.

இதைக் கேட்டு, “அந்த அமெரிக்கர்களின் முதுகுக்குப் பின்னால் மறைந்துகொண்டு புரட்சியை நடத்திவிட முடியும் என்று நினைக்கும் கனவுலக மனிதர் நீங்கள்” என்றும், “புரட்சி

காஸா வருகையின் போது

எல்லாவற்றையும் முடித்து வைக்கும், கவலைப்படாதீர்கள்" என்றும் கூறினார் குவேரா. நிதானமாகச் சிந்திப்பதைவிட ஆவேசமே மேலோங்கியிருப்பதாக ஓடல்ஸ்கி எழுதியுள்ளார்.

பிடல் காஸ்ட்ரோ அமெரிக்காவைக் கண்டு அஞ்சவும் இல்லை. அதே சமயம் ஆத்திரமூட்டவும் விரும்பவில்லை. அமெரிக்கப் பத்திரிகையாளர்களிடம் மிதவாத சீர்திருத்தக் கருத்துகளை மட்டுமே பேசுவார். தனது படைபலத்தை குறைத்தே பேசுவார். நிலச்சீர்திருத்தம் பல நாடுகளையும் பார்த்து, மெதுவாகச் செய்யப்பட வேண்டியது என்பார். அவர் அமெரிக்கர்களுடன் ஒரு வழக்குரைஞராகவே பேசுவார். புரட்சி மேடையில் மக்களிடம் அனலை உமிழ்வார். மனத்திற்குள்ளே எதிர்காலத் திட்டம் உருவாகிக்கொண்டிருக்கும். அவர்தான் காஸ்ட்ரோ. இந்த அணுகுமுறை வேறுபாடுகள் இருந்த போதிலும், குறியில் இருவரும் ஒரே இடத்தை நோக்கி முன்னேறும் இரட்டையராகவே இருந்தனர்.

அமெரிக்கர்கள் பாட்டிஸ்டாவுக்கு ஆயுதங்களை அனுப்புவதைத் தடுப்பதே காஸ்ட்ரோவின் முயற்சியாக இருந்தது. வாஷிங்டனில் காஸ்ட்ரோவின் விடுதலைப் போராளிகளை அழிக்கவும், பாட்டிஸ்டாவுக்கு உதவிடவும் தேவை என்ற விவாதம் நடந்து கொண்டிருந்தது. பாட்டிஸ்டாவால் இனி தாக்குப் பிடிக்க முடியாது. மக்களை விட்டு வெகுதூரம் விலகிவிட்டார். போராளிகள் முன்னேறி வருகின்றனர்.

ஆனால், அதே சமயத்தில் அமெரிக்கப் பண்ணைகள், நிறுவனங்களுக்குப் பாதுகாப்புத் தேட வேண்டும். அமெரிக்க மக்களைத் திருப்பி நாட்டிற்குக் கொண்டு வந்துவிட வேண்டும் என்ற பல கருத்துகள் மோதிக் கொண்டிருந்தன. லெனினுக்கு இருந்ததாக எச்.ஜி.வெல்ஸ் எனும் புகழ்பெற்ற எழுத்தாளரால் கூறப்பட்ட, "ஏழாவது அறிவும் இருந்தது. தரைக்குள் புல் முளைக்கப் போகும் சத்தமும் அவரது காதில் கேட்கும்" என்ற வாசகம் காஸ்ட்ரோவுக்கும் பெரும்பாலும் பொருந்தும்.

குவேரா அதிரடிச் சிந்தனைக்கு அடிக்கடி ஆட்பட்டே வந்தார். சாங்-டி-பிட்டர்ஸ் என்ற ஊரிலிருந்து வங்கிகளைக் கொள்ளையிடும்படி குவேரா, ஓடல்ஸ்கிக்கு உத்தரவு போட்டார். "உத்தரவுக்குப் பணிய வேண்டியது என் கடமை. ஆனால்,

கொள்ளையிட்டால், புரட்சிக்காரர்களைப் பற்றி இழிவான செய்தி பரவும். மக்களின் ஆதரவை, மரியாதையை இழக்க நேரிடும்" என ஓடல்ஸ்கி வாதாடினார். குவேரா, கோழை என்று சாடினார். இதே போல தலைமறைவுக் குழு ஒன்றுடனும் நேர் மோதலில் ஈடுபட்டார். ஓர் இடத்தைக் கடக்க சங்கேத மொழியைக் கூற வேண்டும். இல்லையேல் தடுக்கப்படுவது வழக்கம்.

குவேரா அதைத் தெரியாது இருந்ததால் மோதல் வர இருந்தது. நல்ல வேளையாக அந்த நேரத்தில் தலைமறைவுக் குழுத் தலைவர் தலையிட்டுத் தவிர்த்தார். இதன் பிறகு பலவகைக் குழுக்களுடனும் ஒத்துப் போக குவேரா தன்னைப் பழக்கிக் கொண்டார். தலைமறைவுக் குழுத் தலைவர் குடியரஸ் மெனோயா குவேராவுடன் ஒப்பந்தம் செய்துகொண்டு, தோழமையோடு பழகி வந்தார். நிலச்சீர்திருத்தம் பற்றிய ஒப்பந்தம்தான் அது. அதை குவேரா புகைப்படமாகவும் எடுத்தார். இவரது தலைமையில் தெற்குக் கரையோரப் பகுதியிலும், குவேரா தலைமையில் மேற்குக் கரையோரப் பகுதியிலும் இவர்கள் பணியாற்றி வந்தனர். யாகுவாஜேயை முற்றுகை இட்ட காமிலோ சியன்புயுகோவுக்கு ஆயுதங்களைக் கூட இவர் கொடுத்து உதவினார்.

இவர் புரட்சிக்குப் பிறகு கியூபச் சிறையில் இருபது ஆண்டு அடைக்கப்பட்டது, அரசுக் கவிழ்ப்பு முயற்சியில் ஈடுபட்டதற்காக. நவம்பர் 3-ஆம் தேதி பாட்டிஸ்டாவால் அறிவிக்கப்பட்டிருந்த தேர்தலை நடத்தவிடாமல் முறியடிக்க காஸ்ட்ரோ விரும்பினார். அந்தத் தேர்தலைப் புறக்கணிக்கும்படி அறிவிக்கப்பட்டது. இருபது விழுக்காட்டிற்கும் குறைவான மக்களே வாக்களித்தனர். பல இடங்களில் அது முற்றாக நிறுத்தப்பட்டது.

பாட்டிஸ்டாவின் வீழ்ச்சி உறுதியாகத் தெரிந்ததால், சார்ஜண்டை முறைப்படி ஓய்வு பெற நிர்ப்பந்தித்தனர். வேறு ஒருவரைத் தலைவராக நியமித்துத் தேர்தலை நடத்திடவும் முயன்றனர். இந்தக் கண்துடைப்பு வேலையை முறியடிக்க காஸ்ட்ரோ தீவிரமாக நடவடிக்கை எடுத்தார்.

நவம்பர் 3-ஆம் தேதிக்கு முந்தைய நாளே எந்த ஒரு வாகனத்தையும், ராணுவ வாகனங்கள் உட்பட அனைத்தையும் தடுத்து நிறுத்த முடிவு செய்தபடி நடந்தது. இதே காலத்தில் ஒரே தடவையில் மக்களைத் திருத்திவிட குவேரா எடுத்த நடவடிக்கை தோல்வியைக் கண்டது. சாங்-டி-பிரிட்டர்ஸ் கிராமத்தைப் பிடித்தவுடன், மது அருந்தக் கூடாது என்றும், லாட்டரி விற்பனையையும் தடை செய்தார். மக்கள் கலகம் செய்தனர்.

பிற லத்தீன் நாட்டுப் பழக்கவழக்கங்களைத் தங்கள் மீது திணிப்பதாகவே அவர்கள் கருதினர். குவேரா அதைக் கைவிட்டார். படையில் ராணுவ வீரர்களின் எண்ணிக்கை அதிகரித்து வந்ததால், அவர்கள் பெண்களுடன் கொள்ளக்கூடிய தகாத உறவுகளைத் தடுக்க, தண்டிக்க விதிகளை வகுத்தார்.

'ஜூலை இருபத்தாறு' இயக்கத்திலிருந்து ஆற்றல், அரசியல் அறிவு, அழகு, துணிச்சல் நிறைந்த இளம் பெண் அலெய்டா மார்க்சை குவேரா சந்தித்தார். ஒரு நாள் ராணுவத்தால் துரத்தப்பட்ட அவர், குவேராவின் முகாமில் வந்து தஞ்சமடைந்தார். அவர் மேல் நடுத்தர வர்க்க வெள்ளையர் குடும்பத்தில் பிறந்திருந்தும், புரட்சிக் குடும்பத்தில் ஐக்கியமானவர். அவர் குவேராவை விரும்பினார். போர்க்களத்திலும் இத்தகைய காதல்கள் முகிழ்த்தன போலும்.

1958 நவம்பர், டிசம்பர் மாதங்களில் மத்திய கியூபாவின் சாலைத் தொடர்புகளை குவேரா முழுமையாகத் துண்டித்து விட்டார். ஒரு வீட்டுக் கூரையிலிருந்து குதித்ததால் அவரது காலில் காயம்பட்டது. கை எலும்பு முறிந்தது. அவரது கைக்கு மாவுக்கட்டு போடப்பட்டது.

டிசம்பர் 21-ஆம் தேதி வீழ்ந்த காபைகுவான் நகரில் 90 கைதிகள், 7 இயந்திரத் துப்பாக்கிகள், 85 துப்பாக்கிகளையும் கைப்பற்றினார் குவேரா.

ஒரு லட்சத்து ஐம்பதாயிரம் மக்கள் வாழ்ந்து வந்த சாண்டாகிளாரா நகரைக் கைப்பற்ற குவேரா முன்னேறிய அன்றைக்கே பாட்டிஸ்டாவின் ஆட்சிக்கு முடிவும் நிர்ணயிக்கப் பட்டுவிட்டது. பாட்டிஸ்டாவின் படைவீரர்கள், நவீன ஆயுதங்களுடன் காப்பரண்களில் வாகன வசதிகளுடனு

மிருந்தும் போராட, உயிர் இழக்கத் தயாராக இல்லை. வெகு வேகமாக சரணடையத் தொடங்கிவிட்டனர். அவர்களது நம்பிக்கை தளர்ந்து போய்விட்டது.

2500 படை வீரர்கள் சாண்டாகிளாராவில் இருந்தனர். 300 பேருடன் குவேரா தாக்குதலைத் தொடர்ந்தார். யுத்தம் ஒரு மாதம் நீடிக்கலாம் என்றுதான் குவேரா நினைத்தார். தனது வீரர்களைப் பல பிளாட்டூன்களாகப் பிரித்து நகருக்குள் தான் ஒரே ஜீப்பில் நின்றவாறு நுழைந்தார். ஒரு சிறு ரக டாங்கியிலிருந்து வந்த குண்டு ஐந்து கொரில்லாக்களின் உயிரைப் பறித்தது.

அதே சமயம் ரயிலில் மாணவர் படையும், மற்றொரு போராளிக் குழுவும் வந்துகொண்டிருந்தது. எனவே, அது வந்து சேருவதற்காக குவேரா போரைத் தணித்துக்கொண்டார். அதே சமயம் ராணுவத்தின் துணைக்குப் படைகள் வராமலும் பார்த்துக் கொண்டனர். இராணுவமோ காப்பரண்களுக்குள் பாதுகாப்பாக அமர்ந்திருந்தது. வெளியில் வரவே இல்லை.

ராணுவத்தினர் விமானப் படையின் உதவியை நாடினர். அது கிடைக்கவில்லை. மக்கள் ராணுவ டாங்கி நகர முடியாதவாறு தடைகளைப் போட்டனர். குவேராவின் போராளிகளைப் பல இடங்களில் பதுங்கிக்கொள்ள உதவினர். மக்களின் மௌனப் புரட்சி சக்தி படைத்ததாக இருந்தது.

ரயிலில் ஆயுதங்களுடன் வந்த ராணுவத் தலைமை அதிகாரிகள் இரண்டு நாட்களுக்கு முன்பே தண்டவாளங்கள் தகர்க்கப்பட்டிருப்பதைக் கண்டனர். பின்னாலே வந்த ரயில்பெட்டி கவிழ்ந்தது. அதிலிருந்த வீரர்கள், என்ன செய்வது என்று தெரியாமல் திண்டாடிக் கொண்டிருந்தபோது, பெட்ரோல் வெடி குண்டுகளைக் குவேரா படையினர் வீசினர். ராணுவத்தினர் ஆயுதங்களுடன் சரணடைய முன் வந்தனர். ரயிலின் முன்னர் அலெய்டா மார்ச்சை நிறுத்தி குவேரா புகைப்படம் எடுத்துக்கொண்டார். அது வரலாற்று ஆவணமாக இருக்கிறது.

ஆயுதங்களைக் கைப்பற்றிய மாணவர் இயக்கம், ஹவானாவை நோக்கி முன்னேறியது. கொலம்பியாவைக் கைப்பற்ற

அலெய்டா மார்ச்சுடன் 'சே'

காமிலோவிடம் காஸ்ட்ரோ ஒப்படைத்தார். ஹவானாவில் இரக்கம் இன்றிப் பலருக்கு மரண தண்டனை வழங்க வேண்டி வரும். அதற்கு குவேராவை விட, காமிலோ போவதுதான் நல்லது எனக் காஸ்ட்ரோ கருதியிருக்கலாம். குவேரா வெற்றி மேல் வெற்றி பெற்று முன்னேறிக் கொண்டிருந்தார்.

ஜனவரி 3-ஆம் தேதி ஹவானாவுக்குள் காமிலோ மக்கள் வரவேற்புக்கிடையில், குவேரா தலைவிரி கோலத்துடன் போர்க்களத் தூசிகளுடன் நகருக்குள் நுழைந்தார். ஹவானாவுக்கு

வந்துகொண்டிருந்த காஸ்ட்ரோவை வரவேற்கக் குவேரா மடான்சாவுக்குப் போனார். ஒரு டாங்கியில் நின்றபடி இருவரும், மக்களின் ஆரவார வரவேற்புக்கிடையில் ஹவானாவில் வலம் வந்தனர். பத்திரிகைகள் வெளியிட்ட பலவகைப் புகைப்படங்களில் இரட்டையரின் சிரிப்பு நிறைந்த முகங்களை இன்றைக்கும் காணலாம். சியாராதான் வென்றது. சமவெளிப்படை அல்ல என்பதை காஸ்ட்ரோ அறிந்திருந்தார்.

விதிமுறைக்கேற்ப பிடல் காஸ்ட்ரோ அதிகாரத்தை எடுத்துக்கொண்டார். இந்த வரலாற்றை எழுத ரால், காமிலோ, குவேராவுக்குத்தான் சாத்தியம் இருந்தது. காஸ்ட்ரோவுக்கு எழுதுவது வரவில்லை. நேரமும் இல்லை. இந்த நிகழ்ச்சிகளை அதன் உண்மையான உள்ளடக்கத்துடன், தானே நடத்தியவர் என்ற முறையில் குவேராவால் எழுத முடிந்தது.

விமானம் கடலில் விழுந்தபோது காமிலோ காலமாகி விட்டார். ரால் காஸ்ட்ரோ பல பணிகளை மேற்கொண்டதால் எழுதவே முடியவில்லை. துப்பாக்கியைத் தூக்கி அலைந்தாலும் புத்தகம் படிப்பதையும், நாள்தோறும் எழுதுவதையும் மறக்காத குவேராதான் வரலாற்று ஆசிரியர் ஆனார். அதில் அவர் காஸ்ட்ரோவின் தலைமைப் பாத்திரத்தைச் சரியாகவே மதிப்பிட்டார். தவறுகளையும் கூட ஒப்புக்கொண்டார். மக்களின் ஒத்துழைப்பு, வீரர்களின் அர்ப்பணிப்பைப் பதிவு செய்தார். இது கூட்டு முயற்சியின் வெற்றி என்றே எழுதினார்.

ஜனவரி 7-க்குப் பின், ஒரு ராணுவ அதிகாரியின் வீட்டில் அலெய்டா மார்ச்சும் குவேராவும் குடியேறினர். ஜனவரி 9-ஆம் தேதி கியூப மக்களை அழைத்து வர காமிலோ அனுப்பிய விமானத்தில், குவேராவின் தாய் தந்தையரும், சகோதர, சகோதரிகளும் ஜனவரி 9-ஆம் தேதி வந்து சேர்ந்தனர். விமான நிலையத்தில் தன் தாயை ஓடிக் கட்டிப் பிடித்துக்கொண்டார். குவேரா, தாய் ஆஸ்துமா பற்றிக் கேட்டார். "அதுவா, அதையும் போராடித் தோற்கடித்து வருகிறேன்" என்றார். இந்தக் காலகட்டத்தில், "ஆஸ்துமாவின் தொல்லையைத் தவிர்க்க சுருட்டைக் குடிப்பது நல்லது" என்று கூறியபடி புகைக்கத் தொடங்கியவர், சாகும்வரை புகைத்துக்கொண்டே இருந்தார்.

சகோதர, சகோதரிகளுடன் பிரிந்திருந்த அவரது தந்தையும் வந்து இருந்தார். எல்லோருடனும் குவேரா பழகினார். சில

நாட்கள் மீண்டும் ஒரே குடும்பமாக வாழ்ந்தனர். குவேராவைத் தனியாக அழைத்து கில்டா என்ன ஆனார் என்று கேட்டபோது அவளுடைய அனுமதி, சம்மதத்துடன் தான் அலெய்டா மார்ச்சை இரண்டாவது மனைவியாக ஏற்றதாகச் சொன்னார்.. அலெய்டா மார்ச்சின் அறிவும், சுறுசுறுப்பும் குவேராவுக்கு ஏற்ற மனைவிதான் என்று அம்மாவைச் சொல்ல வைத்தது.

பெற்றோர் குவேராவிடம் வீடு திரும்பிவிட மன்றாடினர். குவேரா நாடோடி என்று மட்டும் கூறிக்கொண்டே இருந்தார். "என் முடிவு, எங்கு எப்போது என்பது எனக்கே தெரியாது. அதுதான் என் பாதை" என்று மட்டும் தாயிடம் கூறினார்.

"நானும் நண்பனும் பல நாடுகளைச் சுற்றிப் பார்க்கப் போகிறோம். இரு மாதங்களுக்குள் என்னிடம் இருந்து கடிதம் வரவில்லை என்றால், முதலை என்னைச் சாப்பிட்டு விட்டது என்று வைத்துக் கொள்ளுங்கள். அல்லது பூர்விக இந்தியக் கொள்ளைக்காரன் கொன்றுவிட்டு, தலையை ஓர் அமெரிக்கனுக்கு விற்றிருப்பான் என்று நினைத்துக்கொள்ளுங்கள்" என்று இரக்கமின்றி மகன் எழுதிய பழைய கடிதத்தை நினைவுபடுத்திக் கொண்டார் தாய். அவனது வெற்றியில் மகிழ்ச்சிதான். அவன் போக்கைப் பற்றித்தான் கவலையாக இருந்தது.

பிப்ரவரி 14 வரை அவரது குடும்பத்தினர் அவருடன் இருந்தனர். புரட்சி அரசு, பாட்டிஸ்டாவை எதிர்த்துப் போராடிய பிற நாட்டவர்க்கும் இரண்டு ஆண்டுகள் தங்கியிருந்த பிற நாட்டவர்க்கும் குடியுரிமை வழங்கப்படும் என அறிவித்தபடி, அந்நிய நாட்டவராக கியூபாவிற்குள் நுழைந்த குவேரா, இப்பொழுது கியூபாவின் குடிமகனாக ஆனார்.

எனவே முழு உரிமையுள்ள குடிமகனாக குவேரா பங்கேற்கத் தொடங்கினார். குவேரா உடல் நிலை அபிவிருத்திக்காக தலைநகருக்கருகிலிருந்த டாராவில் தங்கிட ஏற்பாடு செய்யப்பட்டது.

அவர் டாராவிற்குப் புறப்படுவதற்கு முன்னர், செய்து முடிக்கப்பட வேண்டிய ஒரு சங்கடமான வேலைப் பொறுப்பு அவரிடம் ஒப்படைக்கப்பட்டது. பாட்டிஸ்டாவின் கையாட்களுக்கும், மக்களுக்குக் கொடுமைகளை இழைத்தவர்கட்கும், புரட்சிப்படையை எதிர்த்துப் போராடும்போது அத்துமீறி செயல்பட்டோருக்கும் மரணதண்டனை விதிக்கப்பட நிறைவேற்றப்படும் பணிதான் அது.

வழக்கமான ஒழுங்குமுறை விதிகளை விரைவாக நிறைவேற்றவேண்டி இருந்தது. ஜனவரி 13, 14 தேதிகளில் சுமார் இருநூறு பேருக்கு மரணதண்டனை நிறைவேற்றப்பட்டது. நேரில் நின்றோ அல்லது ஜன்னல் வழியாகவோ அவை நிறைவேற்றப்படுவதை குவேரா பார்த்துக் கொண்டு இருந்தார். இதை அமெரிக்கா 'ஆயிரக்கணக்கில்' எனச் செய்தி வெளியிட்டது. ஆய்வாளர்கள் இதனை 700 அல்லது இன்னும் அதிகமாக இருக்கலாம் எனவும் எழுதியுள்ளனர்.

லா கபானாவில் நிறைவேற்றப்பட்ட மரணதண்டனைகள், லத்தீன் அமெரிக்க நாடுகளிலும் உலக நாடுகள் பலவற்றாலும் வன்மையாகக் கண்டிக்கப்பட்டது. 'நர வேட்டை', 'சங்காரம்', 'ரத்தவெள்ளம்', 'ரத்தக் காட்டேரிகளின் வெட்டரிவாள் வேட்டை', 'அநியாயம்', 'அக்கிரமம்', 'உண்மை வடிவம் வெளிவந்தது' என்றும் எச்சரிக்கைகள், கண்டனங்கள் பரவின. "இவற்றைத் தடுத்து, தனிநபர் சுதந்திரத்தை, தனி நபர் உயிரைப் பாதுகாக்கத்தான், அமெரிக்கா போராடி வருவதை இப்பொழுதாவது உணருங்கள்" என்று அமெரிக்காவும் பிரசாரம் செய்தது. கியூபா மீது வெறுப்பு வளரும் அளவுக்கு அது பெருகி வந்தது. காஸ்ட்ரோ, "ஹவானாவில் உள்ள விளையாட்டரங்கில் பகிரங்க விசாரணை நடைபெறும்" என்று அறிவித்தார். இதனாலும் கண்டனம் குறையவே இல்லை.

மரண தண்டனை நிறைவேற்றுவதை மேற்பார்வையிடு கிறவராகத்தான் குவேரா இருந்தார். அவரே தண்டனைகளை நிறைவேற்றவில்லை. முன்னாள் குற்றவாளியாக இருந்து, பின்னர் குவேராவுடன் சேர்ந்துகொண்ட ஹெர்மான் மார்க்ஸ் என்பவரிடம் நிறைவேற்றும் பொறுப்பு ஒப்படைக்கப் பட்டிருந்தது. இந்தக் கட்டத்தில் சே குவேரா நடந்துகொண்ட விதம் பற்றி மாறுபட்ட குறிப்புகள் கிடைத்துள்ளன.

"சே குவேரா ஒவ்வொரு தண்டனை நிறைவேற்றப்பட்ட போதும், மிகவும் வருத்தம் அடைந்தவராகவே காணப்பட்டார். இதைத் தவிர வேறு வழி இல்லையா என அவரது மனம் துடித்தது" என்றும் ஒருவர் எழுதியுள்ளார்.

வேறு சிலர், "கண்ணை மூடிக்கொண்டு உத்தரவுகளை இயந்திரம் மாதிரி நிறைவேற்றினார்" என்று கூறியுள்ளனர்.

விசாரணை செய்யப்பட்டு, மரண தண்டனை ரத்தாகி, ஆனால் முப்பதாண்டுகள் சிறையிலிருந்த பின் விடுவிக்கப்பட்ட பாட்டிஸ்டாவின் ராணுவ அதிகாரி மாட்டோஸ், "குவேரா மனித நேயம், கருணையுள்ளவர் - கடமை என்று வந்தபோது மட்டுமே இதைச் செய்தார்" என எழுதியுள்ளார். தவிர்க்க முடியாத களை எடுப்பு எனக் கூறினாலும், இது கியூபாவின் வரலாற்றில் ஒரு ரத்தக்கறை படிந்த அத்தியாயம்தான்!

ஆனால், இந்த முறையைத் தவிர வேறு கருணைமிக்க தூய பாதை எதையும் எந்தவொரு நாடும், எந்தவொரு அரசும், இதுவரை கையாளவில்லை என்பதையும் நினைவில் கொள்ள வேண்டும். இத்தகைய நேரங்களில் ஒரே ஒரு பாதைதான் இருக்கிறது.

ஆனால், பல கோடி மக்களைக் கொன்ற உலகப்போரை நடத்தியவர்களுக்கும், மனித குலத்தின் மீது முதல் அணுகுண்டை வீசியவர்கட்கும் இவை பற்றிச் பேச, எழுத, தார்மீக உரிமை ஏதும் இல்லை என்பது மட்டும் தெளிவானது. மனித குலம் சிந்தித்த நல்ல மாற்றுவழி காணும்வரை இந்த விவாதம் நீடிக்கவே செய்யும்.

குவேரா இதுபற்றி அதிகமாக அலட்டிக் கொள்ளவில்லை. ஒரு பத்திரிகைக்கு அவர் கொடுத்த பேட்டியில், "நாங்கள் புரட்சி நடத்தியபோது, வேட்டையாடப்பட்ட போது, ஏன் நீங்கள் எழுதவில்லை?" என்று கேட்டார். "நாங்கள், பொது மக்களையோ, நிரபராதிகளையோ கொன்றதாக ஒன்றிரண்டு சான்றுகளையாவது காட்ட முடியுமா? எங்களை நாங்களே பலியிட்டுக்கொண்டு, மக்களை விடுவிக்கப் போராடியவர்கள் என்பதைக்கூட, உங்களால் பார்க்க முடியவில்லையா?" எனக் கேட்டார்.

"ஓர் அரசு போட்ட உத்தரவைத்தானே நிறைவேற்றினார்கள் படைவீரர்கள். அந்த அரசு நீக்கப்பட்டுவிட்டது. இவர்களை மன்னித்துவிட வேண்டியதுதானே" என்று பத்திரிகையாளர் கேட்டார்.

அதற்கு குவேரா, "நண்பரே! நாங்கள் சாதாரண வீரர் களுக்குத் தண்டனை கொடுப்பது இல்லை. அவர்களை விடுவித்து அனுப்பிவிட்டோம். உயர் அதிகாரிகள்தான்

விசாரிக்கப்படுகிறார்கள். இவர்கள் புரட்சி இல்லாதிருந்தாலும்கூட விசாரித்துத் தண்டிக்கப்பட வேண்டியவர்கள்" எனக் கூறிவிட்டுச் சிரித்தார்.

நிருபரும் "ஆமாம்" எனத் தலையை அசைத்தார்.

இன்னொரு நிருபரிடம், "நூராம்பர்க் விசாரணை ஏன் நடக்கிறது? எதற்காகத் தண்டனை தரப்படுகிறது? அதைச் சிறிய அளவில் நாங்கள் செய்யக் கூடாதா" எனக் கூறினார்.

"அவர் வாதங்கள் கூர்மையானவை மட்டுமல்ல. அவர் மனித வேட்டைக்காரர் அல்லர். தன்னைப் பறிகொடுத்து, மனிதகுலத்துக்குப் போராடிய இந்தச் சகாப்தத்தின் ஏசுநாதர்" என்று இன்னொரு நண்பர் வருணித்தார். அவர் இறந்த பிறகு பிரசுரிக்கப்பட்ட அவரது புகைப்படத்தின் கீழ், அமெரிக்கப் பத்திரிகையாளர்கள் உட்படப் பலர், "இறந்துபோன குவேராவின் முகத்தோற்றம் சிலுவையில் அறையப்பட்ட இயேசுநாதரைப் போலவே இருந்தது" என்று எழுதினர். அவரது வாழ்க்கை வரலாற்றை எழுதிய பலர், அவரது முகத் தோற்றத்தை என்ன காரணத்தாலோ, ஏசுநாதர் முகத்தோடுதான் ஒப்பிட்டு எழுதியுள்ளார். அவரது தியாகம், அவரைத்தான் நினைவு படுத்துவதாக இருக்கிறது.

எதுவாயினும், குவேரா தன் கடமையைச் செய்தார்.

இந்தக் காலத்தின்போது அவருக்கு ஆஸ்துமா நோய் கடுமையானது. அதனால்தான் டாராவில் போய்க் குடியேறினார். அவரது நோய் கடுமையானதால் ஜனவரி 17 முதல் மே மாதம் வரை டாராவில் தங்கியிருக்க நேரிட்டது. அவர் படுக்கையில் கிடந்த காலம் இதுதான். நீண்ட பயணம். போராட்டத்தின் மொத்த விளைவாக இருக்கலாம்.

ஆனால், படுத்துக்கொண்டே இருமிக்கொண்டே 'கொரில்லாப் போர்முறை' என்ற பல லட்சம் பிரதிகள் விற்பனையான நூலை எழுதினார். ஆனால், புரட்சிகர கட்சிகளுக்குள்ளும் புழுக்கள், இருக்கவே செய்யும். புளுகர்களும் எங்கும் இருப்பர். பொறாமைக்காரர்கட்குப் பஞ்சம் இருக்காது. திறமையற்ற சுயநலவாதிகள், திறமையோடு பணிபுரிவோரை வீழ்த்தப் பயன்படுத்தும் ஒரே ஆயுதம் அவதூறுப் பிரசாரம்தான்.

இதிலிருந்து குவேராவும் தப்பவில்லை. நெருப்பையே ஒரு கொசு கடிக்கப் பார்த்தது.

"குவேரா ஒரு குபேர வாழ்க்கை வாழ்கிறார். இவர் யார்? இவருக்கு எப்படி இவ்வளவு பெரிய மாளிகை வந்தது? மர்ம மாளிகையில், இந்த மர்ம மனிதன் என்ன செய்கிறானோ?....." இந்தத் தொனியில் இன்னும் பலபடச் சேர்ந்த கற்பனைகளுடன் பல கட்டுரைகள் எழுதப்பட்டன.

தவளைகளின் சத்தத்தை அடக்க குளத்தில் ஒரு கல்லை விட்டு வீச வேண்டியது அவசியமாகிவிட்டது.

"நான் நோய்வாய்ப்பட்டிருக்கிறேன்; சூதாட்ட விடுதிகளிலோ அல்லது காபரே நடனங்களிலோ இரவு நேரங்களைக் கழித்ததால் இந்த நோய் எனக்கு வரவில்லை. புரட்சிக்காக என்னுடைய உடலால் தாங்கிக்கொள்ள முடியாததைக் காட்டிலும் அதிகமாக உழைத்ததால்தான் வந்தது என்பதை 'புரட்சி' செய்தித்தாளின் வாசகர்களுக்குத் தெரிவிக்க விரும்புகிறேன். தினமும் பார்வையாளர்கள் வராத ஒரு வீட்டில் ஓய்வெடுக்க மருத்துவர்கள் இட்ட ஆணைக்கு இணங்க வீட்டில் பூட்டப்பட்டுக் கிடக்கிறேன் என்பதைத் தெரிவித்துக் கொள்கிறேன்."

இந்த அவதூற்றை பிற தலைவர்களே மறுத்து கண்டித் திருக்கலாம். அவர்களது மௌனத்திற்கு என்ன காரணம்? என்று ஆய்வாளர் கேள்வி எழுப்புகிறார். ஆனால், காஸ்ட்ரோ ஒரு நாள் பேரணியில் சகல குப்பைகளையும் கழுவிவிடக்கூடிய பெருநதியைத் திருப்பிவிடக் கூடிய ஹெர்குலிசாக இருந்ததால் இதைப் பொருட்படுத்தாது இருந்து இருக்கலாம்.

குணமடைந்த பிறகு காஸ்ட்ரோவின் கோஜிமாரில் இருந்த வீட்டில் தங்கினார் குவேரா. புரட்சிகர அரசைப் பாதுகாப்பதற்கான ஒரு ரகசியப் பாதுகாப்புப் படையையும், பிற நாடுகளுக்கு புரட்சிக் குழுக்களை அனுப்புகிற இரு முக்கியக் கடமைகளைப் பற்றி விவாதித்து, தயாரிப்பு வேலையில் ஈடுபட்டனர்.

இதில் ரால் காஸ்ட்ரோ, காமிலோ சியன்புயூகோஸ், ராமிரோ வால்ட்சு, கம்யூனிஸ்டுக் கட்சியைச் சேர்ந்த விக்டர் பெனாவும் கலந்துகொண்டனர். இவர்களுடன் சியாராவில்

கொரில்லாக்களுடன் வந்து சேர்ந்த முதல் கம்யூனிஸ்டான வால்டா சாஞ்சசும் இணைந்தார். ஸ்பானிய ஜனநாயக மீட்புப் போரில் ஈடுபட்ட, முதுபெரும் கம்யூனிஸ்டுத் தலைவரும் பல்லாண்டுகள் மாஸ்கோவில் வாழ்ந்தவருமான ஏஞ்சல் சியூட்டாவும் சேர்ந்தார். இவர்களுடன் குவேரா தலைமைப் பாத்திரத்தை வகித்தார்.

1959-இல் பனாமா, நிகரகுவா, டொமினிக்கன் குடியரசு, ஹய்தி ஆகிய நாடுகளிலிருந்த பிற்போக்கு ஆட்சிகளை அகற்றுவதற்காக, கியூபாவின் உதவியுடன் புரட்சிக் குழுக்களை குவேரா அனுப்பி வைத்தார். அக்குழுக்கள் எங்கும் வெற்றி பெறவில்லை.

ஏப்ரல் மாதத்தில் நூறு பேரைக் கொண்ட ஒரு படகு பனாமா கால்வாயில் பிடிபட்டது. அவர்களில் பல கியூபர்களும் நாடுகடத்தப்பட்ட பனாமாவாசிகளும் இருந்தனர். அந்தப் படகுக்கும் தங்களுக்கும் சம்பந்தம் இல்லை என்று கியூப அரசு அறிவித்தது. பிடல் காஸ்ட்ரோ இது பற்றி அறிந்தபோது ரால் காஸ்ட்ரோவை கண்டித்தார். இன்னொரு குழு டெலியோகோமஸ் டொமினிக்கன் குடியரசுக்குள் நுழைந்தது.

சில மணி நேரங்களுக்குள் அக்குழுவில் சென்ற இருநூறு பேரும் கொல்லப்பட்டனர். ஹைதியிலும் ஊடுருவ கியூபாவில் பயிற்சி தரப்பட்டது. ஆனால் டொமினிக்கன் நாட்டில் இருநூறு பேர் கொல்லப்பட்ட செய்தியைக் கேள்விப்பட்ட நூயி என்ற நடுநிலை அரசியல் தலைவர் அதை வேண்டாம் என்று தடுத்துவிட்டார். இறுதியாக ஜூன் மாதம் கோஸ்டாரிகாவிலிருந்து பலர் விமானம் மூலம் நிகரகுவா சென்றனர்.

அவர்கள் ஹோண்டுராஸ் நாட்டிற்குத் துரத்தப்பட்டனர். ராணுவத்தால் பிடிக்கப்பட்டனர். அத்துடன் குவேரா எழுதிய கடிதமும் பிடிபட்டது. பிடல் காஸ்ட்ரோ இந்தப் போக்குகளை குறைத்துக் கொள்ளுமாறு யோசனை கூறினார். கியூபா தன்னை உறுதிப்படுத்திக்கொள்ள இன்னும் சிறிது காலம் தேவை. அதுவரை அண்டை நாடுகளுடன் மோதிக்கொள்வது நல்லது அல்ல என்று கருதினார். மேலும் அமெரிக்கா இதைக் காரணம் காட்டி நேரடியாகத் தலையிட இடம் தரக்கூடாது என்றும் கூறினார்.

அதற்குப் பதிலாக நிலச்சீர்திருத்தத்தைத் தீவிரமாக அமல்படுத்துவதிலும், பொருளாதாரத்துறையில் நாட்டை பலப்படுத்துவதும் அவசியம் என்றும் கருதினார். இந்தக் கட்டத்தில் காஸ்ட்ரோ பி.எஸ்.பி.யுடன் நேரடியாகத் தொடர்பு கொண்டார். இதற்கு முன்னதாக குவேராவும் ரால்காஸ்ட்ரோவும் பி.எஸ்.பி.யுடன் உறவை வளர்த்து வைத்திருந்தனர். அவருக்கே உரிய பாணியில் ராணுவத்திற்குப் பயிற்சி கொடுக்கும்படியும் குவேராவையும் ரால் காஸ்ட்ரோவையும் பணித்தார்.

அரசு அலுவலகங்களுக்கு வெளியில் குவேராவும் ரால் காஸ்ட்ரோவும் பல கம்யூனிஸ்ட் அறிஞர்களையும் பத்திரிகை யாளர்களையும் திரைப்படத் துறையினரையும் திரட்டினர். அவர்களுள் புவியியலாளர் அள்தோணியோ, ரால் காஸ்ட்ரோவின் மனைவி வில்வா எஸ்பின், பொருளாதாரப் பத்திரிகையாளர் ஆஸ்கார் பின்டோ, இளம் கம்யூனிஸ்ட் திரைப்படத் தயாரிப்பாளர் ஆல்பரடோ குவேரா ஆகியோர் முக்கியமானவர்கள். இவர்கள் இரவு முழுவதும் எழுதிய பொருளாதார, நிலச்சீர்திருத்தத் திட்டங்களை வாசித்துவிட்டு பத்தே நிமிடங்களில் மாற்றி எழுதிவிடுவார். அதில் இவர்களது கருத்து ஏற்கப்பட்டிருக்கும். ஆனால் நிறைவேற்றும் முறை, வாசகங்கள் மாற்றப்பட்டிருக்கும்.

காலப்போக்கில் கியூபாவுக்கு ஒரு முழு பொருளாதார வளர்ச்சித் திட்டம் தேவை என்பதை குவேரா உணர்ந்தார். நெடுங்காலமாக கியூபா சர்க்கரையை மையமாகக் கொண்ட பொருளாதாரத்தைச் சார்ந்த நாடாக இருந்தது. நாட்டில் சரிபாதி கரும்பு விளையும் பூமியாக இருந்தது. அதில் பாதிக்குமேல் பிறநாட்டு பண்ணையார்களிடமிருந்தது. விடுதிகளையும் வர்த்தக நிறுவனங்களையும் தவிர பலவகைத் தொழிற்சாலைகள் இல்லை. பென்சிலுக்கும், காகிதத்திற்கும், வாகனங்களுக்கும் பிறநாட்டை எதிர்பார்க்கும் நிலை இருந்தது.

இந்த நிலை மாற பண்ணைகளைத் தகர்ப்பது அவசியம். நிலப்பங்கீடு தேவை. வாங்கும் சக்தி இல்லாதபோது சந்தையைத் திறந்துவிட்டால் நாடு நலிவடையும். எல்லாத் துறைகளிலும் உற்பத்தியை அதிகரித்தாக வேண்டும். இவற்றை நிறைவேற்ற பெரும் முயற்சிகள் தேவை என்பதையும் குவேராவுக்கு ஆர்வம் இருந்த அளவிற்கு கியூபா நாட்டைப் பற்றிய விவரங்கள் தெரியவில்லை. இதேபோல ராணுவத்தையும் புதுப்பித்து

அமைக்க வேண்டும். அது மக்கள் படையாக இருக்க வேண்டும் என்றும் கருதினார்.

1959 மே 17-ஆம் தேதி விவசாய சீர்திருத்தச் சட்டத்தை காஸ்ட்ரோ அறிவித்தார். அவர் அப்பொழுதுதான் அமெரிக்கா சென்று திரும்பி இருந்தார். பிரேசில், உருகுவே, அர்ஜெண்டினா ஆகிய நாடுகளில் மக்கள் வெள்ளத்தில் மிதந்து திரும்பி இருந்தார்.

ஹில்டா காடியாவுடன் 'சே'

அவருடைய அறிவிப்பு மிகப் பெரிய கரும்பு வயல்களையும் நெல் வயல்களையும் அரசு எடுத்துக்கொள்ளும். இழப்பு ஈட்டுத்தொகை வழங்கப்படும். அவை நீண்டகால கடன் பத்திரங்களாக வழங்கப்பட்டன. யுனைடெட் ஃபுரூட்

கம்பெனியும் சிங் ராஞ்ச் போன்ற கம்பெனிகள் பழிவாங்கும் படலத்தில் இறங்கின. நியூயார்க்கில் பங்குகள் சரிந்தன. சதி வேலைகளும், தாக்குதல்களும் தொடங்கின.

இவற்றின் விளைவாக குடியரசுத் தலைவர் மனுவேல் இதைக் கண்டித்துப் பதவி விலகினார். இதைத் தொடர்ந்து காஸ்ட்ரோ ஜூலை 14-ஆம் தேதி பிரதமர் பதவியிலிருந்து விலகினார். சில மிதவாதிகளும் அரசிலிருந்து நீக்கப்பட்டனர். மக்கள் லட்சக்கணக்கில் திரண்டு பிடல் காஸ்ட்ரோ பதவி விலகக் கூடாது என்றும், அவரே நாட்டின் ஒரே தலைவர் என்றும் முழங்கினர். பேரணிகளும் நடந்தன. 5 நாட்களுக்குப் பின் மீண்டும் ஆட்சிப் பொறுப்பை ஏற்ற காஸ்ட்ரோ பி.எஸ்.பி. கட்சியின் தலைவர்களை மந்திரி சபையில் சேர்த்துக்கொண்டார். குவேரா தொழிற் துறையின் தலைமை நிர்வாகியாக நியமிக்கப்பட்டார்.

தொழிற்துறைப் பொறுப்பைக் கவனித்து வந்த குவேரா, காமிலோ, ரால் காஸ்ட்ரோ ஆகியோருடன் சேர்ந்து ராணுவ வீரர்களுக்கு பயிற்சி கொடுத்து வந்தார். "புரட்சிகர ராணுவம் ஓர் அரசியல் படை. அதன் நோக்கம் மக்களைக் காப்பதே" என்பது கல்வியின் மையக்கருத்தாக இருந்தது. இந்த முயற்சி தொடர்ந்தது. குவேரா ராணுவ வீரர்களுக்கு அரசியல் பாடம் சொல்லிக் கொடுக்க பி.எஸ்.பி. கட்சித் தலைவர்களைப் பயன்படுத்தினார்.

ஒரு கட்டத்தில், "பாடம் சொல்லிக் கொடுத்தால் போதாது. தகுதியுள்ள பி.எஸ்.பி. உறுப்பினர்களும், தொழிலாளிகளும், விவசாயிகளும் ராணுவத்தில் சேர்ந்து பயிற்சி பெற வேண்டும்" என்றார். அதில், "பாதிப்பேர் ராணுவத்தில் நீடிக்க வேண்டும். மீதிப்போர் ஊர்களுக்குத் திரும்பி விவசாயிகளையும், தொழிலாளிகளையும் திரட்டி பயிற்சி கொடுத்து மக்கள் படையைத் தயாரிக்க வேண்டும்" என்றும் சொன்னார். இந்தக் குறிப்புகள் மார்ச் மாதம் 20-ஆம் தேதியிட்ட அமெரிக்க தூதரகத்திலிருந்து அனுப்பப்பட்ட செய்தி ஒன்றின் மூலம் தெரிகிறது. அந்தச் செய்தியில் "மர்மமாக நடைபெறும் இந்தக் காரியங்கள் பற்றிய ஆதாரங்களைப் பெறுவது மிகக் கஷ்டமாக இருக்கிறது" என்று எழுதினர்.

இதே காலத்தில் காஸ்ட்ரோ ஒரு மிதவாதியைப் போல காட்சி அளித்தார். மிதவாத கருத்துக்களையே அமெரிக்கா நம்பும்படி வெளியிட்டு வந்தார்.

ஜூன் மாதம் 2-ஆம் தேதி அலெய்டா மார்ச்சை குவேரா திருமணம் செய்துகொண்டார். அதற்கு முதல் மனைவியின் அனுமதியையும் பெற்றார். அவர்களது திருமணம் அவரது மெய்க்காப்பாளர் வீட்டில் நடந்தது. அலெய்டா மார்ச் குவேராவின் மனைவியாகவும், செயலாளராகவும், சக போராளியாகவும் வாழ்ந்தார்.

அலெய்டா மார்ச் குவேராவின் முதல் காதலியான சின்சினாவின் சாயலில் இருந்ததாக சின்சினாவையும் அலெய்டாவையும் பார்த்தவர்கள் குறிப்பிட்டிருக்கின்றனர்.

குவேரா - அலெய்டா தம்பதிக்கு நான்கு குழந்தைகள் பிறந்தன. குவேராவின் முதல் மனைவி கில்டா தன்னுடைய மகள் காடியாவை அலெய்டா மார்ச்சிடம் ஒப்படைத்துவிட்டு "எனது போராட்டப் பணி, எனது நாட்டில் தொடரும்" என்று சொல்லிவிட்டுச் சென்றுவிட்டார்.

காடியாவை தன்னுடைய குழந்தையாகவே எண்ணி வளர்த்தார் அலெய்டா மார்ச்.

❖

10

அமைச்சராக...

கியூபாவின் தொழில் அமைச்சர் என்ற பொறுப்பில் இருந்த போதுதான் குவேரா வங்கிக்கும் தலைவராகவும் இருந்தார். ரூபாய் நோட்டிலும் அவர் கையெழுத்திட்டே வெளியானது. அவர் பொருளாதாரத் துறையில் கியூபாவை மேம்படுத்த வேண்டும் என விரும்பியதில் தவறு இல்லை. ஆனால், பொருளாதார விதிகள், மின்சாரம் மாதிரி முதலாளிக்கும், புரட்சிக்காரனுக்கும் பாகுபாடு காட்டாமல், அது தன் விதிப்படிதான் நடக்கும் என்பர்.

குவேராவின் பொருளியல் அறிவு குறைவாக இருந்தது என்றோ, கற்பனையான திட்டங்களை எழுதித் தள்ளினார் என்றோ சொல்லிவிட முடியாது. அது கட்டுமானப் பணிகளில் ஈடுபட்டபோதே அமெரிக்கா போட்ட பொருளாதார முற்றுகையை எதிர்கொள்ள வேண்டியிருந்தது. உள் நாட்டிற்குள் எதிர்ப்பாளர்கள் தங்கள் கைவரிசையைக் காட்டிக்கொண்டிருந்தனர்.

கியூபா ஒரு தீவு. அதைச் சுற்றிலும் கடலும், அருகில் அமெரிக்காவும் இருந்தது பாதுகாப்புக்கு அதிக கவனத்தைச் செலுத்த வேண்டிய அவசியத்தை ஏற்படுத்தியது. வயல்வெளி தவிர இயற்கையாக மூலப்பொருட்கள் அரிதாகவே இருந்தன.

சுற்றுலாப் பயணிகளை ஈர்த்து, மகிழ்வித்து, சம்பாதித்த களியாட்ட வர்த்தகம் மேலோங்கி இருந்ததோடு, அதை ஒட்டிய கெட்ட பழக்கங்கள், நோய்களும் இருந்தன. தொழில் வளர்ச்சிக்குத் தேவையான இரும்பு, மின்சாரம், மூலதனம் ஆகிய மூன்றோடு பயிற்சி பெற்ற தொழிலாளர்களும் குறைவாகவே இருந்தனர்.

இத்தகைய ஒரு குழப்பமான சமுதாய அமைப்பைக் கொண்ட நாட்டில் புரட்சியை வெற்றிகரமாக பிடல் காஸ்ட்ரோ நடத்தியதுதான் ஆச்சரியத்துக்குரியது. அது ஐம்பதாண்டுகட்கு மேலாக நீடிப்பதும், நிமிர்ந்து நிற்பதும் அதைவிட ஆச்சரியமானது. பிடல் காஸ்ட்ரோவின் நட்பையும் மரியாதையையும் பெற்ற அடுத்த மனிதராகத்தான் குவேரா இருந்தார்.

ஆனால், அவர் மந்திரியாக இருந்தபோது கூட, கரும்பு வெட்டுகிற தொழிலாளியாக வேலை செய்த போதுதான் மகிழ்ச்சியாக இருந்தார். அமைச்சர் பதவியும், காஸ்ட்ரோ காட்டிய பரிவு காரணமாகவும், குவேரா உலக நாடுகள் பலவற்றிற்கும் சுற்றுப்பயணம் மேற்கொள்ள முடிந்தது. ஆப்பிரிக்க நாடுகளில் அதிகக் கவனம் செலுத்தினார்.

எகிப்தின் கமால் அப்துல் நாசர், நயாரரே, நெக்ருமா, சிகோதேரே, பென்பெல்லா போன்ற பல தலைவர்களுடன் நட்புகொண்டார். அவர் எவரிடமும் தனது புரட்சிகரக் கருத்தை மறைக்காமல் பேசியே வந்தார். சோவியத் நாட்டுத் தலைவர்களில் அலெக்சியேவும், மிக்கோயனும் குவேராவை பல காரணங்களால் மிகவும் அதிகமாக நேசித்தனர். பல பொருள்கள் குறித்து விவாதித்தனர். சூ-என்-லாயும் குவேராவை ஊக்கப் படுத்தினார்.

அவரது வயதை வைத்துப் பார்க்கிறபோது அவர் சென்ற நாடுகள், சந்தித்த தலைவர்கள், கியூப விடுதலைக்காக துப்பாக்கியுடன் நடந்து கடந்த தூரம்... எல்லாம் பூமண்டலத்தை வலம் வந்த சூறாவளி போலக் காட்சி தருகின்றன.

குவேரா கரும்பு வெட்டப் போயிருக்கிறார் எனக் கேள்விப்பட்ட தாய் செலியா, "அட, என் மகனே, கடைசியில் கரும்பு வெட்டத்தான் நீ தகுதி என்று கருதி விட்டார்களா? சாவையும் எதிர்த்துப் போராடத் துணிந்தவனாயிற்றே! உனக்கு உரிய இடம் வேறு..." என்று எழுதினார்.

அதே தாய், இளமையில் தன் மகனை ராணுவப் பயிற்சியில் சேர்த்துக்கொள்வதிலிருந்து விலக்களிக்கப்பட்டதைக் கேள்விப் பட்டவுடன் மகிழ்ந்து, "நல்ல வேளை என் மகன் தப்பினான். ராணுவப் பயிற்சி என்ற பெயரால், என் மகனை ஏதாவது ஒரு சார்ஜண்டின் மனைவி காய்கறி வாங்க பையோடு

அனுப்பியிருப்பாள். தப்பினான் என் மகன். ஆனால், அவனே போராடுகிற காலம் வரும்" என்று தன்னையுமறியாமல், நிகழப் போகிற ஒன்றை முன்கூட்டியே கூறியிருக்கிறார்.

இத்தகைய மனிதரை அமைச்சகத்தில் கோப்புகள் மத்தியிலும், குழுக்கூட்டங்களிலும், இடைவிடாத கோரிக்கை மனுக்களைப் பரிசீலிப்பதிலும் உட்கார வைத்தால் என்ன நடக்கும்? அவர் உட்காந்திருந்தது நாற்காலியில். மனமோ களம் தேடி அலைந்து கொண்டிருந்தது. சோவியத் - சீன வேறுபாடும், மோதுதலும் அவரை அதே முடிவுக்கு உந்தித் தள்ளிக் கொண்டிருந்தன.

கட்சிப் பிளவால் 1962-லிருந்து இரண்டு நேர் எதிரான போக்குகள், உலகக் கம்யூனிஸ்டுகளிடையே எழுந்து வளர்ந்தது. பொறுமையிழந்த துடிப்புள்ள இளைஞர்கள் எப்படியாவது புரட்சி செய்ய வேண்டும் என்று இடது கோடிக்குச் சென்றனர்.

இதற்கு நேர் எதிராக, "எல்லாம் தொலைந்தது. இனி எதுவும் நடக்கப் போவது இல்லை. கோட்டையே தகர்ந்த பிறகு இனியும் நம்பிப் பயனில்லை" என்று அரசியல் துறவறம் பூணுவதும் நடந்தது.

போராடும் வர்க்கம் பிளவுபட்டது. தங்களுக்குள் மோதிக்கொண்டது. எதிரிக்குக் கிடைத்த வரப்பிரசாதம் ஆயிற்று. ஆகவே, விலகலாம் என்ற முடிவுக்குப் பதிலாக, எங்காவது புரட்சி நெருப்பை மூட்டியே தீர்வேன் என்று கிளம்பிய இளைஞர்தான் குவேரா. அவரது நோக்கம் தூய்மையானது. நேர்மையானது. அது வெற்றி பெறாததாலேயே, அவர் எடுத்த நடவடிக்கை முட்டாள்தனமானது என்று நினைப்பவர்கள் அறிவாளிகள் ஆகிவிட முடியாது. அதிலிருந்து பாடம் கற்பது மட்டுமே தேவை; முற்றுப்புள்ளி வைப்பது கடமை.

அமைச்சராக இருந்துகொண்டே களம் தேடிய அவரால் இயல்பான குடும்ப வாழ்க்கையை நடத்த முடியவில்லை. அலெய்டா மார்ச்சை அவர் காதலித்துத்தான் திருமணம் செய்துகொண்டார். அவர் சாதாரண இல்லத்தரசியாக மட்டும் இருக்கவில்லை. அவரது செயலராகவும் சக போராளியாகவும்

திகழ்ந்தார். ஆனால், அவருக்கு வரிசையாக நான்கு குழந்தைகள் பிறந்தன. குழந்தைகளை வளர்க்க வேண்டிய பொறுப்பு அலெய்டா மீது மட்டுமே விழுந்தது. வீட்டிலும் எல்லா வேலைகளையும் அவரே கவனிக்க வேண்டி இருந்தது. பள்ளிக்கூடத்திற்குப் பிள்ளைகளைக்கொண்டு செல்வது, திருப்பிக் கொண்டு வருவது ஆகிய சகல கடமைகளையும் அவரே நிறைவேற்ற வேண்டி இருந்தது.

அலெய்டா மார்ச்சு மற்றும் குழந்தையுடன்

நியாய விலைக் கடைக்குச் சென்று, வரிசையில் காத்திருந்து பொருட்களை வாங்கி வருவது வழக்கமாக இருந்தது. கடைகளுக்கும் நடந்தோ, பேருந்திலோ போய்வர வேண்டியதாக இருந்தது. ஓரிரு முறை குவேராவின் அரசு வாகனத்தை மருந்து வாங்கிவர அலெய்டா எடுத்துச் சென்றதைப் பெருந்தவறு என்று கண்டித்து குவேரா பேசியது அலெய்டாவை வருத்தியது. சில அரசு நிகழ்ச்சிகளுக்கும், பொது விருந்துகளுக்கும் குவேரா தன் காரில் போகலாம் என அழைத்த போதெல்லாம், அவர் சொன்னதையே திருப்பிச் சொல்லி வந்தார்.

"இந்தக் கார், யார் கார் தெரியுமா? மக்கள் வரிப்பணத்தால் வாங்கப்பட்டது. அதில் மக்கள் பணத்தால் வாங்கப்பட்ட பெட்ரோல் ஊற்றப்பட்டிருக்கிறது. அதைக் காய்கறி வாங்க நாம் எப்படிப் பயன்படுத்தலாம்?" என்றார். அதையே அலெய்டா திருப்பிச் திருப்பிச் சொல்லிவிட்டு குழந்தைகளைக் கைகளில் வாரிக்கொண்டு பேருந்தில் போய்விடுவது வழக்கம். அவரும் துப்பாக்கி ஏந்தி களம் நோக்கிச் செல்லக்கூடியவர்தான். ஆனால், அன்புச் சிறையில் அடைகப்பட்டு, குழந்தைக் காவலர்களால் கண்காணிக்கப்பட்டவராக இருந்தார்.

ஒருநாள் ஒரு பெண் ஒரு சிறுவனைக் கையில் பிடித்துக்கொண்டு அலெய்டா வீட்டிற்கு வந்தாள். பையனுக்கு மீசை, தாடி அரும்பிக்கொண்டிருந்த பருவம். அவள் நேரடியாக அலெய்டாவிடம், "இவன் குவேராவின் மகன். எனக்கும் குவேராவுக்கும் பிறந்தவன். இவனைப் பாருங்கள் தெரியும்" என்றார். அந்தப் பையனைப் பார்த்தவுடனே அவன் சே குவேராவின் மகன்தான் என்று சொல்ல யாருமே தயங்க மாட்டார்கள். அவனது முகம் அச்சில் பதித்து எடுத்த குவேரா முகம் மாதிரியே இருந்தது.

மூக்கு, கண், முடி, நடை.... முழுத் தோற்றமும் ஒரு குட்டி குவேராவை நிறுத்தியிருந்தது. அவன் சிரிப்பும், அவனது நடையும் அப்படியே குவேராவை மறுபிறப்புச் செய்ய வைத்து நடமாட விட்டது போல இருந்தது. அலெய்டா மௌனமாக அவனைப் பார்த்துக்கொண்டே நின்றார். அருகில் அழைத்து அணைத்துக்கொண்டார். சிறுவனை அங்கே விட்டுவிட்டு அந்தப் பெண் போய்விட்டார்.

விசாரணையே தேவை இல்லாமல் அவன் குவேராவின் மகன்தான் என்பது ஏற்கப்பட்டது. அவனுக்கு உலகப் புகழ்பெற்ற கவிஞன் உமர்கயாம் நினைவாக, 'உமர்' என்று குவேரா பெயர் சூட்டினார். அதற்கு முன்பு அம்மா என்ன பெயர் வைத்திருந்தாரோ தெரியவில்லை.

உமர் இளமையில் கவிதைகள் இயற்றினான். கவிதைகளின் கருத்து கலகமூட்டுவதாகவே இருந்ததால், 'கலகக்காரக் கவிஞன்' எனப் பெயர் சூட்டப்பட்டான். தனிநபர் சுதந்திரத்தை

வற்புறுத்தி கவிதை எழுதுவான். கேளிக்கை, ஊர் சுற்றல் எனப் பின்னர் வழி தவறிவிட்டான்.

குவேரா அமைச்சராக இருக்கும்போது, கல்லூரிகளில் குழப்பம் செய்கிற மாணவர்களையும், தொழிற்சாலைகளில் சமூக விரோதச் செயல்களில் ஈடுபடுகிற குற்றவாளிகளைத் திருத்தவும் ஒரு சீர்திருத்தச் சிறைச் சாலையை உண்டு பண்ணியிருந்தார்.

அதே சிறைச் சாலையில் உமரை அடைக்க வேண்டியதாகி விட்டது. அப்போது, "சரியாக வளர்க்க முடியாது தோற்று விட்டேன்" என்று அலெய்டா வருத்தப்பட்டார். அதே போன்று கில்டாவுக்குப் பிறந்த கில்டா காடியாவும் காலப்போக்கில் ஹிப்பி ஆனார். போதைப் பொருளுக்கு ஆளானார். அவர் குவேராவின் மகளாக இருந்ததால், அது பத்திரிகைகளில் பலபடப் பிரசுரிக்கப்பட்டது. இவரை அமெரிக்காவுக்குக் கடத்திச் சென்று பத்திரிகைகளுக்குப் பேட்டி கொடுக்க வைத்தனர். அந்தப் பெண் சுய புத்தியை இழந்தவராகக் காணப்பட்டார். அவரை மீட்டுக் கொண்டு வந்து கியூபாவில் வைத்தே சிகிச்சை செய்து பார்த்தனர்.

இயல்பான முறையில் குடும்பம் நடத்த முடியாத வீடுகளில் வளரும் குழந்தைகட்கு இவை நேருவது உண்டு. "இரு குழந்தைகளும் தந்தையையும், தாயையும் விட்டுப் பிரிந்து, சிற்றன்னையுடன் வளர்ந்த காரணத்தால் பல சிக்கல்கள்" என்று ஆய்வாளர்கள் எழுதினர். "அலெய்டா கொடுமைப்படுத்தி இருக்க வேண்டும்" என்று சிலர் எழுதினர். போதையில் மூழ்கியிருந்த நேரத்தில்கூட அந்தக் குழந்தைகள் சிற்றன்னை மீது குற்றம் சாட்டவில்லை.

குவேராவின் மறைவுக்குப் பின்னரும் அலெய்டா நான்கு குழந்தைகளையும் மேற்படிப்புப் படிக்க வைப்பதற்காக, ஓர் அலுவலகத்தில் பணியில் சேர்ந்தார். வீட்டில் சமைப்பது, துவைப்பது, குளிப்பாட்டுவது, சுத்தப்படுத்திப் பெருக்குவதை முடித்து, நேரம் தவறாது அலுவலகப் பணிக்குப் போய் வந்தார்.

இத்தனை தொல்லைக்கும், துன்பத்துக்கும் 'அந்தக் குவேராதான் காரணம்' என்று அவர் ஒரு போதும் சொன்னதே இல்லை.

குவேராவின் நண்பர்களும், கியூபா அரசும், குழந்தைகள் படிப்பதற்காக உதவி வருகிறார்கள். அவர்கள் வளர்ந்து பலதுறைப் பணிகளுக்குப் போய்விட்டனர். காமிலா என்ற பெயரைத் தாங்கிய இரண்டாவது மகள் கம்யூனிஸ்டுக் கட்சியில் முக்கியப் பொறுப்பு விகித்து வருகிறார்.

"குவேரா அன்பு, பாசம் இல்லாத இதயமற்ற மனிதர்" என்பது போல சிலர் சித்திரித்துள்ளனர். வேறு சிலர், அவரை ஒரு காமுகனாகப் படம்பிடித்துக் காட்ட முயன்றுள்ளனர். புகழ்வது போல எழுதி, அவரை இழிவுபடுத்த பல முறைகளைக் கையாண்டுள்ளனர். குவேராவைப் புரிந்துகொள்வதற்கு முன்னால், அவர்களைப் புரிந்துகொள்வது எளிதாக இருக்கிறது.

சின்சினாவைத்தான் முதலில் காதலித்தார். அவரை விட்டுப் பிரிய நேரிட்டது. குவேரா இறந்த பிறகும் சின்சினா வாழ்ந்து வருகிறவர். அவர் குவேரா மீது அத்தகைய ஒரு குற்றச்சாட்டைக் கூறவே இல்லை. "என் அழகை விட, புரட்சியை அவர் அதிகமாகக் காதலிக்கிறார் என்பதைப் புரிந்துகொண்டேன். அவருடைய பாதையில் நான் ஒரு தடைக் கல்லாக இருக்க விரும்பவில்லை. அவர் சென்ற பாதையில் நானும் செல்ல இயலாது. எனவே வேதனையோடு விலகிக்கொண்டோம்" என்றும், "காதல் முறிவு பற்றிக் கடிதம் எழுதிய போது, கதவைப் பூட்டி விட்டு நான் அழுததை யார் அறிவார்கள்?" என்றும் எழுதியுள்ளார்.

கில்டா சக போராளி என்ற முறையில்தான் அவரைக் காதலித்தார். காடியா என்ற பெண் மகவைப் பெற்றெடுத்தார். அவர்தான் பின்னாளில் ஹிப்பி ஆனவர். ஆனால், கில்டா காடியாவை அலெய்டாவிடம் ஒப்படைத்துவிட்டுத் திரும்புகிற போது, மிகுந்த கவலையுடன் காணப்பட்டார். அவரைப் பேட்டி கண்ட நிருபர்களிடம் பேசும்போது,

"எந்தவொரு பெண்ணுக்கும் இந்தத் துன்பம் நேரக்கூடாது என்றுதான் விரும்புகிறோம். ஆனால், ஒருவருடைய கணவன், இன்னொரு பெண்ணுடன் காதல் வயப்பட்டு, அவரோடு சேர்ந்து இருக்கிறபோது, தனது தோல்வியை ஒப்புக்கொண்டு விலகிவிடத்தான் வேண்டியிருக்கிறது. இதே சுதந்திரத்தை அவர் பெண்ணுக்கும் வழங்குகிற மனநிலை உடையவர். காதலித்தேன், அதன் அடையாளமாக ஒரு பெண்ணைப் பெற்றேன்.

அவளையே அவருக்குப் பரிசாகக் கொடுத்துவிட்டுப் போகிறேன்" என்று மட்டும்தான் கூறினார். வேறு வகையில் ஒழுக்கக் கேடன் எனப் பேசவே இல்லை.

அலெய்டா மார்ச்சும் குவேரா கூடவே இருந்தார். நான்கு குழந்தைகளைப் பெற்றார் என்றாலும், கணவன் மனைவியாக அவர்கள் சேர்ந்து கழித்த நேரம் மிகக் குறைவு. வீட்டுக்கு வருவதும், அடுத்த பயணத்திற்காக ஓடுவதுமாக இருப்பார். குழந்தைகளிடம்தான் கொஞ்சி மகிழ்வார். மனைவிக்கு கணவனைப் பராமரிக்கிற, உபசரிக்கிற கடமைதான் மிச்சம்! இருந்தும், அவரும் அவரை ஒரு மட்டமான மனிதராக வருணிக்கவில்லை.

பல ஆய்வாளர்கள், ஒரு முக்கியமான கேள்விக்கு மட்டும் விடை காண முயலாமல், வேண்டுமென்றே ஒதுக்கியிருக்கிறார்கள். வாட்டசாட்டமான, வசதிமிக்க குடும்பங்களிலிருந்து வரும் பல இளைஞர்கள் இருக்கிறபோது, அவர்களை விரும்பாமல், தலைமுடியைக்கூட சரிவர வாரிக்கொள்ளாமல், சட்டையில் பொத்தானைக்கூடப் பொருத்தாமல், காலணியில் கயிற்றைக்கூட கட்டாமல் அலைந்து திரிந்த அந்த இளைஞனை ஏன் தேடித்தேடி காதலிக்க முயன்றனர்?

அந்த இளைஞனைச் சந்தித்த போதும், காதற் சுவை, இனிமை, கேளிக்கை என்று பேசாமல், பேச வந்த பெண்ணிடமும் புத்தகங்கள், உலக நாடுகள், வறுமை, கொடுமை பற்றியே பேசிக்கொண்டிருப்பான். அதைக் கேட்டும் பயந்து விலகாமல் அவனுடன் சேர்ந்து வாழவே ஏன் துடித்தனர்?

இவற்றிற்கும் மேலாக அவரைக் காதலித்த அத்தனை பெண்களுக்குமே, அவர் மேற்கொண்டிருந்த பயங்கரமான பாதை நன்றாகவே தெரியும். எந்த இளம் பெண்ணும் கேட்டவுடன் நடுங்கக்கூடிய பாதை. அவர் எங்கு போகிறார்? எதற்காக? திரும்புவாரா? எத்தனை நாளைக்கு இருக்கக் கூடும்? அவருக்கு வீடு உண்டா? எங்கே போய்க் குடிஏறப் போகிறோம்?... இவை அனைத்தையும் தெரிந்து இருந்தும் இவர்கள் ஏன் அவரையே காதலித்தனர்.

யோசித்துப் பார்த்தால், மறுநாளே விதவை ஆகக்கூடும் என்பது தெரிந்து இருந்தும், ஒரு நொடி உன்னுடன் இருந்தால் போதும் என்று ஏன் முடிவு செய்தனர்?

குவேராவின் தோற்றத்தால் அவர்கள் ஈர்க்கப்பட்டது உண்மை. அதை அவர்களே வருணித்துள்ளனர். அவரது கண்களும், மூக்கும் தங்களைக் கவர்ந்தது என்பதோடு, தங்களால் விளக்க முடியாத ஒரு கவர்ச்சி இருந்தது என்றும் கூறுகிறார்கள். இருந்தாலும் அவரது பழக்க வழக்கத்தையும், நோக்கத்தையும் தெரிந்தே இருந்தனர். தெரிந்தேதான் காதலித்தனர்.

எனவே, அவர்களது காதல் உடற்பசி சம்பந்தப்பட்டது மட்டும் அல்ல என்பது தெளிவு. அவர்கள் அவனது புரட்சிக் காவியத்தின் அங்கமாகவே விரும்பினர். குவேராவும் உதறி விட்டு ஓடுகிற மனிதனாக இல்லை. கடமை அவரைக் காட்டுக்கும், மலைக்கும் அழைத்துச் சென்றது. எனவே, பிரிதல் தவிர்க்க முடியாதது ஆகிவிட்டது.

மலைகளில், காடுகளில் சில மாதங்கள் தங்க நேரிட்ட போது, அங்கே கூட்டாளியாக இருந்த பெண்ணோடு உறவு கொண்டிருக்கிறார்.

எனவே உல்லாச வாழ்க்கையை விரும்பி வீடு தேடி, வீதி வீதியாகத் தேடி, இளம் பெண்களைக் கெடுத்துத் திரியும் சராசரி மனிதர்களைப் போல குவேராவை மதிப்பிடக் கூடாது.

இதற்கான தார்மீக நியதி, நியாயங்களைப் பற்றி குவேரா சிந்திக்க வேண்டிய தருணம், தீர்மானிக்க வேண்டிய நேரங்கள் வந்ததும் உண்டு. சியாராமீஸ்ட்ராவில் காடுகளில் பதுங்கியிருந்த போதும், விவசாயிகள் மத்தியில் கிராமங்களில் அவர்களுடன் உறவாடப் போனபோதும் போராளிகளாக இருந்த சில இளைஞர்கள், வெப்ப மண்டலச் சூழ்நிலைகளால் காமம், மோகம் கொண்டவர்களாக ஆயினர். அவர்கள் ஒன்றிரண்டு கிராமத்துப் பெண்களிடம் உறவு கொண்ட தகவல் குவேராவுக்குக் கிடைத்தது.

அதை அவர் வன்மையாகக் கண்டித்தார். தடுக்கவும் முயன்றார். இது இரண்டு ஆண் பெண்களுக்கு இடையிலான உறவு, ஒழுக்கம் சம்பந்தப்பட்ட பிரச்சினை மட்டும் அல்ல. அவர்கள் புரட்சிக்காரர்களாகத்தான் கிராமங்களுக்குள் சென்றனர். அவர்களை மக்கள் புரட்சிக்காரர்களாகத்தான் பார்த்தனர். எனவே, அவர்கள் தவறு செய்வதாக மக்கள் கருதினால், அது புரட்சிக்கு எதிரான கருத்தாக உருவெடுக்கும். அது புரட்சியைப் பாதிக்கும்.

எனவே, இத்தகைய சூழ்நிலையில் நமது உடலுணர்வு களைக் கட்டுப்படுத்திக்கொள்ள வேண்டும். அவ்வாறு நடந்துகொள்ளாதவர்களைத் தண்டித்தே ஆக வேண்டும் என்று முடிவு செய்து, போர்க்களங்களில் தரப்படும் கடுந்தண்டனையாகிய இரண்டு நாட்களுக்கு உணவு, தண்ணீர் வழங்கப்படாத தண்டனையை வழங்கினார்.

ஆனால், அன்று இரவு முழுவதும், "இது நியாயம் தானா? அவசியம் தானா? இதற்கு மாற்று வழி இல்லையா?" எனக் கேட்டு நொந்து கொண்டிருந்தார். மரண தண்டனை வழங்க நேரிட்ட காலத்திலும், இரவு முழுவதும் அவர் புலம்பிக் கொண்டிருப்பது வழக்கம்.

புரட்சிகரக் கடமை என்று அதை நினைத்தாலும், ஒரு தீர்மானமான முடிவுக்கு அவரால் வர இயலவில்லை.

குவேரா கியூபா அரசாங்க வங்கியின் தலைவராக இருந்தபோது, வங்கி மேலாளராகப் பணிபுரிந்த மேசா என்பவர், அவருடைய செயலாளருடன் நெருக்கமாகப் பழகிவருவது பற்றிப் புகார் வந்தது. அதைக் குவேரா விசாரித்துத் தீர்ப்பளிக்க வேண்டிய கட்டாயம் நேரிட்டது.

மேசா ஏற்கெனவே திருமணம் ஆனவர். ஓரிரு குழந்தைகளும் இருந்தன. இருந்தாலும் தனது செயலாளர் மீதும் காதல் கொண்டார். இதற்கான தீர்ப்பை 1964 ஜூன் 11-ஆம் தேதி குவேரா வழங்க வேண்டியதாக இருந்தது. அப்பொழுது அவர் தனது குறிப்பேட்டில். "ஆண் எப்போதும் ஒரே பெண்ணுடன்தான் வாழ வேண்டும் என இதுவரை உறவுகளை வரையறுத்து இருக்க வில்லை. இந்த விவாதமெல்லாம் அவசியம்தானா? இந்த மேலாளர் நடந்துகொண்ட விதம் பலருக்கும் இயல்பாக ஏற்படக்கூடியதுதான். எனவே, கடுமையான தண்டனையை வழங்கித்தான் தீர வேண்டுமா? அந்தப் பெண்ணும் அவரை விரும்பி இருக்கிறாள். எனவேதான் இருவரும் சேர்ந்து இருக்கிறார்கள்.

இருவரும் ஒப்பிச் செய்த ஒன்றுக்கு எவ்வாறு கடுந்தண்டனை கொடுப்பது? சோஷலிசப் புனிதம் என்றும் பேசப்படுகிறது. இதில் முதலில் கல் எறியப் போகிறவர் யார்? இதை ஒரு முக்கியமான பிரச்சினையாக ஆக்கக்கூடாது. பகிரங்கமாக

ஆக்கவும் கூடாது. இதில் சம்பந்தப்படாதவர்கள், ஒழுக்கம் என்ற பெயரால் செய்யும் காரியங்கள், குடும்பங்களைக்கூட அழித்துவிடக் கூடும். காதல் உணர்வைக் கட்டுப்படுத்துவது, முறைப்படுத்துவது என்பதை சம்பந்தப்பட்டோர்க்கே விட்டு விடுதல் மேல். கடுந்தண்டனையைத் தவிர்ப்போம்" என்றே எழுதியுள்ளார்.

இது நீண்ட கால விவாதத்துக்குரிய ஒரு கருப் பொருளாக இருக்கவே செய்யும். தமிழ்நாட்டு மக்கள் கற்பு என்ற சொல்லுக்குத் தருகிற முக்கியத்துவமும், புனிதமும் விவாதிப்பதற்குக் கூட அனுமதிக்காத எல்லைக்குப் போயுள்ளது. ஒவ்வொரு நாட்டிலும், ஒவ்வொரு சமூக அமைப்பிலும் மரபு வழியாக உருவாகி வளர்ந்து வந்துள்ள நெறிமுறைகளை மதிக்க வேண்டியது அவசியம். ஏனெனில், அவை அனுபவத்தால் உருவாக்கப்பட்டவை. அவற்றின் தேவையும் இருக்கிறது. அது பலரது சுதந்திரத்தைப் பாதிக்கிறது என்பதும் உண்மையே! வளர்ந்து வரும் சமூகத்தின் ஒப்புதலோடு இத்தகைய நெறிமுறைகள் திருத்தப்படலாம்.

குவேராவை பல பெண்களுடன் உறவு கொண்ட அல்லது பெண்மையை மதிக்காத மனிதராக மலிவாக மதிப்பிட்டு விடக்கூடாது. அவரது புரட்சிகர வாழ்க்கையில் தவிர்க்க முடியாது வந்து மறைந்த உறவுகள் அவை.

அந்தப் பெண்களும் அவரைத் தெரிந்தேதான் காலித்தனர். அந்தப் பெண்களும் புரட்சியைக் காதலித்ததால், அதன் பிரதிநிதியாக நின்ற குவேராவைக் காதலித்திருப்பதாகவே தெரிகிறது.

ஹவானாவில் இருக்கிறபோதே, மந்திரி பதவிகளைத் துறந்துவிட்டு கியூபக் குடியுரிமையையும் துறந்துவிட்டு, அவர் தன் தாயகமான அர்ஜெண்டினாவுக்குப் போய் அங்கே கொரில்லாப் போரைத் தொடங்கிவிட வேண்டும் என்று ஆசைப்பட்டார்.

அர்ஜெண்டினாவின் சுதந்திர தினக் கொண்டாட்டம் நடந்த மறுநாள் குவேரா தன்னுடைய வீட்டில், ஒரு தொத்தல் மாட்டுக்கன்றை வெட்டிவிருந்து ஒன்றுக்கு ஏற்பாடு செய்தார். கியூபாவிலிருந்த அர்ஜெண்டினர்களை விருந்துக்கு அழைத்திருந்தார். அதில் கம்யூனிஸ்டுகள், டிராட்ஸ்கீயவாதிகள்,

தேசியவாதிகள், பல துறைகளில் பணிபுரிவோர் இருந்தனர். குவேரா அது சமயம் சீன நிலையை ஆதரிப்பது போலவும், சோவியத் யூனியனின் நடவடிக்கைகளை விமர்சனம் செய்வது போலவும் பேசினார்.

லத்தீன் அமெரிக்க நாடுகளிலிருந்த கம்யூனிஸ்டுக் கட்சிகளையும் வெளிப்படையாக விமர்சனம் செய்தார். கூட்டம் முடிந்த பின்னர் ஓரிருவர் தவிர யாரும் குவேராவை கைகுலுக்க வரவில்லை. மாறாக சிறு சிறு குழுக்களாகப் பிரிந்து நின்றவாறு, உணவருந்தக்கூட வராமல், "இவருக்கு என்னவாயிற்று? இவர் டிராட்ஸ்கீயவாதியா? அரை டிராட்ஸ்கீய வாதியா? மாவோயிஸ்டா? இடதுசாரிக் கோளாறுக்குள்ளான நபரா?" என்று பலவாறாகப் பேசிக்கொண்டனர்.

குவேரா தனிமைப்படுத்தப்படுவதை உணர்ந்தார். அதன் விளைவுகளை ஆராய்ந்தார். இருந்தாலும் அவர் தனது முயற்சிகளைக் கைவிடுவதாக இல்லை. இருபது அர்ஜெண்டின மாணவர்கட்கு ரகசியமாக ராணுவப் பயிற்சி கொடுக்க ஏற்பாடு செய்தார். ஆனால், அது பெற்றோர்களுக்கு மாணவர்கள் எழுதிய கடிதங்கள் வாயிலாக அம்பலமாகிவிட்டது. பெற்றோர் பெரும்பாலும் அர்ஜெண்டின கம்யூனிஸ்டுக் கட்சியின் உறுப்பினர்களாக இருந்தனர்.

எனவே, "இது அர்ஜெண்டினக் கம்யூனிஸ்டுக் கட்சியைக் கேட்காமல், ஒப்புதல் பெறாமல் செய்யப்பட்டதால் கண்டனத்துக்கு உரியது" என்றனர். அது குவேராவை மேலும் கோபமடைய வைத்தது. லத்தீன் அமெரிக்கக் கம்யூனிஸ்டுக் கட்சிகள், சோவியத் நிலையை ஆதரித்து ஒரு பிரிவும், சீன நிலையை ஆதரித்து ஒரு பிரிவுமாகப் பிளவுண்டு நின்றன. சோவியத் நிலையை ஆதரிக்கிற கட்சிகள் அதிகமாக இருந்தன.

குவேரா ஓர் அதீத முயற்சியிலும் ஈடுபட்டார். ஆட்சியிலிருந்து அப்புறப்படுத்தப்பட்டு, 20 ஆண்டுகளுக்கு நாடு கடத்தப்பட்டவராக மெக்சிகோவில் வசித்து வந்த பெரானைத் தொடர்பு கொண்டு கியூபாவிற்கு வரவைத்தார். அவருடன் பல மணி நேரம் விவாதித்தார். பெரான், அப்பொழுதும் அதே ராணுவ உடையில் மிடுக்குடன்தான் காணப்பட்டார். அவர் தலைமையில் புரட்சியை நடத்தலாம் என்றும், வெற்றிபெற்றால் அவரைத்

தலைவராக ஆக்கவும், ஆட்சி பீடமேறியவுடன் பொருளாதார சீர்திருத்தங்களை மட்டும் கட்டாயம் நிறைவேற்ற ஒப்புக் கொள்ள வேண்டும் என்றும் வற்புறுத்தினார்.

பெரான், "புரட்சிக்குத் தயாராக இல்லை" என மறுத்துவிட்டு, நட்புறவுடன் விடை பெறுவதாகக் கூறிவிட்டுப் போய்விட்டார். அர்ஜெண்டின அரசு அப்போது சில நிலச்சீர்திருத்த நடவடிக்கைகளை மேற்கொண்டிருந்தது. ஓரளவு பொருளாதார வளர்ச்சியும் ஏற்பட்டிருந்தது. மக்களிடம் அரசின் மீது வெறுப்பு ஏதும் இருந்ததாகத் தெரியவில்லை.

அர்ஜெண்டினா செல்ல குவேரா முயன்று வருகிறார் என்பதை அறிந்த பிடல் காஸ்ட்ரோ, அவரைத் தடுக்க விரும்பினார். ஆனால், வாதங்கள் மூலம் யோசனைகளைக் கூறித் தடுக்க முடியாது என்பதை காஸ்ட்ரோ அறிவார். எனவே, அர்ஜெண்டினா பற்றிப் பேசாமல், வேறு ஒரு மாற்றுத் திட்டம் பற்றி யோசித்து வந்தார்.

லத்தீன் அமெரிக்க நாடுகளில் இயங்கி வந்த எந்தவொரு கம்யூனிஸ்டுக் கட்சியும், கொரில்லாப் போர் முறையை ஏற்க முன்வரவில்லை. "கியூபா வேறு, தங்கள் நாடு வேறு" என்று கூறினர். "புரட்சிக்கான பக்குவ நிலை இல்லாத போது இளைஞர்களைப் பலியிடக் கூடாது" என வாதிட்டதோடு, "வெற்றி பெற முடியாத தாக்குதல்கள் சர்வதேசக் கம்யூனிஸ்டு இயக்கத்திற்குக் கெட்ட பெயரைத்தான் ஏற்படுத்தும். சாதாரண மக்களும் கம்யூனிச எதிர்ப்பாளர்களாக மாற சந்தர்ப்பம் ஏற்படுத்தும் காலம் கனியும் வரை காத்திருக்க வேண்டும். உத்தரவு போட்டும் புரட்சியை உண்டுபண்ண முடியாது. நம் விருப்பத்திற்கு ஏற்பவும் அது நடக்காது" என வாதிட்டனர்.

காஸ்ட்ரோவும் லத்தீன் அமெரிக்கக் கம்யூனிஸ்டுக் கட்சிகளைப் பகிரங்கமாகக் கோழைகள் என்று குறை கூறினார். "சோவியத் நாட்டினுடைய பண உதவி அவர்களைக் கெடுத்துவிட்டது" என்றுகூட விமர்சனம் செய்தார்.

அர்ஜெண்டினாவில் போராடிக் கொண்டிருந்த கொரில்லாக்கள் கொல்லப்பட்டனர் என்ற செய்தியும் எட்டியது. அர்ஜெண்டினாவுக்கு எக்காரணம் கொண்டும் குவேராவைப்

போக விடக் கூடாது என்று காஸ்ட்ரோ உறுதியான முடிவுக்கு வந்தார். "அர்ஜெண்டினப் படையால் குவேரா சுட்டுக் கொல்லப்படுவதை என்னால் தாங்கிக்கொள்ள முடியாது. ஆனால், அவர் அங்கு போனால் அதுதான் நடக்கும்" என்றார் காஸ்ட்ரோ.

இதே காலத்தில் கியூபாவில் பயிற்சி பெற்று வெனிசூலா, குவாதமாலா, கொலம்பியா போன்ற நாடுகளுக்குச் சென்ற கொரில்லாக்கள் பலர் கொல்லப்பட்டனர். பலர் பிடிபட்டனர். பேரழிவைச் சந்தித்தனர். இவற்றின் காரணமாக கியூபா மீது பல நாடுகள் தொடர்ந்து குற்றம் சாட்டி வந்தன. சோவியத் யூனியனும், "வளரும் நாடுகளுக்கு எதிராக இத்தகைய தாக்குதல் கூடாது" என நிர்ப்பந்திக்கத் தொடங்கியது.

மாசெட்டி தலைமையில் அர்ஜெண்டினாவில் போராடிய கொரில்லாக் குழு அழிக்கப்பட்ட செய்தியை, அவர்கட்காக வாதாடிய குஸ்டாவாரோகா பல விவரங்களைக் கூறினார். குவேரா அது கேட்டு அதிர்ந்து போனதோடு, தான் நேரில் பங்கெடுக்காமல் பிறரைக் களத்திற்கு அனுப்புவது தவறு என்றும் கூறினார்.

இதே காலத்தில் இன்னொரு நாட்டிற்குள் நுழைய அனுப்பப்பட்ட படகில் சென்ற 120 பேருடன் படகு மூழ்கடிக்கப்பட்டது. இவை அனைத்தும் குவேராவை, தானே போர்க்களம் செல்ல வேண்டும் என்ற முடிவுக்கு இட்டுச் சென்றன.

இந்தக் காலத்தில் தனக்கும், காஸ்ட்ரோவுக்கும் இடையிலிருந்த உறவை, "உறவும் இல்லை பகையும் இல்லை" என்று குவேரா வருணித்தார். ஏனெனில், அவர் கியூபாவை விட்டு வெளியேறிவிட வேண்டும் என்ற இறுதியான முடிவுக்கு வந்துவிட்டார்.

ஏனெனில், சில விமர்சகர்கள், "அவர் கியூபா நாட்டைச் சேர்ந்தவராக இல்லாது இருப்பதால், நாட்டிற்கு வரக்கூடிய ஆபத்தைப் பொருட்படுத்தாமல் தீவிர விளையாட்டுக்களில் ஈடுபடுகிறார்" எனக் கூறிய விளக்கம் அவரைப் புண்படுத்தி யிருக்க வேண்டும்.

லத்தீன் அமெரிக்காவில் தனது கொரில்லாக் குழுக்கள் தாக்கி அழிக்கப்பட்ட செய்திகளைக் கேட்டு குவேரா சிறிது கலக்கமடைந்த அதே காலத்தில், வியத்னாமில் அமெரிக்கா பெரும் அழிவைச் சந்தித்து வந்த செய்திகள் அவரை நிமிர வைத்தன. அமெரிக்கப் போர் விமானங்களைத் தனி ஒரு நபர் நுழைந்து குண்டு வைத்துப் பல விமானங்களைத் தீக்கிரையாக்கிய செய்தி குவேராவுக்கு ஊக்கம் தருவதாக இருந்தது. அங்கு போய்விட வேண்டும் என்றும் விரும்பினார்.

ஆனால், அவரது யோசனை ஏற்கப்படவில்லை என்றே தெரிகிறது. மோஞ்சேயும், கோலேயும் தலைமறைவாகி விட்டனர். பல கம்யூனிஸ்டுக் கட்சி மேல்மட்டத் தலைவர்கள் கைது செய்யப்பட்டனர்.

மாவோயிசக் குழுவாக இயங்கி வந்த மோயிசே குவேரா தலைமையிலான குழு, குவேராவை ஆதரிக்க முன் வந்தது. மோயிசே குவேராவும் நேரில் வந்து குவேராவைச் சந்தித்தார். பல பொலிவியர்களை அழைத்து வருவதாகச் சொல்லிப் போனார். மிகச் சிலரைத்தான் அவரால் அனுப்ப முடிந்தது. அவர் நிறையப் பேசினார். ஆனால், செயல் மிகச் சொற்பமாக இருந்தது. தன் குழுவின் சக்தியை, எண்ணிக்கையை மிகைப்படுத்தியே பேசி வந்தார்.

பெரடோ சகோதரர்கள் தலைமையில் இருந்த இளம் கம்யூனிஸ்டுகள் குவேராவுடன் சேர்ந்து போராட முன்வந்தனர். கியூபர்களுடன் சேர்த்து, மொத்தம் 35 பேர்தான் கொரில்லாப் பயிற்சி பெற்றனர். பெருவியர் மார்க்ஸ் என்ற பெயருடன் வந்து சேர்ந்தார். இவர்களில் சில அர்ஜெண்டினர்களும் இருந்தனர். இவர்களுடன் தனியாகவும் போராளியாகப் போராட விருப்பம் தெரிவித்தார்.

❖

கியூப அரசின் 'சே' நினைவு கரன்சி மற்றும் தபால்தலை

11

சோவியத் யூனியனுடன்...

1959 ஜூன் மாதத்தில் கியூப அரசு குவேராவை பல நாடுகளுக்குச் சென்று வர அனுப்பி வைத்தது. முதலில் அவர் ஆப்பிரிக்கக் கண்டத்தில் கெய்ரோவில் சில நாட்கள் தங்கினார். ஜப்பான், யுகோஸ்லோவியா, இந்தியா, இலங்கை, இந்தோனேசியா, பாகிஸ்தான், சூடான், மொராக்கோ போன்ற நாடுகளுக்குச் சென்று திரும்பினார். இந்தப் பயணம் மூன்று மாத காலம் நீடித்தது.

இந்தியாவில் தாஜ்மகால், கல்கத்தா, பெரும் தொழிற்சாலைகள், ஓரிரு அணைக்கட்டுகளைக் கண்டார். ஒரு விருந்தில் பிரதமர் பண்டித ஜவகர்லால் நேருவுடன் கலந்துகொண்ட போது சிறிது நேரம் உரையாடினார். கியூப அரசை வாழ்த்தியும், காஸ்ட்ரோவுக்கு வாழ்த்துக் கூறுமாறும் நேரு கூறியதைத் தவிர, அரசியல் முக்கியத்துவம் வாய்ந்த விவாதம் ஏதும் நடக்கவில்லை.

கெய்ரோவில் குவேராவுக்கு நல்ல வரவேற்புத் தரப்பட்டது. அரசு மாளிகையில் தங்க இடம் ஒதுக்கப்பட்டது. நாசருடன் நீண்ட நேரம் நிலச்சீர்திருத்தம், தேசவுடைமையாக்கல் பற்றி விவாதம் நடத்தினார் குவேரா. "எகிப்தில் நிலச்சீர்திருத்தம் செய்த பிறகு, எத்தனை வெளிநாட்டுப் பண்ணையார்கள், உள்நாட்டு நிலப்பிரபுக்கள் நாட்டை விட்டு ஓடியிருக்கக்கூடும்?" எனக் கேட்டார்.

"ஓர் ஆதிக்க வர்க்கத்தின் உடமைகளை எடுத்துக் கொள்வது மட்டுமே தமது குறிக்கோள்" என்றும், "அந்த வர்க்கத்தைக் கொன்று தீர்த்துவிடுவது சரியான பாதையல்ல" என்றும் நாசர் பதில் சொன்னது குவேராவுக்குப் பிடிக்கவில்லை.

"இந்தக் கருணையை அவர்கள் என்றாவது காட்டியது உண்டா?" என்று திருப்பிக் கேட்டாராம்.

சூயஸ் கால்வாய் நெருக்கடி ஏற்பட்டது. இங்கிலாந்தும், பிரான்சும், அமெரிக்காவும் தாக்கியது. அதைக் கண்டித்து சோவியத் யூனியன் எச்சரித்தது. அஸ்வான் அணைக்கட்டை ஒப்பந்தப்படி கட்ட மறுத்து அமெரிக்க, பிரிட்டிஷ் நிறுவனங்கள் வெளியேறியது. உலக வங்கி, மேற்கத்திய நாடுகள் கடன் தர மறுத்தது.

அந்த நேரத்தில் சோவியத் யூனியன் எகிப்திய பருத்தியை வாங்கிக்கொள்ளவும், அஸ்வான் அணையைக் கட்டி முடிக்கவும், ஆயுதத் தளவாடங்களைத் தந்து உதவவும் முன்வந்த விவரங்களையும் கேட்டறிந்து கொண்டார். அவை அவரை வெகுவாகக் கவர்ந்தன.

"ஆக... போராடி சுதந்திரம் பெற்றாலும், அதைக் காத்துக்கொள்ள ஒரு சோவியத் யூனியன் தேவைப்படுகிறது. வளருவதற்கும் அதன் உதவி தேவைப்படுகிறது."

அதாவது, "சோவியத் யூனியன் இல்லாத ஓர் உலகத்தில், என்ன நடக்கும்?" என நினைத்து குவேரா சிரித்துக் கொண்டாராம்.

அவர் இந்தோனேசிய அதிபர் சுகர்னோவால் மிகவும் கவரப்பட்டதாக அவரது எழுத்தில் தெரிகிறது. சுகர்னோவை பெரும் தீவிரவாதியாக, நாட்டின் ஏழைகட்காய் நிற்பவராக வருணித்து இருந்தார். இது சரியான மதிப்பீடு அல்ல. சுகர்னோ ஏகாதிபத்திய எதிர்ப்பாளர். ஆனால், ஆடம்பரப் பிரியர். கேளிக்கைகளில் நேரத்தைக் கழிப்பவர். ஏழைகள் மேம்பாட்டுக்காக எதுவும் செய்யாதவர்.

ஆனால், கூட்டு சேரா நடுநிலை நாடுகள் மாநாட்டை நடத்துவதில் பங்கு ஏற்றதால், அதைத் தன் நாட்டில் பாந்துங்கில் வெற்றிகரமாக நடத்தியதால் பெரும் புகழைப் பெற்றவர். குவேரா தான் சந்தித்த கமால் நாசர், நயாரரே, நெக்ருமா, நேரு, டிட்டோ ஆகியோரில் சுகர்னோவுக்கு முதல் இடம் கொடுப்பது போலக் குறிப்பிட்டு இருந்தார். அவர் மேலோட்டமாகப் பார்த்து, உணர்ச்சிவசப்பட்டே மதிப்பிட்டார் என்பது தெளிவாகிறது.

குவேரா பல நாட்டுப் பயணத்திற்குப் பின் கியூபா திரும்பினார். பல நாடுகளைப் பார்த்ததில் திருப்தி கண்டதில் வளர்ச்சி.

குவேரா, யுகோ நாட்டையும், அதன் அதிபர் டிட்டோவையும் தொடக்கம் முதலே விமர்சிப்பவராக இருந்தார். டிட்டோவை மிதவாதி என்றே மதிப்பிட்டார். பயணத்தை முடித்துக்கொண்டு 1959 செப்டம்பர் 10-ஆம் தேதி கியூபா வந்து சேர்ந்தார். வந்தவுடன் தொழில் அமைச்சராகப் பொறுப்பை ஏற்றதோடு, வங்கிகளுக்கான தலைமை அதிகாரியாகவும் பொறுப்பு ஏற்றார்.

இந்தப் பொறுப்புக்குச் சில மாதங்கட்கு முன்னரே குவேரா நியமிக்கப்பட்டிருந்தும், அமெரிக்க, உள்நாட்டு விமர்சகர்களுக்கு 'ஓய்வு' கொடுப்பதற்காகவே, காஸ்ட்ரோ, குவேரா பதவி பற்றி அறிவிக்காமல் கண்ணாமூச்சி விளையாடியிருக்க வேண்டும். அவர் அர்ஜெண்டினர் என்ற எண்ணம் மறையட்டும் என்று காத்திருந்ததாகவும் இருக்கலாம் என யூகிக்கிறார்கள்.

காஸ்ட்ரோ, தாம் செய்வதை மக்கள் எப்படிப் பார்ப்பார்கள் என மதிப்பிட்ட பிறகுதான் செய்வார். அதுதான் அவரது வெற்றிக்குக் காரணம் என்கிறார்கள்.

அவர் வகித்த பதவி, இந்தியாவில் ரிசர்வ் வங்கியின் ஆளுநர் வகிக்கும் பதவிக்குச் சமமானதாக இருந்தது. அதாவது அச்சடிக்கப்படும் அரசாங்க பணத்தாள்களில் அவரது கையெழுத்து போடப்படும். அந்தப் போராளியின் கையெழுத்துடன்தான் அரசாங்கப் பணத்தாள்கள் நாட்டில் வினியோகமாகும் என்பதைச் சிலரால் சகித்துக்கொள்ள முடியவில்லை. முதலில், 'அடுத்த நாட்டான்' என்று முணுமுணுத்தார்கள். அது எடுபடாமல் போனது.

அதற்கடுத்து குவேரா 'சே' என்று நீட்டி, நெளித்துப் போட்டிருந்த கையெழுத்தைக் காட்டி, "ரூபாய் நோட்டில் கையெழுத்துப் போடுகிற லட்சணமா?" என்று சீறினார்கள். ஏனெனில், 'சே' என்றால் பலவிதமான அற்ப, வெறுப்பு, கசப்பு உணர்ச்சிகளை வெளியிடுகிற சொல் என்பது கியூபர்களுக்குத் தெரியும். "ரூபாய் நோட்டையே 'சே - சே' ஆக்கி விட்டான்! நம் நாட்டின் தலைவிதி!" என்று புலம்பினர். இதைக்

கேள்விப்பட்ட சே குவேரா, "நான் நிறுத்தி அழகாகக் கையெழுத்துப் போட்டாலும், ரூபாயின் மதிப்பு மாறாது" எனக் கூறி விட்டுச் சிரித்தார்.

வங்கி அனுபவம் அவருக்குப் புதிது. முற்றிலும் புதிதான உலகுக்குள் நுழைந்தார். வங்கியில் குவேராவுக்கு அடுத்த இடத்தில், நீண்டகால அனுபவம் உடைய பெடன் கோர்ட் பதவியிலிருந்தார். அவர் நேர்மையானவர், கண்டிப்பானவர், குவேரா தலைவராகப் பொறுப்பேற்ற சில நாட்களுக்குப் பின் வங்கி ஊழியர்களுக்கு வழங்கப்பட்டு வரும் சம்பளம் மிக அதிகமாக இருக்கிறது என்றும், அதை 375 டாலர் என்பதிலிருந்து 350ஆக குறைக்கப் போவதாகக் குவேரா கூறினார்.

அதைக் கேட்ட பெடன் கோர்ட் அமைதியாக, "உங்கள் யோசனை நாட்டுக்கு அவசியம். சிக்கனம் தேவை. ஆனால், இதை இப்போது உடனடியாகச் செய்யக்கூடாது. வங்கி ஊழியர்கள் வீடு கட்டவும், வாகனம் வாங்கவும் கடன் வாங்கியிருக்கிறார்கள். கடந்த பல ஆண்டுகளாக மேல்தட்டு, நடுத்தர வாழ்க்கை வாழ்ந்து வருகிறார்கள். இந்த நேரத்தில் சம்பளத்தை வெட்டினால், அவர்கள் பதவியை விட்டு விலகி, வேறு வேலைகட்குப் போய்விட முடியும். நம் நாட்டில் பயிற்சி பெற்றவர்கள் அதிகமில்லை" என்று சொன்னவுடன் குறுக்கிட்டு, "அவர்கள் போய்த் தொலையட்டும், மீனவர்களையும், விவசாயிகளையும் கொண்டுவந்து உட்கார வைத்து, வங்கியை நடத்தலாம்" என்றார். "உங்கள் உணர்ச்சி புரிகிறது. உங்களது நேர்மை எனக்குத் தெரியும். ஆனால், உங்கள் யோசனையை நீங்கள் மறுபரிசீலனை செய்ய வேண்டுறேன்" என்று பெடன் கோர்ட் கூறினார்.

குவேரா ஓரிரு வாரங்களுக்குள் வங்கியில் பணி புரிவதற்குப் படித்த இளைஞர்களுக்குப் பயிற்சி கொடுக்கக்கூடிய ஒரு மையத்தைத் தொடங்கினார். பெடன் கோர்ட், "விவசாயிகளையும், மீனவர்களையும் மேம்படுத்த வேண்டும் என்று நீங்கள் கொண்டிருக்கிற கொள்கையில் எனக்கு முழு உடன்பாடு. ஆனால், அவர்களை வைத்து வங்கியை நடத்த முடியாது. இலாபத்திற்குப் பதிலாக நட்டம்தான் வரும். அது நாட்டிற்கு நல்லதல்ல" என்று மீண்டும் விளக்கம் தந்தார். குவேரா அதை

ஏற்றுக்கொண்டதோடு அவரது ஆக்கபூர்வ ஆலோசனைக்குப் பாராட்டும் தெரிவித்தார்.

இதைத் தொடர்ந்து சர்வதேச நிதி நிறுவனத்திலிருந்து கியூபா வெளியேறிவிட வேண்டுமென்று குவேரா பெடன் கோர்ட்டிடம் சொன்னார். பெடன் கோர்ட், "உலக வங்கி பாடிஸ்டா காலத்திலிருந்து கியூபாவுக்கு கடனே தந்தது இல்லை. ஆனால், சர்வதேச நிதி நிறுவனத்தில் உள்ள சில டைரக்டர்களின் உதவியால் இருபத்தைந்து மில்லியன் டாலரை நான்தான் முயன்று பெற்றேன். இப்போது நாம் வெளியேறுவது என்று முடிவெடுத்தால் இந்த இருபத்தைந்து மில்லியன் டாலரை திருப்பிக் கட்ட வேண்டும். நம்மிடம் உள்ள மொத்தக் கையிருப்பே எழுபது மில்லியன் டாலர்தான். அது ஒரு நாட்டிடம் இருக்கவேண்டிய அடிப்படைக் கையிருப்பு.

எனவே, சர்வதேச நிதி நிறுவனத்திலிருந்து விலகினால், கடனைத் திருப்பிக் கட்ட வேண்டி வரும். அவ்வாறு கௌரவத்தைக் காப்பாற்றக் கட்டி முடித்தால் எரிபொருளைக்கூட இறக்குமதி செய்ய முடியாது. அதன் விளைவு என்ன ஆகும்? நம்முடைய அரசு, இராணுவ வாகனங்கள் எல்லாம் நின்று போய்விடும். எனவே, இதை மனதிற் கொண்டு உங்கள் முடிவைச் சொல்லுங்கள். கரும்பை விற்றுப் பணம் தேடலாம் என்றால், அதுவும் ஜனவரிக்குப் பிறகுதான் வரும். எனவே முடிவை உங்களுக்கு விட்டுவிட்டேன்" என்றார்.

குவேரா, பெடன் கோர்ட்டிடம் அவரது அனுபவ அறிவை மதிப்பதாகச் சொன்னார். "தேச பக்தியோடு கூடிய யோசனையாதலால் ஏற்கிறேன்" எனச் சொல்லி முடித்தார்.

இந்தப் பொறுப்பில் பதினான்கு மாதங்கள்தான் குவேரா இருந்தார். பெடன் கோர்ட் அதற்கு முன்னதாகவே பணியிலிருந்து விலகிக்கொண்டார். இருந்தாலும், கியூப அரசுக்கு ஆதரவாகவும், யோசனை கூறுகிறவராகவும் இருந்தார். குவேராவைப் பற்றி, "குவேரா, நேர்மையான மனிதராக இருப்பதால் அவர் எடுக்கும் தவறான முடிவுகளைக்கூட என்னால் தடுக்க முடியவில்லை" என்று எழுதியுள்ளார். இதற்கு ஓராண்டுக்குப் பின்னால் கியூபா, சர்வதேச நிதி நிறுவனத்திலிருந்து விலகிக்கொண்டது.

குவேராவும் பதினான்கு மாதங்களுக்குப் பின் வங்கிப் பொறுப்பிலிருந்து விலகிக் கொண்டார்.

கியூபா முழுவதிலும் பலவகைத் தொழிற்சாலைகளைக் கட்ட வேண்டும். மின் நிலையம் கட்ட வேண்டும். இவை பற்றிக் கனவு காணும் மனிதராகவே குவேரா இருந்தார். இவற்றைக் கட்டப் பணம் வேண்டும். இயந்திரங்கள் வேண்டும். தொழில்நுட்ப திறமைசாலிகள் வேண்டும். இதை எங்கிருந்து பெறுவது என அவர் தேடியபோது உலகப் படத்தில் சோவியத் யூனியன் மட்டுமே கண்ணுக்குத் தெரிந்தது.

இதற்கு ஒரு வாரத்திற்கு முன்னதாக லத்தீன் அமெரிக்க நாடு ஒன்றில் நடந்த மாநாட்டில் பேசிய காஸ்ட்ரோ, "எங்கள் நாட்டுக்கு எந்த நாட்டு உதவியும் தேவையில்லை. கியூபர்களின் இரத்தத்தைக் கொடுத்தே எல்லாவற்றையும் கட்டுவோம்" என்று பேசியிருந்தார்.

குவேராவோ, "சோவியத் உதவியை நாடிப் பெற்றாக வேண்டும்" என்ற முடிவுக்கு வந்துவிட்டார். வெனிசுலாவில் சோவியத் தொழில்துறை கண்காட்சி ஒன்று நடைபெற்றது. அதைத் திறந்து வைக்க சோவியத் வெளிவிவகார அமைச்சர் அனதோஸ் மிக்கோயன் வந்திருந்தார். குவேராவும் வேறு சில கியூபத் தலைவர்களும், மிக்கோயனைச் சந்தித்து அதே கண்காட்சியை கியூபாவில் நடத்த வேண்டும் என்றும், அதைத் திறந்துவைக்க மிக்கோயன் வரவேண்டும் என்றும் அழைப்பு விடுத்தனர்.

சில காரணங்களால் தள்ளிப் போடப்பட்ட அந்தக் கண்காட்சி சில மாதங்கள் கழித்து நடந்தது. மிக்கோயனும் வந்தார். அவருக்கு விமான நிலையத்தில் பெரும் வரவேற்புத் தந்தனர். மிக்கோயனுடன் பேச்சுவார்த்தை தொடர்ந்தது. ஒரு நாட்டின் மந்திரியைப் போலல்லாமல், உரிமையுள்ள மகன் அப்பாவிடம் பேசுவது மாதிரி, "தன் வீட்டிற்கு வந்து தன் மனைவியையும், குழந்தைகளையும் பார்க்க வேண்டும்" என்றும், "புகைப்படம் எடுக்க வேண்டும்" என்னும் குவேரா சொன்னார். மிக்கோயன் அந்த இளைஞனைக் கட்டிப்பிடித்துக்கொண்டு "வருகிறேன், சாப்பிடவும் வருகிறேன்" என்றார். நல்லுறவு மலர்ந்தது.

மறுநாள், "எந்தவிதமான ராஜதந்திர பாணியும் இல்லாமல், நேரடியான பல உதவிகளைச் சோவியத் நாடு தந்து உதவ வேண்டும்" எனக் கேட்டார். மிக்கோயன், "உங்களுக்கு உதவ வேண்டியது தங்களது சர்வதேசக் கடமைகளுள் ஒன்று என்று சோவியத் நாடு கருதுகிறது" என்று சொன்னார். "எல்லா உதவிகளையும் ஏக காலத்தில் செய்துவிடக் கூடிய பலம் சோவியத் நாட்டிற்கு இருப்பதாகவும் கனவுக் கணக்குப் போட்டுவிடாதீர்கள். ஆனால், அவசிய உதவிகளைக் கட்டாயம் செய்யவேண்டும். மாஸ்கோவுக்கு நம்பிக்கையோடு வாருங்கள். எல்லாம் நன்றாக நடக்கும் என நம்புவோம்" எனக் கூறி முடித்தார்.

மாஸ்கோவிற்கு கியூபத் தூதுக்குழு குவேரா தலைமையில் சென்றது. செஞ்சதுக்கம் சென்று லெனினுக்கும், ஸ்டாலினுக்கும் மலர் வளையம் வைத்தார். பெருந் தொழிற்சாலைகளைச் சென்று பார்வையிட்டார். எங்கும் மக்கள் அவரைச் சூழ்ந்துகொண்டனர். அவர் ஏற்கெனவே புரட்சி நாயகனாக அறிமுகப்படுத்தப் பட்டிருந்தார்.

பின்னர் சில ஒப்பந்தங்கள் கையெழுத்து ஆகின. அவற்றின்படி கேட்ட 200 மில்லியனுக்குப் பதிலாக, நூறு மில்லியன் டாலர் நீண்ட காலக்கடனாக வழங்கப்பட்டது.

சர்வதேசச் சந்தை விலையைவிட சற்றுக் கூடுதலாக வைத்து மூன்று மில்லியன் டன் கியூப சர்க்கரையை வாங்கிக்கொள்ள சோவியத் யூனியன் ஒப்புக்கொண்டது.

பெட்ரோல், எரிபொருட்களை சர்வதேசச் சந்தை விலையைவிட குறைந்த விலையில் தந்து உதவ சோவியத் யூனியன் முன்வந்தது. ஆனால் சோவியத் யூனியனிலிருந்து வந்த கச்சா எண்ணெயை, எஸ்ஸோ எண்ணெய் நிறுவனம் சுத்திகரிக்க மறுத்தது. இதனால் சுத்திகரிக்கப்பட்ட எரிபொருளை அனுப்ப வேண்டியதாயிற்று.

கியூபாவுக்கு சோவியத் யூனியன் வழங்கிய உதவிகள் விரிவடைந்துகொண்டே இருந்தன. உணவு தானியத்தையும் வழங்கினர்.

கென்னடியின் யோசனையின்படி லத்தீன் அமெரிக்க நாடுகளைக் கொண்ட ஒரு கூட்டணியை அமெரிக்கா அமைத்தது.

ஜான் பாஸ்டர் டல்லஸ் அமெரிக்காவின் வெளிவிவகார அமைச்சர் என்ற முறையில் கம்யூனிச எதிர்ப்பில் முழு மூச்சாக இருந்தார். அவருடைய தம்பி மில்டன் டல்லஸ் சி.ஐ.ஏ.யின் தலைவராக இருந்தார். அவர், "கியூபா சோவியத் யூனியனுடைய தளமாக மாறி வருகிறது" என்றும், "அமெரிக்காவுக்கு நெஞ்சுக்கு நேராக துப்பாக்கியை ஏந்தி நிற்கிறது" என்றும், "அது லத்தீன் அமெரிக்க நாடுகளில் பரவக்கூடிய அபாயம் இருக்கிறது" என்றும் அறிக்கை விடுத்தார்.

அப்பொழுது செனேட்டராக இருந்த ஜான் கென்னடி, "கியூபாவிற்குள் தலையிடக் கூடாது" என்றும், "லத்தீன் அமெரிக்க நாடுகளுக்கு உதவி செய்து வறுமையை ஒழிக்க வழி காண வேண்டும்" என்றும் பேசி வந்தார். கியூபா மீது போர்தொடுக்க நேரம், காரணம் தேடிக்கொண்டிருந்தார் டல்லஸ். தவிர்க்க முடியாத மோதல் எந்த நேரத்திலும் வரலாம் எனக் காஸ்ட்ரோ கருதினார். யுத்த மேகம் கறுத்துக் கொண்டிருந்தது.

அண்டை நாட்டிலிருந்து கடல் வழியாக கியூபாவுக்குள் ஊடுருவ ஒரு கலகப் படையை கப்பல், படகுகளில் ஆயுதங்களோடு டல்லஸ் அனுப்பி வைத்தார். அது பிக்ஸ் வளைகுடா வழியாக கியூபாவை நோக்கி வந்தது. குவேராவும், காமிலோவும் பயிற்சி கொடுத்து வைத்திருந்த பாதுகாப்புப் படை கரைகளில் முகாம் போட்டு நின்றன. ஏராளமான மக்கள் படையும் திரண்டது.

குவேரா நேரடியாகக் களத்தில் இறங்கினார். கலகப்படை சிதறடிக்கப்பட்டது. படகுகளும், ஆயுதங்களும் கைப்பற்றப் பட்டன. பலர் கைதாயினர். இதுபற்றி, "இழந்ததை விடப் பெற்றது அதிகம்" என்று குவேரா கூறினார். அமெரிக்காவின் முகத்தில் குத்திவிட்டதாக குத்துச்சண்டை பாணியில் வீரர்கள் பேசிக்கொண்டனர்.

"கியூபாவின் சுதந்திரத்தில், உள்நாட்டு விஷயத்தில் தலையிட மாட்டோம் என அமெரிக்கா வாக்குறுதி தந்தால், கைதான நபர்களை விடுவிக்கத் தயாராக இருப்பதாக" பிடல் அறிவித்தார். உலக நாடுகளும் கண்டித்ததால், அமெரிக்கா

இசைந்தது. மருந்தும், டாலரும் இழப்பு ஈட்டுத் தொகையாக கியூபா பெற்றது.

இதே காலத்தில் சோவியத் யூனியனுடைய உதவியோடு கட்டி முடிக்கப்பட்ட சில தொழிற்சாலைகளில் உற்பத்தி தொடங்கியது. ஆனால், சரக்கை விற்கச் சந்தை இல்லாத சங்கடத்தை கியூபா சந்தித்தது. இதனால் சோர்வடைந்தார் குவேரா.

மீண்டும் கரும்பு சர்க்கரை உற்பத்தியைப் பெருக்குவதே வழி என்று கூறத் தலைப்பட்டார். அதற்கு, விவசாயத் தொழிலாளிகள் போதுமான அளவில் கிடைக்கவில்லை. புதிய பிரச்சினை எழுந்தது.

கியூபப் புரட்சிக்குப் பின் சில ஆண்டுகளுக்குள் மக்கள்தொகை பெருகியது. அத்துடன் மனிதர்களின் சராசரி ஆயுட்காலம் நீண்டது. கிடைத்த மருத்துவ வசதிகளாலும் வளர்ந்து வந்த வாழ்க்கைத் தரத்தாலும், குழந்தைப் பிறப்பு மரணம் குறைந்தது. படிப்போர் எண்ணிக்கை பெருகிக்கொண்டே இருந்தது. நிலத்தில் பாடுபடுவதற்கான உழைப்பாளிகள் கிடைக்கவில்லை.

எனவே, கரும்பை நடவும், வெட்டி எடுக்கவும், தன்னார்வத் தொண்டர் படையைத் திரட்டினார் குவேரா. பிடல் காஸ்ட்ரோவும், குவேராவும் அரிவாள், மண்வெட்டியுடன் வயல்களில் இறங்கினர். "படம் எடுக்கப்படுவதற்காக அல்ல. கரும்பை எல்லோரையும் விட அதிகமாக வெட்டிக் குவிக்க வந்திருக்கிறேன்" என்று குவேரா அறிவித்தார். அப்படியே செய்தும் காட்டினார்.

வாரக்கணக்கில் மந்திரி குவேரா வயல்களிலேயே தங்கி, வெட்டுக்கூலி போலப் பணிபுரிந்தார். இதனால் உற்சாகம் அடைந்த இளைஞர்களும், மாணவர்களும் திரண்டனர். வேலை வெற்றிகரமாக நடந்தது.

ஆனால், என்ன செய்வது? விவசாய விளைச்சலுக்கு இயற்கையும் உதவ வேண்டுமே! விளைச்சல் அளவு குறைந்தே இருந்தது. எதிர்பார்த்த சர்க்கரை கிடைக்கவில்லை. போதாக் குறைக்கு சர்வதேசச் சந்தையில் சர்க்கரை விலை சரிந்தது. இந்தச்

செய்திகள் இடிமேல் இடியாக வந்துகொண்டிருந்தன. இதனால் சோர்வு அடைந்தாலும், இதற்கான காரணங்களை ஆராய குவேரா தவறவில்லை.

"உலகச் சந்தை முறைப்படுத்தப்பட வேண்டும். வளர்ந்து வரும் நாடுகளின் மூலப் பொருட்களுக்கு நியாய விலை நிர்ணயிக்கப்பட வேண்டும். வளர்ந்த நாடுகள் தங்களது தொழில் உற்பத்திச் சாதனங்களுக்கு விலைகளை உயர்த்திக் கொண்டு போகக் கூடாது. உலக வங்கி, சர்வதேச நிதி நிறுவனங்களின் கொள்கைகளை உலக நாடுகள் விவாதித்து உருவாக்க வேண்டும்" என்பது போன்ற அடிப்படைக் கருத்துக்களை ஓர் அறிக்கையாக குவேரா தயாரித்தார். அதன் அடிப்படையில் பல நாட்டு மாநாடுகளில் பேசினார்.

இதே கருத்துக்களையும், கோரிக்கைகளையும் வைத்துத்தான் 'பதில் உலக அமைப்பு' (New world order) என்ற முழக்கமே எழுந்ததாக, பல பொருளியல் நிபுணர்கள் பாராட்டி எழுதியுள்ளனர். நாணயக் காகிதத்தில் கையெழுத்திட்ட குவேரா காலத்தின் மீதும் தன் முத்திரையைக் குத்தினார். அவை வரலாற்று ஆவணமாக ஆகிவிட்டன.

இந்தக் காலத்தின் போதுதான் அதாவது 1960 முதல் சோவியத் யூனியனுக்கும், சீனாவிற்கும் இடையிலான முரண்பாடுகள் முற்றி வந்தன. பகிரங்கமாக இரு நாட்டு அரசுகளும், அதைவிட இருநாட்டுக் கம்யூனிஸ்டுக் கட்சிகளும் மோதிக்கொண்டன. கியூபத் தலைவர்களையும் கவலை கொள்ள வைத்தது.

1960-இல் மாஸ்கோவில் சோஷலிச நாடுகளின் ஒன்றிணைப்பு மகாநாடு நடந்தது. சோவியத் யூனியன் கியூபாவிடமிருந்து வாங்கும் மூன்று மில்லியன் டன் சர்க்கரையில் 1.2 மில்லியன் டன் சர்க்கரையை மட்டும் சோவியத் யூனியன் வைத்துக்கொள்ளும் என்றும், மீதமுள்ள 1.8 மில்லியன் டன் சர்க்கரையை இதர சோசலிச நாடுகள் வாங்கவும் ஒப்புக் கொண்டன. அதில் சீனா கலந்துகொள்ள மறுத்ததோடு கியூபாவுடன் வர்த்தகம் செய்யவும் மறுத்துவிட்டது. கொரியாவும் மறுத்துவிட்டது. இது குவேராவை அதிர்ச்சியடைய வைத்தது.

1960-இல் மாஸ்கோவில் 81 கம்யூனிஸ்ட் கட்சிகளின் சர்வதேச கம்யூனிஸ்ட் மாநாடு கூடியது. குவேரா அதில்

பங்கேற்கப் போனார். அந்த மகாநாட்டிற்கான அறிக்கை எழுதப்படும்போது தங்களது நாட்டு கம்யூனிஸ்ட் கட்சி அதில் பங்கெடுத்துக் கொள்ளாவிட்டாலும் அந்த அறிக்கையின் சகல அம்சங்களையும் முழுமனதோடு வரவேற்பதாக ஒப்புக் கொண்டார். அதனை அந்தக் காலத்தின் வரலாற்று ஆவணம் என்றும் வர்ணித்தார். அமைதியான வளர்ச்சி என்பதை கியூபாவும் வரவேற்கிறது என்று அறிவித்தார். அந்த மகாநாடு நடந்துகொண்டிருந்தபோது அல்போனியாவின் தலைவர் என்வர் ஃகோக்சா வெளிநடப்புச் செய்தார். சீனா தனிமைப்படுத்தப்பட்டதை உணர்ந்தது.

1961-இல் ஜெர்மன் ஜனநாயகக் குடியரசுக்குச் சென்றார். அங்கு ஓர் இளம் ஜெர்மானியப் பெண்ணைச் சந்தித்தார். அவர் அர்ஜென்டின மொழிபெயர்ப்பாளர். அவர் பெயர் தமாரா பங்கே என்பதாகும். இவர்தான் ஆறு ஆண்டுகளுக்குப் பின்னர் பொலிவியாவின் ஆந்திய மலைப்பகுதியில் தானியா என்ற பெயருடன் துப்பாக்கி ஏந்திப் போராட வந்த வீரமங்கை ஆவார்.

மூன்று மாதங்களுக்குப் பிறகு கியூபா திரும்பினார். கியூபா திரும்பிய உடன் தொலைக்காட்சியில் நீண்டநேரம் சோவியத் யூனியன், சீனா, கொரியா இதர சோசலிச நாடுகளைப் புகழ்ந்தே பேசினார். அவை ஒன்றுபட்டு நிற்க வேண்டும் என்பதை வலியுறுத்தினார்.

இந்தக் காலத்தில் சீனாவுக்கும் சோவியத் யூனியனுக்கும் இடையில் கருத்து வேறுபாடு பகிரங்கமான தாக்குதலாக வெடித்தது. ரஷ்ய-சீன எல்லைகளில் கூடச் சில அசிங்கமான துப்பாக்கிச் சண்டைகள் நிகழக் காரணமாயிற்று. இதே காலத்தில் வியத்னாம் வீரம் மிக்க போராட்டத்தை நடத்திக்கொண்டிருந்தது.

"எதிரிக்கு முன்னால் ஒன்றுபட்டு நிற்போம்" என காஸ்ட்ரோவும், குவேராவும் பேசியதோடு நிற்கவில்லை. சில லத்தீன் அமெரிக்கக் கம்யூனிஸ்டுக் கட்சித் தலைவர்கள் பீகிங்கிற்கு, சீனத் தலைவர்களைச் சந்திப்பதற்காகப் போயினர். பீகிங் விமான நிலையத்தில் அவர்களை வரவேற்ற சீனக் கம்யூனிஸ்டுக் கட்சித் தலைவர்கள், "திருத்தல்வாதிகளால் அனுப்பப்பட்ட சமாதானக் குழுவினரே வருக! உங்கள் நோக்கம்

எதுவாக இருந்தாலும் எங்கள் நாட்டு மரபுப்படி உங்களை அன்புடன் வரவேற்கிறோம்" என்றனர். சீனத் தலைவர்களைச் சந்திக்க ஏற்பாடு செய்வதாகவும் சொன்னார்கள்.

தூதுக் குழுவினர் சூ-என்-லாய், டென்-சியோபிங், மாசேதுங் ஆகியோரைச் சந்திக்க முடிந்தது. "நீங்கள் வந்த நோக்கம் நல்லதுதான். ஆனால் உங்களது முயற்சி வெற்றி பெறாது. இருப்பினும் முயலுங்கள்" என்று மட்டும் டென் - சியோபிங் சொன்னார். சீனத் தலைவர்கள் சோவியத் யூனியனையும், குறிப்பாக குருஷ்சேவையும் கடுமையாகத் தாக்கிப் பேசினர்.

தத்துவவியலாளர்கள் சார்த்தர் மற்றும் பொவாருடன் 'சே'

"யுகோ மட்டும்தான் அவியல் சோஷலிசம் என்று கூறினோம். பின்னர் ஹங்கேரியும், அதே அவியலில் இறங்கியது. தொடர்ந்து போலந்தில் சோஷலிசத்தின் அடிப்படைகள் அனைத்தையும் தகர்த்தார்கள். பிறகு சமாதான சகவாழ்வு என்று தொடங்கி, ஏகாதிபத்திய எதிர்ப்பையே கைவிட்டு விட்டார்கள். சோஷலிச நாடுகளிடையே உறவை நிலைநாட்டுவதை விட, முதலாளித்துவ நாடுகளுடன் வர்த்தக உறவை ஏற்படுத்த அதிக நேரத்தைச் செலவிடுகிறார்கள். இதை எம்மால் ஏற்க முடியாது" என்று சீனக் கம்யூனிஸ்டுத் தலைவர்கள் விளக்கினர்.

ஒற்றுமைக்கான வாய்ப்பை விட பிளவு முற்றி விட்டதையே அவர்களது பேச்சும் நடந்துகொண்ட முறையும் காட்டின. இறுதியாக பெருந்தலைவர் மாசேதுங்கைச் சந்திக்க விரும்பினர். மிகுந்த வற்புறுத்தலுக்குப் பிறகு வாய்ப்புத் தரப்பட்டது. மாசேதுங் உடல் நலக்குறைவுடன் படுக்கையில் இருந்தார். இருந்தும் பேட்டி கொடுக்க உடன்பட்டார். குழுவினர் வணக்கம் சொல்லிவிட்டு உட்கார்ந்தவுடன் மாசேதுங்,

"கியூபப் புரட்சியை, தான் ஒரு புரட்சி என்றே வருணிக்க விரும்பவில்லை. அது குட்டி பூர்சுவாக் கூட்டம் நடத்திய ஆட்சிக் கவிழ்ப்பு நிகழ்ச்சிதான்" என்றவர், காஸ்ட்ரோவையும் தரக்குறைவான வார்த்தைகளால் வருணித்தார். வந்திருந்த தோழர் மாசேதுங் அவ்வாறு பேசுவது முறையல்ல என்றும், தங்களது தலைவரான காஸ்ட்ரோவை மரியாதைக் குறைவாகப் பேசுவதைக் கேட்டுக்கொண்டிருக்க முடியாதென்றும் கூறி எழுந்தார். தொடர்ந்து நடந்த பேச்சுவார்த்தை சூடாக இருந்ததே அன்றித் தணியவில்லை. எடுத்த முயற்சிக்கும் எவ்விதப் பலனும் கிட்டவில்லை. தூதுக்குழுவினர் திரும்பினர்.

இதற்கு ஆறு மாதங்களுக்குப் பிறகு குவேரா பீகிங், வட கொரியா, ஜப்பான் ஆகிய நாடுகட்குப் போனார். சீனாவில் எதிர்பாராத வரவேற்புக் கிடைத்தது. சூ-என்-லாயைச் சந்தித்த குவேரா சர்க்கரையை வாங்கிக்கொள்ளுமாறு வேண்டினார். அமெரிக்கா, கியூபாவின் சர்க்கரையைத் தானும் வாங்காததோடு, பிற நாடுகளையும் வாங்கவிடாது தடுத்து வருவதையும், பொருளாதார முற்றுகை போட்டுள்ளதால் எந்தப் பொருளும் கிடைப்பது இல்லை என்பதையும் எடுத்து விளக்கினார்.

ஓரிரு நாட்களில் ஒரு மில்லியன் டன் சர்க்கரையை வாங்கிக்கொள்ள சீனா ஒப்புக்கொண்டது. அத்துடன் பல வகையான ஆயுதத் தளவாடங்களையும் தந்து உதவிட முன் வந்தது. வழங்கப்பட்ட ஆயுதத் தளவாடங்களுக்குப் பணம் வாங்கிக்கொள்ள சீனா மறுத்துவிட்டது. "நண்பனுக்கு எதிரியை எதிர்த்துப் போராட ஆயுதம் தரவேண்டியது எங்கள் கடமை" என்று சீனத் தலைவர்கள் வருணித்தனர். ஆயுதத் தளவாடங்களின் எண்ணிக்கை, அதற்குரிய மதிப்பு ரகசியமாகப் பாதுகாக்கப் பட்டது.

இதே காலத்தில் பிரெஞ்சுக் கப்பல் ஒன்று கியூபாவின் கடற்கரை அருகில் வெடித்து மூழ்கியது. அதில் பல நூறு கியூபர்கள் கொல்லப்பட்டனர். இது நாட்டை விட்டு ஓடிப்போகும் கியூபர்களைக் கடத்திச் செல்லப் பயன்படுத்தப் பட்டதா? அல்லது புலம் பெயர்ந்தோர் கியூபாவைத் தாக்க மீண்டும் வந்தனரா? என்பது புலனாய்விலும் தெளிவாகவில்லை. கியூபாவுக்கு எதிரான தொல்லைகள் அதிகப்படுத்தப்படுவது தெரிந்தது.

சோவியத் யூனியனுடனான கியூபாவின் உறவு, திடீரென்று ஏற்றம் கண்டு, பின்னர் மீண்டும் இறங்கியது. அதற்குப் பல காரணங்கள் இருந்தன. அவற்றுள் முக்கியமானது ஏவுகணைப் பிரச்சினையாகும்.

அரசியல் கருத்து வேறுபாடும் வளர்ந்து வந்தது. குருஷ்சேவ் சோவியத் கம்யூனிஸ்டுக் கட்சியின் மாநாட்டில் ஸ்டாலினைக் கடுமையாக விமர்சனம் செய்து, அம்பலப்படுத்துகிற முறையில் வெளியிட்ட பல செய்திகளும், கருத்துகளும், உலகக் கம்யூனிஸ்டு இயக்கத்தை மாசுபடுத்திவிட்டதாக காஸ்ட்ரோவும், குவேராவும் கருதினர்.

"சமாதான சகவாழ்வு என்பது, முழு சுதந்திரம், அதிகாரமுள்ள இருநாட்டு அரசாங்கங்களுக்கிடையில் இருக்கலாம். சுரண்டும் - சுரண்டப்படும் வர்க்கங்களிடையே இருக்க முடியாது.

சோவியத் யூனியன், லத்தீன் அமெரிக்கக் கம்யூனிஸ்டுக் கட்சிகளையும், புரட்சிப் பாதையிலிருந்து திரிபுவாதப் பாதைக்குத் திருப்பிவிட்டது. கட்சிகளைப் பிளவு செய்யவும் உதவுகிறது.

சோவியத் கம்யூனிஸ்டுக் கட்சித் தலைமை, உலக நாட்டுக் கம்யூனிஸ்டுக் கட்சிகள் அனைத்துக்கும் தலைமை தாங்க விரும்புகிறது" என்பவைதான் கியூபத் தலைவர்களால் வெளியிடப்பட்ட கருத்துக்கள்.

இவற்றுடன் சோவியத் யூனியன் செய்து வந்த உதவிகளிலும் பல குறைபாடுகள் இருப்பதாக அவர்கள் கருதினர்.

* இயந்திரங்கள் காலதாமதமாக வந்து சேருகின்றன.
* சில ரக யந்திரங்கள் தரமானவையாக இல்லை.

என்பது போன்ற பிரச்சினைகளும் எழுந்தன. ஆனால், அவை சீர் செய்யப்பட்டன.

1961-ல் குவேரா சோவியத் யூனியனுக்குப் போயிருந்தபோது அலெக்சியேவ் மூலமாக, "ஆயுதங்களையும், ஏவுகணைகளையும் சோவியத் யூனியனிடமிருந்து பெற முடியுமா?" என்று கேட்டார். "அணு ஆயுதப்பரவல் தடை ஒப்பந்தம் என்று ஒன்று இருப்பதால், ஏவுகணைகளைக் கொடுப்பது சாத்தியம் இல்லை" என சோவியத் தலைவர்கள் கண்டிப்பாகக் கூறி மறுத்தனர்.

1963 இறுதியில், ஏவுகணைகளைக் கியூபாவில் கொண்டு வந்து நிறுவிட, சோவியத் யூனியன் விரும்புவதாகவும், அதுபற்றி கியூபா தலைவர்களின் கருத்து என்ன என்று அறியவும் தூது அனுப்பினார் குருஷ்சேவ். குவேரா, இந்த உதவியைக் கேட்டவர் என்ற முறையில் வரவேற்றார். ஆனால், காஸ்ட்ரோ இதை உடனடியாக ஏற்கவில்லை. அவர் பல கேள்விகளை எழுப்பினார். சில சந்தேகங்களும் அவருக்கு இருந்தன.

இது குறித்து நாட்டு மக்கள் வெறுப்படைந்தால் என்ன செய்வது என்பது பற்றித்தான் அதிகமாகக் கவலைப்பட்டார். அமெரிக்கக் கண்டம் முழுவதிலுமுள்ள மக்கள் கம்யூனிசம், சோஷலிசம் என்ற சொல்லைக் கேட்டாலே வெறுப்படையும் அளவுக்கு வெறிப் பிரசாரம் நடந்துள்ளது. அந்தச் சொல்லைக் கேட்டவுடன் பேய், பூதம் என நினைக்கிற அளவுக்கு ஐம்பது ஆண்டுகட்கு மேலாக அமெரிக்கா 'கம்யூனிச எதிர்ப்பு'ப் பிரசாரம் செய்துள்ளது. அந்தச் சொல்லைக் கேட்டவுடன், ஏதோ ஆபத்து வந்துவிட்டதைப் போலக் கருதுகிறார்கள். அதைப் பற்றி, விவரம் தெரிந்தவர்கள், படித்தவர்கள் கூட விவாதிக்க மறுக்கிறார்கள். எடுத்த எடுப்பிலேயே, "வேண்டாம் வேண்டாம். அது நமக்கு ஒத்து வராது என்கிறார்கள். இத்தகைய மக்கள், ரஷ்ய ஏவுகணைகளையும், ரஷ்ய வீரர்களையும் நேரில் கண்டால், என்ன செய்யக்கூடும் என்பது தெரியாது" எனக் குழம்பினார் காஸ்ட்ரோ.

லத்தீன் அமெரிக்க நாடுகளில் அவர் சந்தித்த பல போராளிகளும்கூட அதே மாய வலைக்குள் சிக்கியிருப்பதை அவர் சுட்டிக்காட்டினார். சர்வாதிகாரத்தை எதிர்த்துத் துப்பாக்கி ஏந்திப் போராடிக்கொண்டிருந்த நண்பர்களாகவும்

பழகிய பல நண்பர்களுடன் காஸ்ட்ரோ நடத்திய விவாதங்களை அவர் நினைவுபடுத்தினார்.

"நிலச்சீர்திருத்தம் வேண்டுமா?" என்று கேட்டால், "ஆமாம்" என்பார்கள். "பண்ணைகளை அரசு எடுத்துக்கொண்டு ஏழை விவசாயிகட்குத் தந்து உதவலாமா?" எனக் கேட்டால், "ஆமாம், அதைச் செய்ய வேண்டும்" என்பார்கள்.

"பெரிய அந்நிய ஆலைகளை, நிறுவனங்களை அரசுடைமை ஆக்கிவிடலாமா?" எனக் கேட்டால், "அதற்காகத்தான் போராடிக்கொண்டு இருக்கிறோம்" என்பார்கள்.

"வேலை இல்லாத் திண்டாட்டத்தை ஒழிக்க வேண்டாமா?" என்றால் "ஆமாம்! ஆமாம்! அதுதான் முதற்கடமை" என்பார்கள்.

"எல்லோருக்கும் நல்ல வாழ்க்கை கொடுப்பதுதானே நமது நோக்கம்" என்றால், அதற்கும் "ஆமாம்!" என்பார்கள்.

"ஐயா, அதுதானையா சோஷலிசம். அதை முழுமை பெறச் செய்வதுதான் கம்யூனிசம்" என்றால், "அது மட்டும் வேண்டாம் தோழரே!" என்கிறார்கள். "அது நம் நாட்டுக்கு, நமக்கு ஒத்து வராது" என்கிறார்கள். "எவ்வளவு பேசினாலும், இவர்களது ரத்தத்தில் ஏற்றப்பட்டுள்ள கம்யூனிச எதிர்ப்பு வெறியை இப்போதைக்கு மாற்ற முடியாது போல இருக்கிறது. அந்த வார்த்தைகளை விட்டு விட்டு, அந்தத் திட்டங்களை நிறைவேற்றினால், ஒப்புக்கொண்டு விடுகிறார்கள். விந்தையான மனிதர்கள். ஆனால் அதுதான் நிலை. எனவே, நாம் ஒவ்வொரு அடியையும் கவனித்து எடுத்துவைக்க வேண்டியுள்ளது. எனவேதான் தயங்குகிறேன்"என்பது இவரது தலையாய வாதம்.

ஏவுகணைகள் ரகசியமாகக் கொண்டுவரப்பட்டு, மிக ரகசியமாக நிறுவப்பட்டாலும், விரைவில் மக்களுக்குத் தெரிந்துவிடும். நம் நாட்டு மக்களின் உறவினர்கள், அமெரிக்காவில் பல இடங்களில் இருக்கிறார்கள்., அவர்கட்கு, இவர்கள் கடிதம் எழுதக்கூடும்.

"அமெரிக்க சுற்றுலாப் பயணிகளும் வந்து போய்க் கொண்டுதான் இருக்கின்றனர். அவர்கள் கண்ணிலும் படாமலா போய்விடும்? எல்லாவற்றுக்கும் மேலாக, சி.ஐ.ஏ. சும்மா

தூங்கிக்கொண்டா இருக்கும்? எனவே அமெரிக்கா, நேரடித் தாக்குதலைத் தொடர்ந்தால் என்ன செய்வது?

இதைவிட லத்தீன் அமெரிக்க நாடுகள், இதுபற்றி என்ன சொல்லக்கூடும்? கியூபா, சோவியத் யூனியனுடைய தளமாக மாறிவிட்டது எனப் பிரசாரம் செய்ய மாட்டார்களா? கியூபா, சோவியத் நாட்டின் காலனி ஆகிவிட்டது எனக் கூச்சலிட மாட்டார்களா?

அமெரிக்க மக்களில் ஒரு பகுதியினர், தங்களது நாடு, கியூபாவின் உள் விவகாரங்களில் தலையிடக்கூடாது என்று பேசி வருகின்றனர். இப்பொழுது ரஷ்ய ஏவுகணை இருக்கிறது எனத் தெரிந்தால் அவர்களும் சேர்ந்து கியூபாவைத் தாக்குமாறு குரல் எழுப்ப மாட்டார்களா?

"நமக்கே இவ்வளவு தயக்கம் இருக்கிறபோது, அதைச் செய்ய வேண்டியது அவசியம் தானா? பொறுத்திருந்து பார்க்கலாமே" என்றார்.

இவை எதையும் மறுக்காத குவேரா, "நாம் இவற்றையும் சந்தித்தே ஆக வேண்டும். நாம் சர்வதேசியப் பார்வையுடன்தான் எதையும் தீர்மானிக்க வேண்டும். இன்றைய இக்கட்டான நிலையில் சோவியத் ஏவுகணை என்ற கவசம் நாம் போராடி வென்றெடுத்த புரட்சிகர அரசைக் காத்திட அவசியம்" என்று வாதாடினார்.

பிடல் காஸ்ட்ரோ, "அந்த ஏவுகணைகளைச் சோவியத் யூனியன் நமக்குத் தரப்போவது இல்லை. நம் மண்ணில் இருக்கும் அவ்வளவுதான். அது சோவியத் ராணுவ அதிகாரிகளின் அதிகாரத்திற்குட்பட்டதாகத்தான் இருக்கும். அவர்கள்தாம் பராமரிப்பார்கள். இயக்குவார்கள். நாம் அதில் தலையிட, தீர்மானிக்க இயலாது. இதனால் நமக்கு என்ன லாபம்? உதவிக்குப் பதிலாக, உபத்திரவத்தை வரவழைப்பது சரியாக இருக்குமா?" என்றும் வாதாடினார். "நம்மிடமுள்ள ஆயுதங்களை வைத்துக்கொண்டு கடைசி மனிதன் உள்ள வரையில் போராடலாமே! இதைத் தவிர்த்துவிடலாமே?" என்றும் கேட்டார்.

குவேரா, "இது நம் நாட்டிற்காக மட்டும் அல்ல, இதை ஒரு சர்வதேசக் கடமையாகப் பார்க்க வேண்டும். சோவியத் யூனியன்

சொல்கிறது என்றால், அதற்கு நியாயமான காரணம் இல்லாமல் சொல்லவே சொல்லாது. இன்றைய உலகத்தில், சோவியத் யூனியனை ஒதுக்கிவிட்டு, நிராகரித்துவிட்டு எந்த ஒரு பிரச்சினைக்கும் தீர்வு காண முடியாது. தோழர் காஸ்ட்ரோ கூறியதைப் போல, நாம் கடைசி மனிதன் வரையில் அப்பொழுதும் போராட வேண்டியதுதான். நாம் மரணத்தைச் சந்திக்கத் தயாராக இருக்கிறோம். அது எந்த வடிவத்தில் வந்தால் என்ன! எதிர்கொள்வோம்" என அவருக்கே உரிய பாணியில் பேசினார்.

மாஸ்கோவுக்கு வருமாறு கியூபாவுக்கு அழைப்பு வந்தது. மாஸ்கோவில், சோவியத் நாட்டின் மூத்த முக்கிய தலைவர்கள் அனைவரும் கலந்துகொண்ட பேச்சு வார்த்தையில் குவேரா கலந்துகொள்ளவில்லை. அவர் தூதுக்குழுவில் சேர்த்துக் கொள்ளப்படவில்லை.

சோவியத் கம்யூனிஸ்டுக் கட்சித் தலைவர்கள் குவேராவை, சீன ஆதரவாளர் எனக் குற்றம் சாட்டுவதாகவும், டிராட்ஸ்கீயவாதி எனப் பட்டம் சூட்டப்பட்டதாகவும், தன்னை ஒரு சத்தம் போடும் வாத்துக் குஞ்சு என்று கூட வருணிக்கப்படுவதாகவும் கேள்விப்பட்டிருந்ததால், குவேரா அந்தக் குழுவுடன் போக விரும்பவில்லை எனக் கூறிவிட்டார்.

அத்துடன், "சோவியத் தலைமை முதிர்ச்சி பெற்றது. அனுபவம் உடையது. நாஜிகளை வென்று ஒடுக்கிய செஞ் சேனையின் தலைவர்கள் ஆவர். அவர்கள் எடுக்கிற முடிவு சரியாக இருக்கும் என்று நம்புவோம். எனக்கு ஒரே ஒரு கவலைதான். தங்களது உண்மையான நண்பனைக் கூடத் தெரிந்துகொள்ள முடியாமல், மிகச் சரியான விமர்சனத்தைக்கூட ஏற்க முடியாமல் குழம்புகிறார்களே" எனக் கூறிவிட்டுச் சிரித்தார் குவேரா.

இந்தக் காலத்தின் போது பிடல் காஸ்ட்ரோவை விட, குவேரா சோவியத் யூனியனை நம்புகிறவராகவும், உறுதியான ஆதரவாளராகவும் இருந்தார். சர்வதேசக் கம்யூனிஸ்டு இயக்கத்தின் ஓர் அங்கமாகவே தன்னைக் குவேரா கருதினார்.

ஆனால், புரட்சிகர சக்திகளைத் திரட்டிப் போராட வேண்டுமென்பதில் உறுதியாகவே இருந்தார்.

மாஸ்கோவில் நடைபெற்ற பேச்சுவார்த்தை ஏவுகணைகளைப் பற்றியதாக இருந்ததால், மிக ரகசியமாக நடத்தப்பட்டது. எந்த விவரமும் வெளிவரவில்லை.

சில வாரங்களுக்குப் பின்னர், சரக்குக் கப்பலில் ஏவுகணைகள் வந்து இறங்கின. அவை சில இடங்களில் நிறுவப்பட்டன. இதில் ஆச்சரியம் என்னவென்றால், ஏவுகணைகளை நிறுவி முடிக்கும் வரை, சி.ஐ.ஏ. யின் கண்களில் அது தென்படவே இல்லை.

விண்வெளிக் கலம் மூலம் செய்தியறிந்த அமெரிக்க அதிபர் ஜான் கென்னடி கொதித்துப் போனார். அமெரிக்காவில், "கென்னடியின் தாராளப் போக்கும், திறமையின்மையும், அமெரிக்காவுக்கு நெஞ்சுக்கு அருகில் ஏவுகணையைக் கொண்டுவந்து சேர்த்துவிட்டது" என்று கண்டனக் கணைகள் பறந்தன. அமெரிக்கா பரபரப்படைந்தது.

பதின்மூன்றாயிரம் சோவியத் வீரர்களும் கியூபாவில் வந்து இறங்கினர். நிலைமை சூடு பிடித்தது. சோவியத் யூனியனின் இந்த நடவடிக்கையைப் பல நாடுகள் கண்டித்தன. "இது ஆத்திரமூட்டும் செயல்" என்றும், "உலகத்தை யுத்த விளிம்பிற்குக் கொண்டுவந்து நிறுத்திவிட்டது" என்றும் கண்டித்தனர்.

ஐக்கிய நாடுகளின் சபை அவசரமாகக் கூட்டப்பட்டது. யு. 2 ரக ஒற்றர் விமானம் ஒன்று ரஷ்ய நாட்டின் மீது உயரப் பறந்தது சுட்டு வீழ்த்தப்பட்டது. விமானி பவர்ஸ் உயிருடன் பிடிபட்டார். தான் வேவு பார்க்கவே பறந்தேன் என்பதை ஒப்புக்கொண்டார். ஐக்கிய நாடுகள் சபையில் கலந்துகொண்ட குருஷ்சேவ், இதை வைத்து காரசாரமாகப் பேசியதோடு, "பூட்சு காலால் மேஜை மீது உதைத்தார்" என்றும் கூறப்பட்டது. அவர் முரட்டுத்தனமாக நடந்துகொண்டதாக உலகப் பத்திரிகைகள் எழுதின.

ஐக்கிய நாடுகள் சபை விவாதத்தில் கலந்துகொண்ட நாடுகளில், இந்தியா உட்பட, பலர் இருநாட்டுத் தலைவர்களையும் உடனே சந்தித்துப் பேசி, "இதற்குத் தீர்வு காண வேண்டும்" என்று வற்புறுத்தினர்.

மெக்சிகோவில் கென்னடியும், குருஷ்சேவும் சந்தித்தனர். பேச்சுவார்த்தைக்குப் பின்னர் ஆன ஒப்பந்தத்தின்படி, இரு

நாடுகளும் பதற்றத்தைத் தணிக்க ஒப்புக்கொண்டன. அதனடிப்படையில், கியூபாவிலுள்ள ரஷ்ய ஏவுகணைகளை ஐக்கிய நாடுகள் சபையின் மேற்பார்வையின் கீழ் மீண்டும் எடுத்துக்கொண்டு போய்விட சோவியத் யூனியன் ஒப்புக் கொண்டது.

அதேபோன்று அமெரிக்காவும், துருக்கியிலிருந்த தனது ஏவுகணைகள் அனைத்தையும் எடுத்துக்கொண்டு போய்விட ஒப்புக்கொண்டது. கியூபாவின் சுதந்திர நாடு அந்தஸ்தை அமெரிக்கா அங்கீகரிப்பதோடு, அதன் மீது தாக்குதல் தொடுப்பதில்லை என்றும் வாக்குறுதி தந்தது. ஒப்பந்தம் பதற்றத்தைத் தணித்தது என உலகம் பெருமூச்சுவிட்டது. ஆனால், கியூபாவில் ரத்தக்கொதிப்பு ஏறியது.

இந்த ஒப்பந்தப் பேச்சு வார்த்தையின் போதோ, முடிந்தவுடனோ, கியூப நாட்டுத் தலைவர்களுக்கு அதுபற்றி சோவியத் யூனியன் தெரிவிக்காத ஒரு பெரும் ராஜதந்திரத் தவற்றைப் புரிந்தது. செய்தியை பிடல் காஸ்ட்ரோ உட்பட அனைவரும் வானொலிச் செய்தியின் மூலம்தான் தெரிந்து கொண்டனர். இதுதான் கியூப நாட்டுத் தலைவர்களை ஆத்திரமடைய வைத்தது.

ஹவானாவில் மக்களின் ஆர்ப்பாட்டம் நடந்தது. “நிகிதாவே, நீ தந்த வரத்தை, திரும்ப எடுத்துக்கொண்டு போகவிடோம்” என முழங்கினர். காஸ்ட்ரோவும், குவேராவும் குருசேஷ்வை ஆபாசமான வார்த்தைகளால் திட்டியதாகப் பத்திரிகைகள் அவரவர் ஆசைதீர எழுதின. லத்தீன் அமெரிக்கா முழுவதிலும், “கியூபா ஏமாற்றப்பட்டது”, “கியூபா முகத்தில் கரி”, “சோவியத் யூனியன் சரண்” என்பது தலைப்புச் செய்திகள் ஆயின.

குருஷ்சேவின் சார்பில், கியூபத் தலைவர்களை அமைதிப் படுத்த, ‘கியூபர்’ என்ற பட்டப் பெயரிட்டு அழைக்கப்பட்டு வந்த மிக்கோயன் மீண்டும் கியூபா வந்தார். காஸ்ட்ரோ கடுமையான சொற்களைப் பயன்படுத்திய போதும் மிக்கோயன் அமைதியாகக் கேட்டுக்கொண்டே இருந்தார். இதில் அதிகம் ஏமாற்றம் அடைந்தவராகக் காணப்பட்டவர் குவேராதான்.

"நாங்கள் வேண்டும் என்று கேட்காமலே கொண்டுவந்து வைத்துவிட்டு, இப்பொழுது எங்களைக் கேட்காமலே எடுத்துக்கொண்டு போகலாமா? எதற்காக இந்த அதிரடி விளையாட்டு? எங்கள் நாட்டை சதுரங்க விளையாட்டு அட்டையாக மாற்றலாமா? அமெரிக்க ஏகாதிபத்தியப் புலிகளின் புள்ளிகள், மாறிவிடும் அல்லது மாற்றிவிட முடியும் என நம்புகிறீர்களா? இதைவிட கௌரவமான மரணம் உயர்ந்தது அல்லவா?" என்று பலபடப் பேசினார் குவேரா.

"குவேராவின் உணர்வை என்னால் நன்கு உணர முடிகிறது" எனச் சொல்லித் தொடங்கிய மிக்கோயன், "நீங்கள் மரணத்தைப் பற்றி, அதுவும் கௌரவமான மரணம் அல்லது உங்கள் மொழியில், அழகான மரணம் என்று பேசுவது புரிகிறது. நான் மரணத்திலிருந்து உங்களைக் காப்பாற்றி வாழ வைப்பதைப் பற்றியே யோசித்துக் கொண்டிருக்கிறேன்.

மரணம் அழகானதாக இருந்தாலும், அலங்கோலமாக முடிந்தாலும் மரணம், மரணம்தான். நாம், மனிதகுலத்தை வாழ வைக்கவே போராடிக் கொண்டிருக்கிறோம் என்பதை என்னைவிட வயதில் குறைந்த நீங்கள் மறந்துவிடக் கூடாது. நீங்கள் நெடுநாள் எனக்குப் பின்னரும் வாழ வேண்டும். எனவே மரணத்தைப் பற்றியே பேசாதீர்கள். தவிர்க்க முடியாமல் வருகிறபோது, சந்திக்கும் நெஞ்சுறுதி நமக்கு உண்டு.

இன்று ஏவுகணைகளை எடுத்துவிட்டோம் என்று ஆத்திரமடைகிறீர்கள். அது இன்றைக்கும் எங்கள் கைகளில்தான் இருக்கிறது. அது இங்கிருந்துதான் பாயவேண்டும் என்பது இல்லை. எங்கிருந்தும் தாக்க முடியும். நமக்குப் பலம் உண்டு என்பதை ஏகாதிபத்திய சக்திகளுக்குக் காட்டிவிட்டோம். ஏவுகணை போலவே, கியூபாவைத் தொடாதே என வாயால் எச்சரித்தாலும் அது ஏவுகணைக்குச் சமம்தான்" என்றார்.

குவேரா குறுக்கிட்டு, "அதை மாஸ்கோவிலிருந்தே செய்திருக்கலாமே" என்றார். "ஆம், இருப்பதைக் காட்டிவிட்டுத் தானே எடுத்துக்கொண்டு போயிருக்கிறோம். எல்லா விஷயங்களையும் விளக்க முடியாது" என்ற மிக்கோயன், குவேரா பக்கமாகத் திரும்பி, "நீ இறந்துவிட்ட செய்தியைக் கேட்க நான் உயிருடன் இருக்க விரும்பவில்லை" என்றவர், "கியூபாவுக்கு

இதர பொருளாதார உதவிகளை இனி தாராளமாகச் செய்ய முடியும். கியூபா, தொழிற்துறையைக் கட்டிப் பலப்படுத்த அவகாசம் தேவை. அதுவரையில், அமெரிக்காவுடன் நேரடி மோதலைத் தவிர்க்கவே முயல்வோம்" என்றார்.

மிக்கோயன் ஒதுக்கப்பட்ட நேரத்தைவிட மேலும் ஒரு மணி நேரம் தங்கி, நீண்ட விளக்கம் தந்ததை அலெக்சியேவ் விரிவாக எழுதியுள்ளார். மிக்கோயன் சொன்னதாக அலெக்சியேவ் குறிப்பெடுத்த கருத்துகள் என்னவென்றால், "நீங்கள் இளைஞர்கள், நல்லவர்கள், தன்னலம் இல்லாதவர்கள். போர்க்குணமும் இருக்கிறது. எனவேதான் உங்களை நண்பர்களாகக் கருதிப் பேசுகிறோம். சோவியத் யூனியன் பல கடமைகளைச் செய்ய வேண்டி இருக்கிறது. தனது நாட்டைப் பாதுகாக்க வேண்டிய தொடர்ந்து வளர்க்க வேண்டிய ஒரு பெருங்கடமையுடன், விடுதலைக்காகப் போராடும் நாடுகட்கு உதவ வேண்டியுள்ளது.

வளரும் நாடுகட்கும் உதவ வேண்டியிருக்கிறது. சோவியத் யூனியனிடமும் அளவற்ற செல்வம் கிடையாது. உலகம் பெரிது. ஒரு சோவியத் யூனியன், எல்லாச் சுமைகளையும் தாங்குவது எளிதான காரியம் அல்ல. இருந்தாலும் முடிந்த அளவுக்குச் செய்கிறோம்... ஏவுகணைகளை எடுத்துக்கொண்டு போனதில் உங்களுக்குக் கோபம் ஏற்பட்டிருப்பது புரிகிறது.

இன்றுள்ள உலகத்தின் எந்த முனையையும் அங்கு இருந்தவாறே ஏவுகணை தாக்க முடியும். கியூப மண்ணிலிருந்து தாக்க வேண்டும் என்பது இல்லை. சோவியத் யூனியன் உங்களை என்றைக்கும் கைவிடாது. உங்கள் சுதந்திரத்தை எந்தவொரு நாடும் பறிக்க இடம் தரமாட்டோம். நண்பர்களே நம்ப மறுத்தால், நாங்கள் என்ன செய்வது? நீங்கள் யோசிப்பதற்காக இரண்டு விவரங்களைக் கூறுகிறேன்.

நூறு பேர் ஆயிரம் பேரை அல்ல; பல்லாயிரம் பேரை அனுப்பினாலும் புரட்சியைக் கொண்டுவர முடியாது. மீண்டும் சொல்கிறேன். புரட்சி ஏற்றுமதிச் சரக்கு அல்ல. அதுவும் நட்பு, வளரும் நாடுகளுக்கு எதிராக இப்படிப்பட்ட செயல்கள், நமது நண்பர்களையே எதிரிகளாக்கி விடும். எனவே, யோசித்துச் செய்யுங்கள்.

இன்னொன்று, லெனின் தலைமையில் நடந்து வெற்றிபெற்ற நவம்பர் புரட்சி, ஒரு சிலரால் கொரில்லாப் போர் முறையில் வென்றெடுக்கப்பட்டது எனத் தவறாகக் கணக்குப் போட்டு விடாதீர்கள். அது பெரும்பான்மை உழைக்கும் மக்களின் ஆதரவோடு, கட்டியமைக்கப்பட்ட கட்சித் தலைமையின் கீழ் நடந்தேறிய புரட்சி, இதிலே, ஒவ்வொரு நாட்டின் சமூக, பொருளாதார வித்தியாசங்களை நாம் கருத்தில் கொள்ள வேண்டும்.

லெனின் தலைமையில் புரட்சி நடந்தபோது, அதற்கு உதவிட எந்த சோஷலிச நாடு இருந்தது? உதவி யாரிடம் கேட்பது?. சூழ்ந்து வந்தவர்கள் எதிரிகள்தான். இன்றைக்கு உங்களுக்கு, வளரும் நாடுகளுக்கு உதவிட பலர் இருக்கிறோம். அதைச் சரியாகப் பயன்படுத்திக் கொள்ளுங்கள்" என நீண்ட விளக்கம் தந்தது. காஸ்ட்ரோவுக்கு ஏற்புடையதாக இருந்தது. குவேரா அது போதாது என்றே கருதியவராக இருந்தார். இவற்றை அலெக்சியெவ் குறிப்பெடுத்து எழுதியிருக்கிறார். பிடல் காஸ்ட்ரோ காரியத்தில் கண்ணாயிருப்பவர். அவர் மாஸ்கோ செல்லவும், அங்கே பல ஒப்பந்தங்களைப் போடவும் சிந்திக்கத் தொடங்கினர்.

"கனரக என்ஜினியரிங் தொழிற்சாலையைக் கட்ட வேண்டாம்" என சோவியத் நிபுணர்கள் குவேராவிடம் எடுத்துச் சொன்னார்கள். "கியூபாவில் மூல தாதுப்பொருட்கள் கிடைப்பது இல்லை. மின்சார வசதி குறைவு. தொழில்நுட்பப் பயிற்சி பெற்ற உழைப்பாளிகள் இல்லை. இவற்றை இறக்குமதி செய்து உற்பத்தி செய்தால், உற்பத்திச் செலவு அதிகரிக்கும். அதைக் கியூபாவால் தாங்க முடியாது. எல்லாவற்றிற்கும் மேலாக, உங்கள் சரக்கை விற்கச் சந்தை ஏது?" எனக் கேட்டனர். "என்ன நேர்ந்தாலும் சரி. கருவிகளை, யந்திரங்களை நாங்களே செய்தாக வேண்டும்" என்றார் குவேரா.

"சோவியத் நிபுணர்கள், சோஷலிச நாடுகள் கூடி வேலைப் பிரிவினை செய்துகொள்ள இருக்கிறார்கள். அப்போது, கியூபாவுக்கு உகந்தது எதுவோ, அதற்கு முன்னுரிமை கொடுக்கலாம்" என்றனர். கியூபா சர்க்கரையை மட்டும் நம்பி வாழ முடியாது என்பதை குவேரா எடுத்துக் கூறினார். சோவியத் நிபுணர்கள் சொன்னவை அனுபவத்தால் கிடைத்த பாடம்.

குவேரா கூறியவை வேட்கையால் எழுந்த கோரிக்கைதான் என்பது ஓராண்டுக்குள் நிரூபணமாகிவிட்டது.

இதே காலத்தில் இன்னொரு சிக்கல் தோன்றியது. சோவியத் யூனியனுக்கு எதிரான சிறு பிரசுரங்கள் மிகப் பரவலாக ஒரே நாளில் கியூபா முழுவதிலும் வினியோகிக்கப்பட்டது. அது எங்கிருந்து வந்தது? யாரால் வினியோகிக்கப்பட்டது? என்பதை கியூபா விசாரிக்கத் தொடங்கியது. அது சீன நிலையை நியாயப்படுத்தி, சோவியத் நிலையைத் தாக்கி எழுதப்பட்டிருந்ததால், சீனத் தூதரகம் அதற்கு ரகசியப் பாதுகாப்புடன் வரும் தபாலில் கொண்டுவந்து வினியோகித்து விட்டதாகவே கியூப அரசு கருதிக் கண்டனம் தெரிவித்தது.

விசாரணைக்குப் பின்னர்தான் அது அல்பேனியத் தூதரகத்தால் வினியோகிக்கப்பட்டது என்பதைக் கண்டறிந்தனர். அல்பேனியத் தூதுவர் தன் நாட்டிற்குத் திரும்பிப் போய்விட்டார். சீனா கியூபாவிற்குக் கொடுத்து வந்த உதவிகள் அனைத்தையும் நிறுத்திவிட்டது. வர்த்தக உறவையும் முறித்தது.

"கம்யூனிஸ்டு கட்சிகளுக்கிடையில் கருத்து வேறுபாடு எழுந்தாலும், எதிரியின் முன்னால் ஒன்றுபட்டு நிற்க வேண்டாமா? நட்பு நாட்டின் மண்ணைச் சகோதரச் சண்டையை நடத்துவதற்கான களமாக மாற்றலாமா? தனிப்பட்ட முறையில் தலைவர்களையும், கட்சிகளையும் மிகத் தரக்குறைவான முறையில் பேசலாமா? புரட்சி என்றதும், தோழர்கள் என்பதும் என்ன ஆயிற்று?" என்று கலங்கினார் குவேரா.

இந்தப் பின்னணியில்தான் கொரில்லாப் போராட்டத்தின் அவசியம் பற்றி இரு கட்டுரைகளை எழுதினார். அவர் படிப்படியாக, எல்லாப் பொறுப்புகளிலிருந்தும் விலகியும் வந்தார். அரசும் அவரை மந்திரி பொறுப்பிலிருந்து விலகிக்கொள்ள அனுமதித்தது.

கொரில்லாப் போர் முறையை விளக்கும் கையேடாக அவரால் எழுதப்பட்டது இன்றும் தொடர்ந்து விவாதிக்கப் படுகிறது. மாசேதுங்கும் கொரில்லாப் போர் பற்றி எழுதியிருக்கிறார்.

1. அரசினால் பயிற்சி கொடுக்கப்பட்டு நன்கு தயாரிக்கப் பட்ட ஒரு பெரும் படையைக் கூட லட்சிய வெறி

கொண்ட சிறிய கொரில்லாப் படையால் தோற்கடித்து விட முடியும்.

2. கொரில்லாப் போரைத் தொடங்குவதற்கு ஏற்ற சூழ்நிலை வரவேண்டும் எனக் காத்திருக்கத் தேவையில்லை. கொரில்லாத் தாக்குதல் தொடங்குவதை யொட்டி, அது தானே உருவாகிவிடும். உருவாக்க வேண்டும்.

3. தேர்ந்தெடுக்கப்பட்ட அரசு இருக்கிற இடங்களில், கொரில்லாப் போர் முறை வெற்றி பெறாது. சர்வாதிகார, அடக்குமுறை ஆட்சிகளை எதிர்த்து மட்டுமே சாத்தியம் என்பது தவறு. சீர்திருத்தங்களைச் செய்யும் அரசுகளையும் கூட கொரில்லாப் போர் முறையால் மாற்றியமைக்கலாம்.

4. தொழிலாளிகள், விவசாயிகள் அதிருப்தி அடைந்து இருக்கும் அரசைத் தூக்கி எறிய வேண்டும் என்ற வேட்கையை எட்டியிருக்க வேண்டும் என்பது தேவையில்லை. கொரில்லாப் போர் தொடங்கியவுடன், மக்கள் கட்டாயம் எழுந்து போராடத் தொடங்கி விடுவர்.

5. கொஞ்சம் ஆயுதங்கள் இருந்தாலும் போராட்டத்தைத் தொடங்கப் போதும். பிறகு எதிரியிடமிருந்து ஆயுதங்களைப் பறிமுதல் செய்தல் எளிது

என்றும் குவேரா எழுதினார்.

இவற்றைப் படிப்போர்க்குப் புரட்சியை மிக எளிமைப் படுத்தி, நாடகபாணியில் நடத்தி முடித்துவிடக்கூடிய ஒரு நிகழ்ச்சியாக அவர் கருதுவது தெரியும்.

புரட்சியின் மீது அவருக்கு இருந்த ஆர்வமும், அவரது தளராத போர்க்குணமும் அவரைப் போலவே சகலரும் இருப்பதாக நினைக்க வைத்திருப்பதும் தெரியும். அவர் அவசரப் பட்டு எடுக்கிற முடிவுகளும் அவருக்குத் தெரிந்திருக்க வேண்டும். அது நிதானத்தை வளர்ப்பதற்குப் பதிலாக, ஆத்திரத்தையும், ஆவேசத்தையும் மூட்டிவிட்டிருப்பது தெரிகிறது.

லெனின் தலைமையில் போல்ஷ்விக்குகள் நடத்தி வெற்றி கண்ட மகத்தான நவம்பர் புரட்சி, எண்ணிக்கையில் சில ஆயிரம் பேரைக் கொண்டு நடத்தி முடிக்கப்பட்டதாக, அந்தக் காலத்திலேயே கூறியவர்கள் உண்டு. மூன்றாவது கட்சிக் காங்கிரசில் உரையாற்றிய லெனின், புரட்சி வெற்றிபெற்றதற்குப் பல காரணங்கள் உதவியாக அமைந்ததை விளக்கி, "அது சிறுபான்மையோர் நடத்திய புரட்சி அல்ல" என்றும், "பெரும்பான்மையோர் பங்கேற்ற புரட்சி" என்றும் கூறினார்.

ஜார் ஆட்சி மீது மக்களுக்கு முழுவெறுப்பு இருந்தது. கெரன்ஸிகி ஆட்சியால் மக்கள் எதிர்பார்த்த சிறு மாற்றங்களைக்கூடக் கொண்டுவர முடியவில்லை. ஜெர்மானியப் படையிடம் ரஷ்யப் படைகள் தோற்று ஓடிக்கொண்டிருந்தன. தொழிலாளர்கள் வேலை நிறுத்தப் போராட்டங்களை நடத்தினர். ராணுவமும் மக்களோடு சேரத் தயாராக இருந்தது. இவை அனைத்தும் சேர்ந்ததால்தான் நவம்பர் புரட்சியை நடத்த முடிந்தது என்பதை லெனின் விளக்கினார்.

ஒரு தலைவரின் தனித்திறமை, ஒரு குழுவினரின் வீர சாகசத்தால் புரட்சி வெற்றி பெற்றுவிட முடியாது என்பதை மீண்டும் மீண்டும் லெனின் கூறி வந்தார்.

மார்க்சும், ஏங்கல்சும், "புரட்சியை மிக உயர்ந்த நுண்ணிய கலை. அதை நடத்துகிறவன் இறுதி முடிவு எடுக்க வேண்டி இருப்பதால், எச்சரிக்கையுடன் கையாள வேண்டும்" என்று எச்சரித்துள்ளனர்.

பாரிஸ் கம்யூனின் எழுச்சியும் வீழ்ச்சியும், பிரெஞ்சுப் புரட்சியின் விளைவுகளும் பல பாடங்களைக் கற்க உதவியுள்ளன.

கியூபாவிலேயே நேரில் தான் கற்ற பாடங்களைக் குவேரா புறக்கணிப்பதும் தெரிகிறது. பிடல் காஸ்ட்ரோ போன்ற மக்களின் நாடித்துடிப்பறிந்த, பல சக்தியினரை ஒன்று திரட்டக்கூடிய, துணிச்சல், அறிவுக்கூர்மை, போர்க்குணம், ஈர்த்து இழுக்கும் பேச்சாற்றல் எல்லாம் அமைந்த ஒரு தலைவர் கியூபாவுக்குக் கிடைத்தது தற்செயலான நிகழ்ச்சி அல்ல.

விவசாயிகள் கொதிப்படைந்து இருந்தனர். தொழிலாளர்கள் அமைப்பு ரீதியில் இயங்கி வந்தனர். பாட்டிஸ்டாவின் ஆட்சி வெறுக்கப்பட்டது. ராணுவம் போராடும் உணர்வை இழந்து,

உயிரை காத்துக்கொள்ள சரணடையத் தயாரானது. இவற்றுடன் எதற்கும் அஞ்சாத லட்சிய வீரர்களின் தாக்குதலால் கியூபப் புரட்சி வெற்றியைக் கண்டது.

ஆனால் காஸ்ட்ரோ போன்ற மக்கள் அறிந்த, நம்புகிற ஒரு தலைவர் எல்லா நாடுகளிலும் இருப்பதாகவும், இருப்போரும் புரட்சிக்குத் தயாராக இருப்பதாகவும், கியூபாவை மாதிரியே விவசாயிகளும் போரில் தேடி வந்து பங்கு எடுப்பார்கள் என்றும், பல தேசியக் கட்சிகளும் பாட்டிஸ்டாவைத் தூக்கி எறிய ஒத்துழைத்ததுபோல ஒத்துழைக்கக்கூடும் எனவும், எல்லா நாடுகளும் ஒரே மாதிரி என்று நினைத்த தவறும்தான் ஆந்திய மலைக் காட்டிற்கு குவேராவை இட்டுச் செல்ல இருந்தது.

குவேரா கொரில்லாப் போர் பற்றி எழுதிக்கொண்டிருந்த போது, காஸ்ட்ரோ மாஸ்கோவில் பல ஒப்பந்தங்களில் கையெழுத்திட்டுக் கொண்டிருந்தார். அதன்படி பல பொருட்கள் இறக்குமதி ஆயின. அமெரிக்காவுடனான பதற்றம் குறைந்ததால், சுற்றுலாப் பயணிகள் வந்து போவது அதிகரித்தது. அதே சமயம் டாலரையும், புழங்கும் நாணயமாக அங்கீகரிப்பதாக காஸ்ட்ரோ அறிவித்தார். டாலரும், பெசோவும் அங்கீகரிக்கப்பட்ட நாணயங்களாக கியூபாவில் புழக்கத்தில் உள்ளன. இந்த அறிவிப்பை அமெரிக்காவே எதிர்பார்க்கவில்லை.

ஆனால், கியூபாவிற்கு டாலர் வருவது அதிகரித்தது. “காஸ்ட்ரோவை வீழ்த்துவதற்காக அமெரிக்க ஏகாதிபத்தியம் அனுப்புகிற டாலரை மட்டும் கடற்கரையிலிருந்து தூண்டில் போட்டுப் பிடித்துவிட முடியுமானால், அந்தப் பணத்தைக் கொண்டே கியூபாவை வளர்த்து விட முடியும்” என்று குவேரா கிண்டல் செய்வதுண்டாம். கியூபப் பொருளாதார நெருக்கடி தளர்ந்து, வாழ்க்கை வசதிகள் வளரத் தொடங்கின. கல்வி, மருத்துவத் துறையில் பிரமிக்கத்தக்க வளர்ச்சி கண்டது.

ஏறத்தாழ 500 பேருக்கு ஒரு டாக்டர் என்ற எண்ணிக்கையில் டாக்டர்கள் பயிற்சி பெற்றனர். இவர்கள் லத்தீன் அமெரிக்க நாடுகளிலும், ஆப்பிரிக்காவிலும் சேவை செய்யப் போனார்கள். இன்றைக்கும் உலகத்தில், பிற நாடுகளில் பணிபுரியும் கியூப டாக்டர்களின் எண்ணிக்கைதான் விகிதாச்சாரப்படி மிகப் பெரியதாகும்.

இவர்களில் பலர் தொழு நோயாளிகள், மலை வாழ் மக்கள் மத்தியில் சேவை செய்வதை விரும்பி ஏற்கிறார்கள். இதை பிடல் காஸ்ட்ரோ 'புரட்சிகர மருத்துவப் படை' என்று அழைக்கிறார். காஸ்ட்ரோ சோவியத் யூனியனின் நண்பர் ஆகிவிட்டார். குவேரா விலகி, விலகி வேறு இடம் தேடிக்கொண்டு இருந்தார்.

மாஸ்கோவில் செஞ்சதுக்கத்தில் 'சே'

12

காங்கோவை நோக்கி...

காங்கோவில் விடுதலைப் போராட்ட வீரர்களுக்குப் பயிற்சி கொடுக்கவும், அவர்களுக்காக தாமாகவே போராடா விட்டாலும் அவர்களுடன் சேர்ந்து போராட வேண்டும் என்ற நோக்கத்துடனும் நூறு பேரைக்கொண்ட குழு ஒன்று அமைக்கப்பட்டது. அதற்கு குவேரா தலைவராகப் பொறுப் பேற்றார்.

தேர்ந்து எடுக்கப்பட்டவர்கள் கியூபாவிலிருந்து கறுப்பர் களாக இருக்க வேண்டுமென்பதில் கவனமாக இருந்தனர். லெப்டினைண்ட் பார்சலே உட்பட பதினைந்து விமான ஓட்டிகளும் தேர்ந்தெடுக்கப்பட்டனர். 1966-ஆம் ஆண்டின் மத்தியில் ஏறத்தாழ அறுநூறு கியூப அதிகாரிகளும், படையினரும் ஆப்பிரிக்காவில் பல இடங்களில் பணிபுரிந்து வந்தனர். பிரேசாவிலிருந்த ஒரு குழு நடத்திய திடீர் புரட்சியின் போது, குடியரசுத் தலைவர் அல்போன்ஸ் தெபாத்தைக் காப்பாற்றியதும் இதே வீரர்கள்தான் என்பது குறிப்பிடத்தக்கது.

காங்கோவிலிருந்த விடுதலைப் போராட்டக் குழுக்கள், லட்சிய ரீதியில் உறுதியானவையாக இல்லாவிட்டாலும், தாக்குப் பிடித்து நிற்கக்கூடியவையாகத் தோன்றியது. ஆப்பிரிக்காவில் காலனியாதிக்கம் முடிவுக்கு வந்த பின்னர், முதல் போராட்டம் நடந்தது அங்குதான். விடுதலைப் போராளிகள் கியூபா தங்களுக்கு உதவவேண்டும் என எதிர்பார்த்தனர். அங்கு இரு குழுக்கள், இரண்டு பக்கங்களிலிருந்து போராடி வந்தன. அவற்றை குவேரா ஏற்கெனவே சந்தித்துப் பேசி இருந்தார்.

காங்கோவை பிடல் காஸ்ட்ரோவும், ரால், கமிலோ உட்பட குவேராவும் சேர்ந்து அந்த முடிவை எடுக்கச் சில காரணங்கள் இருந்தன.

* ஆப்பிரிக்க நிகழ்ச்சிகளில் அமெரிக்கா அதிக அக்கறை காட்டுவது இல்லை. லத்தீன் அமெரிக்காவில் செலுத்திய கவனத்தை, ஆப்பிரிக்காவில் அது செலுத்தவில்லை. வியத்னாம் போர் அதன் முழுக் கவனத்தையும் ஈர்த்து இருந்தது.

* ரஷ்யா ஒரு போராளிக் குழுவுக்குப் பேருதவி புரிந்து வந்தது. இதற்குப் போட்டியாக சீனா இன்னொரு குழுவிற்கு ஆயுதம், பயிற்சி எல்லாம் கொடுத்து உதவி வந்தது. இரண்டையும் சேர்த்துப் போராட வைக்க முடியும் என்று கியூபர்கள் நினைத்தனர்.

* பாட்ரிஸ் லுமும்பா கொல்லப்பட்ட பிறகு அங்கு கொந்தளிப்பான நிலை நீடித்தது. நிலையான ஆட்சி அமையவில்லை.

* ஆப்பிரிக்க நாடுகளின் ஒற்றுமை அமைப்பு கமால் அப்துல் நாசர், நெக்ரூமா, தோரே, நயராரே பென்பெல்லா ஆகியோரால் தலைமை தாங்கப்பட்டது. இவர்களது ஆதரவு கிட்டும் என்ற நம்பிக்கை.

* அங்கிருந்த நில அமைப்பும் இத்தகைய போராட்டத்திற்குச் சாதகமானது என்று குவேரா நம்பினார்.

அதே சமயம் காங்கோலியர்களைப் பற்றியும், பொதுவாக ஆப்பிரிக்கா முழுவதிலும் இருந்த சமூக பிற்பட்ட நிலையைக் குவேரா தெரிந்தவராகவே இருந்தார். அங்கு ஒரு மையப்படுத்தப் பட்ட தலைமை இல்லை. நம்பத் தக்க தலைவர் இல்லை. கட்சிகள் வளர்ந்து இருக்கவில்லை. தங்களது நாடு என்று பார்ப்பதைவிட ஒவ்வொரு குழுவும், தன் இனக் குழுவை மட்டுமே அங்கீகரித்து, அதுதான் நாடு, அதுதான் உலகம் என்று பேசிக்கொண்டிருந்தது. அமெரிக்க ஏகாதிபத்தியம் என்றோ, சர்வாதிகாரம் என்றோ அவர்கள் தெரிந்திருக்கவில்லை. அடுத்து இருந்த இனக்குழுவுடன் நடத்திய சண்டைகளைப் பற்றியே பெருமையுடன் பேசிக்கொண்டிருந்தன.

அவர்களுக்கு முதல் எதிரி அண்டையிலிருந்து அடுத்த இனக்குழுதான். இதைத் தாண்டி, இவர்களைத் திரட்டி, பயிற்சி

கொடுத்துப் போராட வைக்க முடியும் என்று குவேரா ஒருவரால்தான் நம்ப முடியும், நம்பினார்.

குவேரா நாசரைச் சந்தித்த போதுதான் காங்கோவின் விடுதலைக்காகப் போராட முடிவு எடுத்திருப்பதைச் சொன்னார். நாசர், குவேராவை அறிந்திருந்தார். எனவே பொறுமையுடன், "மக்களைக் காப்பாற்ற, வழிகாட்ட வந்த பல தீர்க்கதரிசிகளுக்கு என்ன நடந்தது என்பது தெரியுமல்லவா? நீயும் இன்னும் பெரிய தாடியும், தீர்க்கதரிசி போன்ற ஆடை அணிந்து போனாலும்

ஹவாணாவில் அலெய்டா மார்ச்சுடன் 'சே' வலம் வந்த போது...

அவர்கள் உன்னை ஏற்றுக்கொள்ளவே மாட்டார்கள். எங்களையும் ஏற்க மாட்டார்கள். நம் நிறமே அவர்களுக்குப் பிடிக்காது. வெள்ளையர்கட்குக் கறுப்பு நிறம் பிடிக்காது. இடவர்கட்கோ வேறு நிறத்தைக் கண்டாலே சந்தேகம்... வெறுப்பார்கள்; விலகிப் போவார்கள்; நம்பவே மாட்டார்கள்.

நான் ஒரு பட்டாலியன் படையை அவர்களுடைய விடுதலைக்கு உதவ அனுப்பினால், நம்முடைய பட்டாலியனை எதிர்த்துத்தான் அவர்கள் சண்டை போடுவார்கள். நீ இவர்களுக்காகப் போராடி அநியாயமாகக் கொல்லப்படுவதை நான் விரும்பவில்லை குவேரா" என்றார். குவேரா சற்று ஏமாற்றம்

அடைந்தார்... எதைக் கேட்டும் மனம் மாறாத அவர், அதைக் கேட்டும் மனம் மாறவில்லை.

அதற்கடுத்தாற்போல, அவரை மிகவும் மதித்த, நேசித்த, தோழராய்ப் பழகிய பென்பெல்லாவைச் சந்தித்தார். பென்பெல்லாவும் நாசர் சொன்ன அதே காரணங்களை மேலும் தெளிவாக, “அங்கே போராடிக் கொண்டிருக்கிற குழுக்களுக்கு உதவலாம். ஆயுத உதவி செய்யலாம். பயிற்சியும் தரலாம். அங்கே போய் நம் முகத்தைக் காட்டாமலிருப்பது நல்லது” என்று விளக்கினார்.

கடைசியாக மீண்டும் பிடல் காஸ்ட்ரோவிடம் குவேரா, “நான் கியூபாவை விட்டு வெளியேறுவது என்று முடிவு செய்துவிட்டேன். அந்த முடிவை மாற்ற முடியாது. நான் ஆப்பிரிக்காவுக்குச் சென்று அந்த மக்களின் விடுதலைக்காகப் போராட விரும்புகிறேன். நீங்கள் உதவ முடியுமா முடியாதா என்பதை நேரடியாகச் சொல்லிவிடுங்கள். உங்களால் இயலாது என்றால், உதவி கிடைக்கக்கூடிய வேறு இடத்தைத் தேட வேண்டி இருக்கும்” என்றார் குவேரா. “தடையே இல்லை. உதவி நிச்சயம் கிடைக்கும். ஆனால், நீங்கள் அவசரப்படக்கூடாது. தக்க தயாரிப்புடன் செய்ய வேண்டும் என்று மட்டும் சொல்ல விரும்புகிறேன். உங்களை நான் என்றைக்கும் கைவிடமாட்டேன் என்பதை நம்புங்கள்” என்றார் காஸ்ட்ரோ.

குவேராவுடன் காங்கோ சென்ற ஆரகான்ஸ் இவற்றைத் தன் புத்தகங்களில் எழுதியுள்ளார் என்பது குறிப்பிடத்தக்கது. “பிடல் காஸ்ட்ரோவால் குவேராவைக் கட்டாயப்படுத்தி கியூபாவில் ஏன் தங்க வைக்க முடியாமற் போனது?” என்று சிலர் நினைக்கக் கூடும். மெக்சிகோவிலிருந்து சியாரா மிஸ்ட்ராவை நோக்கி கிரான்மா படகில் புறப்படும்போது, காஸ்ட்ரோவிடம் ஒரு வாக்குறுதியை குவேரா பெற்றிருந்தார்.

கியூபப் புரட்சியை வெற்றிகரமாக முடித்துவிட்டால் காஸ்ட்ரோ, கியூபாவின் தலைமைப் பொறுப்பை ஏற்று, அதைக் கட்டிக் காத்து வளர்க்க வேண்டும். குவேராவுக்கு அவர் விரும்புகிற இடத்திற்கு, பணிக்குப் போய்விடத் தடை இன்றி அனுமதி வழங்க வேண்டும் என்பதுதான் அந்த வாக்குறுதி. இதைக் காஸ்ட்ரோவால் தம்பட்டமடிக்க முடியுமா? தந்த வாக்குறுதிப்படி நடந்துகொண்டார் பிடல் என்பதுதான்

உண்மை. அதே சமயத்தில் தன் தோழனுக்கு உதவிடவும், கடைசிவரை அவரது உயிரைக் காப்பாற்றிடவும் அவர் விரும்பினார், முயன்றார்.

தேர்ந்தெடுக்கப்பட்ட வீரர்கட்குக் குவேரா ஹவானாவுக்குச் சற்று தொலைவிலிருந்த ஒரு மறைவிடத்தில் பயிற்சி கொடுக்கத் தொடங்கினார். பயிற்சி மிகவும் கடுமையாக இருந்தது. காலை ஆறு மணிக்கு எழுந்தாக வேண்டும். இருபது கிலோ எடையைத் தூக்கிக் கொண்டு மலைமீது ஏற வேண்டும். ஏறும்போதும், இறங்கும் போதும் தண்ணீர் குடிக்கக்கூடாது. பிற்பகலில் பொருளாதாரம், பூகோளம், பொது விஞ்ஞானம், கணிதம் கற்பிக்கப்பட்டதோடு, அரசியலும், மார்க்சிய விளக்கங்களும் தரப்பட்டன. பயின்றவர்கள் அனைவரும் கறுப்பர்களாய் இருந்தனர்.

“போர்க்கள அனுபவமுடைய ராணுவத்தின் சிறந்த வீரர்களைத் தேர்ந்தெடுத்திருந்தனர். போர்க்கள உணர்வு மேலோங்கி இருந்தது. களத்தில் துல்லியமான செயலறிவு கொண்டதாக இருந்தது. சொற்பமான கல்விப் பயிற்சி மட்டுமே இருந்தது. பண்பாட்டுப் பின்னணி இருக்கவில்லை. குறைந்த அரசியல் வளர்ச்சி இருந்தது. உறுதியும், பயிற்சியும்தான் அவர்களது பலமாக இருந்தது” என்று குவேரா எழுதியுள்ளார்.

1965 ஏப்ரல் 2 அன்று ஒரு வேடிக்கை நடந்தது. குவேராவின் தொங்கிய தலை முடியையும் இளம் தாடியையும் கண்டு பல பெண்கள் ஆசை கொண்டதாக எழுதியிருந்த அதே தலைமுடி மொட்டையாக வெட்டப்பட்டது. தாடி மீசை மழிக்கப்பட்டது. செயற்கைப் பற்கள் பொருத்தப்பட்டன. இரண்டு நாட்டு போலி பாஸ்போர்ட்டுகள் புனைபெயர்களில் தயாரிக்கப்பட்டன.

அதே வேடத்தோடு அலெய்டா மார்ச் தந்த விருந்தில் அவர் கலந்துகொண்ட போது அவரை அவரது செல்லக் குழந்தைகள்கூட அடையாளம் கண்டு கொள்ளவில்லை. அலெய்டா மார்ச் ஏதும் அறியாதவர் போலவும் இயல்பான காரியங்களே நடந்து கொண்டிருப்பது போலவும் நடந்துகொண்டார். அவர் கண்களிலிருந்த ஏக்கத்தை யாரும் ஊடுருவிப் பார்க்கவில்லை.

அவர் புறப்படும்முன் ஓர் அறையில் தங்கியிருந்தார். அவரிடம் பயிற்சி பெற்ற வீரர்கள் அந்த அறைக்குள் நுழைந்தபோது, “இந்தச் சிறுவர்களா கொரில்லா வீரர்கள்.

இவர்களைப் பார்த்தால் நோஞ்சான்களாகத் தெரிகிறதே" என்று கூறிவிட்டு மாறுவேடத்திலிருந்த குவேரா சிரித்தார். ராணுவ வீரர்கள் திகைத்தனர். சிறிது நேரத்தில் அவர்தான் தங்களது காவிய நாயகன் - கமாண்டன்ட் என்பதைத் தெரிந்து மகிழ்ந்தனர்.

புறப்படுவதற்கு முன்பு குவேரா காஸ்ட்ரோவைச் சந்திக்க முடியவில்லை. அன்னை செலியாவிடம் காஸ்ட்ரோவிடம் கொடுத்து விடுமாறு ஒரு கடிதத்தைக் கொடுத்தார். மூன்று நாட்களுக்குப் பிறகுதான் அக்கடிதத்தைக் காஸ்ட்ரோவிடம் கொடுக்க முடிந்தது.

ஹவானாவிலிருந்து தான்சானியா செல்வதற்கு குவேராவுடன் டிரேக்கும் பாப்பியும் சென்றனர். யாருக்கும் தெரியாமல் போக வேண்டும் என்பதற்காக பல நாடுகள் வழியாக 17 நாட்களில் சுற்றி வளைத்துச் செல்லும் ஒரு பயணத் திட்டத்தை உருவாக்கினர். மாஸ்கோ உட்பட எந்த நாட்டவர்க்கும் குவேரா செல்லும் திட்டம் அறிவிக்கப்படவில்லை. ஆனால், பிராகில் அவர் கியூபத் தூதரகத்தில் பல நாட்கள் தங்கியிருந்தார். செக் நாட்டவருக்கும் குவேரா தங்கியிருப்பது சொல்லப்படவில்லை. பிறகு பெல்ஜியம், பாரிஸ் மாட்ரிட் வழியாக தான்சானியா சென்றார்.

குவேராவின் சோவியத் நண்பரான அலெக்சாண்டர் அலெக்சியோ மார்ச் மாதத்தில் குவேராவைச் சந்தித்தார். "காஸ்ட்ரோவுடன் சேர்ந்து கரும்பு வெட்டப் போகிறீர்களா?" என அவர் கேட்க, அதற்குக் குவேரா, "நான் கரும்பு செட்டுவதுபோல் நடிக்கப் போவதில்லை. உண்மையாகவே நான் கரும்பு வெட்டப் போகிறேன்" என்று சொன்னார். அதற்கு அலெக்சாண்டர், "நீங்கள் போர் புரியப் போவது தெரிகிறது. அது வேண்டாம் குவேரா, நீங்கள் வாழ வேண்டும் என்று விரும்புகிறேன்" என்று கூறினார்.

இது நடந்து ஒரு மாதத்திற்குள் குவேரா கியூபாவில் இல்லை என்ற செய்தி வெளியாகிவிட்டது. "குவேராவை காஸ்ட்ரோ மர்மமாகக் கொன்றுவிட்டார்" என்று சிலரும், "குவேரா தற்கொலை செய்து கொண்டார்" என்று சிலரும் செய்திகளைப் பரப்பினர். இச்செய்திகளைக் கேள்விப்பட்ட அவருடைய தாயார் செலியா அலெய்டா மார்ச்சுக்கு தொலைபேசி மூலம் தொடர்பு கொண்டு தன்மகன் எங்கே இருக்கிறான் என்பதைத் தெரிவிக்குமாறு கேட்டார். அதற்கு அலெய்டா, "அவர் கரும்பு

வெட்டப் போய்விட்டார்" என்றும், "அங்குத் தொலைபேசித் தொடர்பு இல்லை" என்றும் பதில் சொன்னார்.

அந்தச் சமயம் அன்னை செலியா அர்ஜெண்டினா மருத்துவ மனையில் புற்றுநோய் சிகிச்சைக்காகச் சேர்க்கப்பட்டிருந்தார். குவேராவின் குழந்தைகட்கும், சகோதர, சகோதரிகளுக்கும் அவரது இருப்பிடம் தெரியவில்லை.

இதே காலத்தில் பிடல் காஸ்ட்ரோவுக்குத் தவிர்க்க முடியாத ஒரு சோதனை எழுந்தது. கியூபாவில் ஒன்றுபடுத்தப்பட்ட கம்யூனிஸ்ட் கட்சியின் 'ஐக்கிய சோசியலிஸ்ட் கட்சி' முதல் மாநாடு வெற்றிகரமாக நடந்தேறியது. நடைபெற்ற பேரணியில் கட்சி தலைமைக் குழுவிற்குத் தேர்ந்தெடுக்கப்பட்ட தோழர்களின் பெயர்ப் பட்டியலை காஸ்ட்ரோ அறிவிக்க வேண்டியிருந்தது.

அதில் குவேராவின் பெயர் எங்கும் இல்லை. இவரது நெருங்கிய சகாக்கள் என்று கருதப்பட்ட சிலரது பெயரும் இல்லை. எனவே, "குவேரா எங்கே? என்ன ஆனார்?" என்ற கேள்விகள் எழுப்பப்படும் என்பதை அறிந்திருந்த காஸ்ட்ரோ, குவேரா தமக்கு எழுதியிருந்த கடிதத்தை பொதுக்கூட்டத்தில் வாசித்தார்.

அதே கூட்டத்தில் அவர் வியத்நாம் போய்விட்டதாக ஒரு பொய்யைக் கூறலாம். அது சி.ஐ.ஏ.யைக் கலங்க வைக்க உதவும் என்றும் காஸ்ட்ரோ கூறியபோது, "அப்படிச் சொன்னால் வியத்நாம் மறுத்துவிடும். அது வேறு பல சங்கடங்களைக் கொண்டு வரும் என்பதால் அவர் போக வேண்டிய இடத்திற்குப் போய்விட்டார் என்று மட்டும் சொல்லுங்கள்" என்று தான் யோசனை கூறியதாக ஃபிராங்கி எழுதியுள்ளார்.

குவேரா தன் கடிதத்தில் தான் கியூபா தந்த குடியுரிமையைத் துறந்துவிட்டதாகவும் இதர எல்லாப் பொறுப்புகளிலிருந்தும் விலகுவதாகவும் தான் ஏற்றுக்கொண்ட ஒரு கடமையை நிறைவேற்றுவதற்காக போய்க் கொண்டிருப்பதாகவும் எழுதியிருந்தார். லட்சக்கணக்கான மக்கள் கூடியிருந்த பேரணியில் இந்தக் கடிதம் வாசிக்கப்பட்ட உடன் ஓர் அமைதி படர்ந்தது. ஒருவரை ஒருவர் பார்த்துத் திகைத்தனர். காஸ்ட்ரோவும் மேடையில் அமைதியாக நின்று கொண்டிருந்தார்.

பிடல் காஸ்ட்ரோ மற்றும் ரால் காஸ்ட்ரோவுடன் 'சே'

ஆக, மகன் சாகவில்லை என்பதை அறிந்து அன்னை செலியா மகிழ்ந்தார். ஆனால், எங்கு இருக்கிறான் என்பதைத் தெரிந்து கொள்ளத் துடித்தார்.

பிடல் காஸ்ட்ரோவுக்கு இன்னொரு சிக்கல் தோன்றியது. அவர் சோஷலிச நாடுகளிடம் உண்மையைச் சொல்ல வேண்டிய கட்டாயம் ஏற்பட்டது. ஏனெனில் எங்காவது குவேரா கொல்லப்பட்டால் அல்லது பிடிபட்டால் அல்லது அவர் போரிடும் செய்தி பிறர் மூலம் வெளியாகிவிட்டால், அதுவரை கியூபா தங்களிடம் உண்மையை மறைத்தது ஏன் என்ற சந்தேகம் எழுந்து நம்பகத்தன்மை கெட்டுவிடும் என்று அஞ்சிய காஸ்ட்ரோ, அலெக்சாண்டர் அலெக்சியோவிடம் குவேரா ஆப்பிரிக்கா நோக்கிப் போய்விட்டார் என்பதைக் கூறிய காஸ்ட்ரோ, அந்தச் செய்தியை எழுதாமல், தந்தி மூலம் தெரிவிக்காமல், நேரில் போகும்போது தெரிவிக்கும்படி கேட்டுக்கொண்டார்.

இதில் குவேராவின் சாதனை என்னவென்றால் அவர் தான் சானியா போய், காங்கோவில் போரிட்டு அவர் திரும்புகிற கடைசிநாள் வரையில் குவேரா அங்கு இருப்பதாகச் சொன்னதை சி.ஐ.ஏ. தலைமை நம்பவே இல்லை. டாட்டு என்ற பெயரில் போரிட்டுக் கொண்டிருந்த கொரில்லாத் தளபதி குவேராவை, துருவிக் கண்டுபிடிக்கும் திறன் உடைய அமெரிக்க மத்திய உளவுத் துறையால் கண்டுபிடிக்க முடியாமற் போனதுதான், பெரும் சாதனையாகும்.

குவேரா எங்கோ போய்விட்ட செய்தியை மாஸ்கோவிலிருந்த தலைவர்கள் தெரிந்துகொண்ட போதும் அதுபற்றி எதிர்ப்போ, வேறு உணர்வுகளையோ காட்டவே இல்லை.

காரணம் என்னவெனில், அவர் இப்போது எந்த நாட்டவர்? எந்தக் கட்சியின் பிரதிநிதி? எனவே, யாரிடமும் கண்டிக்க இயலாதே! அதேபோல் காங்கோவில் போராடுவது தெரிந்து இருந்தாலும், சோவியத் தலைவர்கள் கவலைப்பட்டிருக்க மாட்டார்கள். ஏனெனில், அங்கு அவர்களும் ஒரு விடுதலைப் போர்க்குழுவுக்கு உதவிக் கொண்டுதான் இருந்தனர். எனவே, அத்தகைய சிக்கல்கள் இல்லாமல், தான்சானியா போய்ச் சேர்ந்தார் குவேரா.

அனடோஸ் மிக்கோயனும், கோசிஜினும் கூறிய கருத்துகள் அனுபவச் செறிவுள்ளவை. எனவே, அவற்றை முற்றாக நிராகரித்து விடமுடியாது. ஆனால், குவேரா தன் பாதையில் சென்றதற்கு ஒரு முக்கியக் காரணம் உண்டு. அதை அவர் எழுதிய நாட் குறிப்புகளிலிருந்து கிரகிக்க முடிகிறது.

* ஏராளமானஎண்ணிக்கையுள்ள கம்யூனிஸ்டுகளுக்குப் புரட்சி என்று முழங்குவதைத் தவிர, எங்கும் புரட்சிக்கான எந்தத் தயாரிப்பிலும் ஈடுபடுவதே இல்லை. என்னென்ன போர்த் தந்திரங்கள் தேவைப்படும்? எவ்வளவு பயிற்சி பெற்ற போராளிகள் தேவைப்படுவர்? ஆயுதங்களைச் செய்வது அல்லது பெறுவது எப்படி? என்பது பற்றி என்றைக்கும் விவாதிப்பதுகூட இல்லை.

* புரட்சிக்குக் காலம் கனியவில்லை. மக்கள் தயாராக வில்லை என்றே கூறப்படுகிறது. கனிய வைக்க என்ன வழி? மக்களைத் தட்டியெழுப்ப என்ன வழி? என்று சிந்தித்தால் என்ன!

* இந்தோனேசியாவில் ராணுவத்தைத் தூண்டிவிட்டு ஐந்து லட்சம் கம்யூனிஸ்டுகளை வேட்டை ஆடினர். வியத்நாமில் சண்டை போட்டுக்கொண்டே இருக்கி றார்கள். கொரியாவில் முன்னர் போர் புரிந்தனர். இவர்களை எதிர்த்து நாம் ஏன் பத்து வியத்நாம்களை உண்டாக்கக் கூடாது?

* நமக்கு இப்போதே இந்த உலகம் வேண்டும். நாம் நினைக்கிற உலகம் வேண்டும். வறுமையில் வாடும் மக்களுக்கு இப்பொழுதே விடுதலை வேண்டும்.

ஆகிய உந்துதல்கள்தான் அவரைக் காங்கோவுக்கு அருகிலிருந்த ஏரிக்கரைக்குக் கொண்டு போய்ச் சேர்த்தன.

ஆப்பிரிக்காவின் காலனியாதிக்க எதிர்ப்புப் போராட்ட வரலாற்றை மீண்டும் மறுமதிப்பீடு செய்ய முயன்றார் குவேரா. குறிப்பாக காங்கோவைப் பற்றித் தனிக்கவனத்துடன் பரிசீலனை செய்தார்.

பாட்ரிஸ் லுமும்பா கொல்லப்பட்ட பிறகு 1964-இல் ஐக்கிய நாடுகள் சபையும், பெல்ஜியமும், வாஷிங்டனும், ஒரு தற்காலிக

அரசைத் திணித்தன. அங்கு ஓரளவு அமைதி திரும்பியது போன்ற தோற்றம் ஏற்பட்டதையொட்டி ஆப்பிரிக்க ஒற்றுமைச் சங்கத்தைச் சேர்ந்த நாசர், நயரா, செகோ தோரோ நெக்ரூமா, மாலியின் மோடிபோ கீட்டா, பென்பெல்லா ஆகியோர் தங்களது ஆர்வத்தை இழந்தனர். ஐக்கிய நாடுகள் சபையும் செலவை ஈடுகட்ட முடியவில்லை என்று கூறி, காங்கோவை, சுட்ட சட்டியைப் போட்டது போலப் போட்டு விட்டுக் கிளம்பிவிட்டது. கசாவுபு, த்சோம்பே, மொபுட்டு போன்ற தலைவர்கட்கு அது வேட்டைக்காடாக ஆகியது.

லூமும்பாவை, பெல்ஜிய சிஐஏ தூண்டுதல்படி கொன்றவர் த்சோம்பேதான் என்பது பின்னர் ஆதாரங்களுடன் வெளிப்பட்டது.

பாட்ரிஸ் லூமும்பாவின் மந்திரி சபையில் கல்வி அமைச்சராக இருந்த முல்லே, லூமும்பா கொல்லப்பட்டவுடன், சீனாவிற்குப் போய் பீகிங்கில் தங்கினார். அப்பொழுது அங்கே அவர் மாசேதுங்கின் விருப்பத்துக்குரிய நண்பரானார். ராணுவப் பயிற்சியும் பெற்றார். இவர் தலைமையில் காங்கோவின் மேற்குப் பகுதியில் ஒரு விடுதலைப் படை அமைந்தது.

இவர்தான் லூமும்பாவின் நம்பகமான வாரிசாகக் கருதப்பட்டார். இவருடைய குழு அரசியல் உணர்வுடையதாக, கட்டுக் கோப்பானதாக இயங்கி வந்தது. ஆனால், அவருடைய இயக்கம் மேற்குப் பகுதியில் மட்டுமே பரவியிருந்தது.

பாபண்டிகள், பாம்புண்டாக்கள் எனப்படும் முல்லேயின் பழங்குடி இனத்தவர் மட்டுமே இதில் அதிகமாக இருந்தனர். இவர்கட்கு சீன ஆதரவு, உதவி இருந்தது.

லூமும்பாவின் முன்னாள் தோழர்களும், புரட்சியில் 'சந்தேகத்துக்குரியவர்' எனக் கருதப்பட்ட காஸ்டன் சோமாலியாவும், தேசிய விடுதலைக் குழுவை அமைத்திருந்தனர். இதற்கு சோவியத் யூனியன், கியூபா உள்ளிட்ட இதர சோசலிச நாடுகள், ஆப்பிரிக்க ஒற்றுமைச் சங்க நாடுகள் பேராதரவு தந்தன. ஆயுதங்கள் வந்து குவிந்தன. இவர்கள் குவாண்டா, புருண்டியிலிருந்து இயங்கிடத் திட்டமிட்டிருந்தனர்.

1964-இல் நவம்பரில் போராட்டங்களை நசுக்கி விட, 'டிராகன்ரஜ்' எனப் பெயரிடப்பட்ட மிருகத்தனமான தாக்குதலை ஸ்டான்லிவில் மீது தொடங்கினர். அதில் கியூபாவுக்கு எதிராக, இன்னும் சரியாகச் சொல்வது என்றால், காஸ்ட்ரோவின்

தலைக்காக நடத்தப்பட்ட பிக்ஸ் வளைகுடாத் தாக்குதலில் ஈடுபட்ட முன்னாள் கியூப நாட்டு விமானிகள் முக்கியப் பாத்திரம் வகித்தனர்.

பெல்ஜிய, சிஐஏ படைகளுடன், ஆப்பிரிக்க ஆட்கொல்லி (Mercenary)ப் படையும் சேர்ந்து தாக்கின. புரட்சிகர இயக்கம் சிதறடிக்கப்பட்டது. இருபதாயிரம் காங்கோலியர்கள் ஒரே நாளில் சுட்டுக் கொல்லப்பட்டனர். காங்கோ நதியில் ரத்தம் ஓடுவதாக உலக நாடுகள் கண்டித்தன.

1964 ஏப்ரல் இறுதியில் கலகம் ஒடுக்கப்பட்ட அதே பகுதிக்கு குவேரா வந்து சேர்ந்தார். 1964 தொடக்கத்தில் ஐக்கிய நாடுகள் சபையில் பேசிய குவேரா, இதே படுகொலைகளைக் கண்டித்து அனல் கக்கப் பேசியதையும் நினைவுபடுத்திக் கொண்டார்.

சில மாதங்கட்கு முன்னர் ஐக்கிய நாடுகள் சபையில் ஒலி பெருக்கியில் அனலை உமிழ்ந்த குவேரா, இப்போது அதே காங்கோப் போர்க்களத்தில் நேரம் பார்த்து, களம் தேடி துப்பாக்கியுடன் அலைந்து கொண்டிருந்தார்.

அவர் ஐக்கிய நாடுகள் சபையில் முழங்கிய போதும் அவரது லட்சியக் குறிக்கோளுக்காகவே பேசினார். போர்க்களத்தில் நிற்கும் போதும் அதே கடமையை நிறைவேற்ற துப்பாக்கி ஏந்தியும் நின்றார். போர் முடிந்த நேரங்களில் அவர் படித்ததும், எழுதியதும் அதற்காகவேதான். அவருக்கென்று சொந்தக் கனவு என்றும் இருந்ததாகத் தெரியவில்லை.

1964 பெருந்தாக்குதலுக்குப் பிறகு அமைதி காணப்பட்ட நிலையில் பியிர் முலலே மொபுடுவிடம் சமாதானம் பேசி ஒப்பந்தம் கண்டார். ஆனால், சிஐஏ யின் கையாளான, பெல்ஜிய எடுபிடி மொபுடு செசெ சேகோ அவருடைய உடலைக் கண்ட துண்டமாக வெட்டிவிட உத்தரவிட்டான். வெட்டப்பட்ட உறுப்புகளை காங்கோ நதியில் முதலைகளுக்குத் தீனியாகப் போடச் செய்தான்.

இந்த அநாகரிக, கொடுஞ்செயலால், அவருடைய கௌரவமும் பாதிக்கப்பட்டது. தவறான முடிவு எடுத்து சிக்கிக் கொண்டதாகவே பழங்குடியினர் கருதினர். புரட்சிப் படை சிதறியது. ஒற்றுமை நொறுங்கிப் போனது. இயக்கமே சிதறுண்டு போய்விட்டது.

இவற்றையெல்லாம் நன்கு ஆய்வு செய்த பென்லெல்லா, “நாம் மிகவும் காலங்கடந்து வந்துவிட்டோம். தீர்க்கதரிசியைப் போல உடையணிந்து போனாலும், அவர்கள் நம்ப மாட்டார்கள்” என அவர் எச்சரித்ததற்கும் அதுதான் காரணம். ஏற்கெனவே, நொறுங்கிப் போன, நசுக்கப்பட்டுவிட்ட ஒரு போராட்டத்திற்கு மீண்டும் புத்துயிரூட்ட முடியுமா என குவேரா முயன்று கொண்டிருந்தார்.

குவேரா அமைச்சராக இருந்த போதே ஆப்பிரிக்காவிலுள்ள எட்டு நாடுகளில் விரிவாக சுற்றுப் பயணம் செய்திருந்தார். அந்த நாட்டுத் தலைவர்களுடன் நட்புறவையும் வளர்த்து இருந்தார். குவேராவுக்கு எல்லாவிதமான உதவிகளையும் செய்யக்கூடிய நம்பிக்கைக்குரிய நாட்டுத் தலைவர்கள் பலர் இருந்தனர்.

ஆனால், டாட்டு என்ற பெயரில் வந்து இறங்கியிருந்த குவேராவை யாருமே அடையாளம் காண முடியவில்லை. அவரும் அதை ரகசியமாக வைத்திருக்கவே விரும்பினார். சோஷலிச நாடுகளுக்கும் டாட்டு இருக்கிற இடம், பெயர் தெரியாமல் இருந்தது. காங்கோவை விட்டு வெளியேறுகிற வரை சிஐஏவும் டாட்டுவைத் தெரிந்துகொள்ள முடியாமல் இருந்தது.

கியூபாவிலிருந்து நூற்றி முப்பது பேர் குவேராவுடன் சென்று இருந்தனர். ஓரிருவரைத் தவிர எல்லோருமே கறுப்பர்கள்தான். சீன நாட்டைச் சேர்ந்தவரான செயின் என்பவர் குவேராவின் மெய்க்காப்பாளராக இருந்தார்.

இவர்களுக்கு தாங்கள் எங்கே போகிறோம் என்பதே தெரியாது. எவ்வளவு நாட்கள், அல்லது ஆண்டுகள் அங்கே தங்கிப் போராடப் போகிறோம் என்பதும் தெரிவிக்கப்படவில்லை.

“பிடிபடக் கூடாது. தப்பி நின்று தாக்குவதில் கவனம் செலுத்த வேண்டும். பிடிபட நேரிடுவதற்கு முன்பாக எந்த அடையாளமும் தெரியாமல், ஆவணமும் பிடிபடாமல் அழித்துவிட வேண்டும்” என்பது போன்ற போர்க்களப் பாடங்கள் மட்டுமே கூறப்பட்டிருந்தன. அவர்கள் அர்ப்பணிப்புள்ள வீரர்களாக இருந்தனர் என்பதில் சந்தேகம் இல்லை. ஆனால், எதற்காக, யாரை எதிர்த்துப் போராடுகிறோம் என்ற விவரங்கள் தெரியாது இருந்ததாலும், வந்தவுடனே போர் தொடங்காமல்

காத்திருக்க நேரிட்டதாலும், அவர்கள் சோர்வடையத் தொடங்கினர். கட்டுப்பாடு தளரவும் நேரிட்டது. வெறும் பயிற்சி அவர்கட்குத் திருப்தியளிக்கவில்லை.

கபிலா தலைமையிலான போர்க் குழு பல பலவீனங்களைக் கொண்டிருந்தது. அதற்குப் போர்க் குணமும் இல்லை. லட்சிய உணர்வே இல்லை. வருணிக்க முடியாத ஒழுங்கீனங்கள் இருந்தன.

இவற்றையெல்லாம் சரிப்படுத்தி விடலாம் எனக் குவேரா நம்பினார். இறுதியாக மனிதன் எழுவான், மக்கள் போராடுவார்கள் என்றே நம்பினார்.

மேற்கிலும், கிழக்குப் பகுதியிலும் இருந்த இரு போராட்டக் குழுக்களையும் இணைத்து, ஒரு மத்தியத் தலைமையை உருவாக்கிட, குவேரா முயன்றார். ஒற்றுமை, ஒன்றுபடுவது என்பது மந்திரச் சொல்தான். ஆனால், அதுதான் எளிதாக நடப்பதே இல்லை. அவரது இடையறாத முயற்சி கடைசிவரை பலன் தரவே இல்லை.

1965 ஏப்ரல் 19-ஆம் தேதி குவேராவும், சக போராளிகளும் தான்சானியா போய்ச் சேர்ந்தனர். சில நாட்கள் அங்கே தங்கி பல தகவல்களைச் சேகரித்துக் கொண்டிருந்தனர்.

காங்கோவை எதிர்நோக்கியிருந்த ஏரிக்கரையிலிருந்த ஒரு பாழடைந்து போன கிமாகோ என்ற கிராமத்துக்கு ஒரு லாரியில் புல் வெளியைத் தாண்டிச் சென்றனர். அதற்கு முன்னதாக தான்சானியாவில், காங்கோவிலிருந்து தப்பி ஓடிவரும் போராளிகள் மறைவாகத் தங்கிக்கொள்வதற்காக ஒரு நல்ல தங்குமிடத்தை ஜூலியஸ் நயராரே ஏற்பாடு செய்திருந்தார்.

இதே காலத்தின் போது சீனப் பிரதமர் சூ-என்-லாய் தான்சானியாவுக்கு வருகை தந்தார். அவருக்கு அந்த நாட்டு மக்கள் வரலாறு கண்டிராத வரவேற்பைத் தந்தனர். தாருஸ்லாமில் விழாக் கோலமாக மக்கள் திரண்டிருந்தனர். சீனா, தான்சானியாவுக்கு நீண்டதொரு ரயில் பாதையைப் போட்டுக் கொடுத்திருந்தது. சில தொழிற்சாலைகட்கும் உதவியிருந்தது. தான்சானியா, சீனாவின் செல்லப்பிள்ளை என வருணிக்கப் பட்டது. மக்களின் இந்தப் பேராதரவும், எழுச்சியும், குவேராவை மக்களின் எழுச்சி பற்றி, அதீத நம்பிக்கைகொள்ள வைத்திருக்கலாம்.

சூ-என்-லாயைச் சந்திக்கவும், உதவி கேட்கவும் கபிலா போயிருந்தார். சூ-என்-லாய் தாராளமாக உதவுவதாக வாக்குறுதியளித்தார். திரும்பி வந்த கபிலாவுடன், குவேரா நீண்ட நேரம் உரையாடினார். கபிலா போரைத் தொடங்க பல நிபந்தனைகளை விதித்தார். முதல் நிபந்தனையாக, கபிலா தான் காங்கோ விடுதலைப் போருக்குத் தளபதி என்பதை ஒப்புமாறு வற்புறுத்தினார். தன்னுடைய அனுமதியின்றி, கியூபர்கள் யாருமே போர் முனைக்குப் போகக்கூடாது என்றும் வறினார். கியூபர்கள் பயிற்சி கொடுப்பதோடும், பின்புல ஆதரவாக இருந்தாலும் போதும் என்றும் கூறினார். தன்னுடைய படை பலத்தைப் பற்றி மிகைப்படுத்திக் கூறிக்கொண்டே இருந்தார்.

குவேராவுக்குத் தர்மசங்கடமான நிலை ஏற்பட்டது. கபிலா விதித்த நிபந்தனைகளை ஏற்காவிட்டால், திரும்பிச் செல்வதைத் தவிர வேறு வழி இருக்காது. ஏற்றுக்கொண்டால்,தீர்மானிப்பவராக, கபிலாதான் இருப்பார். எனவே, குவேராவால் திட்டமிடவே முடியாது. ஆகவே, போர்க்களத்தில் தானே ஒரு சிறைக் கைதிபோல் இருப்பதற்கு ஒப்புக்கொண்டு விட்டதை குவேரா உணர்ந்தார்.

கபிலா, தளத்திற்கு அபூர்வமாகத்தான் வருவார். அவர் அடிக்கடி மாஸ்கோ போவதாகவோ அல்லது ஆப்பிரிக்க நாட்டுத் தலைவர்களுடன் பேசப் போவதாகக் கூறிவிட்டுப் போய்விடுவார். பயிற்சி பெற அனுப்புவதாக அவர் கூறியபடி போராளிகளும் வரக் காணோம். ஆனால், அவரது புரட்சிப்படை பற்றி மிகைப்படுத்தப்பட்ட பல செய்திகள் வெளியாகிக் கொண்டே இருந்தன. இதைக் குவேரா விரும்பவில்லை. ஏனெனில், எதிரிகள் அந்தச் செய்திகளைப் பார்த்து தாக்குதலைத் தொடுக்கக்கூடும் எனக் கருதினார். ஒரு கட்டத்தில் அவர்களாவது போரைத் தொடங்கினால் நல்லது என்று கூடக் கருதினார்.

காலம் மிக மெதுவாக நகர்ந்து கொண்டிருந்தது. முகாமில் சோர்வும், களைப்பும், முணுமுணுப்பும் அதிகரித்து வருவதை குவேரா தெரிந்துகொண்டார். குவேரா படிப்பதிலும், எழுதுவதிலும் அதிக நேரத்தைக் கழித்தார்.

எவ்விதப் போரும் இல்லாமல், ஒரு பாழடைந்த கிராமத்தில் கட்டுண்டு கிடப்பதை பல கியூபர்கள் விரும்பவில்லை. புரட்சிக் குழுக்களில், கொரில்லாப் படையில் கண்டிராத வகையில்,

அவர்களில் சிலர் தங்களைத் திருப்பி அனுப்பி விடும்படி கேட்டனர். இவர்களுள் சீன மெய்க்காப்பாளர் மிக முக்கியமானவர். அவரை விடுவிப்பதில் சிக்கல் இருப்பதாகக் குவேரா கருதினார். ஆனால், அந்த மனநிலைக்கு வந்துவிட்ட ஒருவரை மெய்க்காப்பாளராக வைத்திருப்பதில் பயன் இல்லை என்றும், அவரைத் தொடர்ந்து வேறு பலரும் வெளியேறக் கூடும் என்றும் கருதினார்.

இவற்றின் காரணமாக புத்தகங்களில் அவர் மூழ்கிவிடுவது அதிகரித்தது. யாராவது, ஏதாவது கேட்கப் போனால், எரிந்து விழத் தொடங்கினார் குவேரா. பலருக்கு பட்டினி போடும் தண்டனைகளை மன உறுத்தலோடு வழங்கினார். அவருக்கும் வயிற்றோட்டம், காய்ச்சல், ஆஸ்துமா ஏக காலத்தில் தாக்கியது. முகம் வீங்கிக் காணப்பட்டது. எடை 40 கிலோ குறைந்தது. கூண்டுக்குள் அடைபட்ட சிங்கம்போல நடமாடிய குவேராவின் நடையில் தளர்ச்சி தெரிந்தது.

வழக்கத்திற்கு மாறான தங்களது தளபதியின் போக்கைக் கண்டு குழுவினர் மனம் உடைந்து போனார்கள். சில கிராமங்களைத் தாக்க கபிலாவின் படையினர் யோசனை கூறினர். முதலில் ஒரு பெரும் நகரத்தைத் தாக்க வேண்டும் என்றனர். அவர்களது பலவீனத்தையறிந்த குவேரா அதைத் தடுத்துவிட்டு, கிராமத்தைப் பிடிக்குமாறு கூறினார். கிராமத்தின் மீதான தாக்குதல் வெற்றிகரமாக நடந்தது. சிறு போர் என்றாலும், முதல் வெற்றி என எண்ணி மகிழ்ந்தார். இந்தச் சமயங்களில் கபிலா அங்கு வரவே இல்லை.

அதற்கடுத்த போர் வேறுவிதமாக அமைந்தது. அதில் நான்கு கியூபர்கள் கொல்லப்பட்டனர். காங்கோலியர்கள் துப்பாக்கிகளைப் போட்டுவிட்டு ஓடிவிட்டனர். அவர்கள் திரும்பவே இல்லை.

இன்னொரு முறை ஒரு கிராமத்தைப் பிடிப்பதில் வெற்றி பெற்று திரும்பிக் கொண்டிருந்த காங்கோலியர்கள், சாலையில் சென்று கொண்டிருந்த குளிர்பான வாகனத்தைத் தாக்கினர். அதில் தாக்குண்ட மக்கள் எழுப்பிய கதறல் குரல் குவேராவைக் கவலை கொள்ள வைத்தது. காங்கோலியப் படையினர் வரும் வழியில் கிராமங்களைக் கொள்ளை அடித்தனர். சூறையாடினர்.

இது புரட்சிக்குக் களங்கத்தை ஏற்படுத்தும் என எண்ணி குவேரா கலங்கினார்.

இதுபற்றி காஸ்ட்ரோவுக்கும் ஒரு கடிதம் எழுதினார். அதில்,

"காங்கோலியர்கள் துப்பாக்கி வேட்டுச் சத்தம் கேட்டவுடன், திசை தெரியாது ஓடிவிடுகிறார்கள். ஓடும்போது ஆயுதங்களைப் போட்டுவிட்டே ஓடுகிறார்கள். எப்பொழுதும், மக்களிடமிருந்து பொருட்களைக் கொள்ளையிடுவதில் கவனமாக இருக்கிறார்கள். இது அதிகமாகிக்கொண்டு வருகிறது. எமது போர்வீரர்கள் மத்தியிலும் சோர்வு அதிகரித்து வருகிறது. அவர்கள் போர் புரியாமல் பொழுதைக் கழிக்க விரும்பவில்லை. நிலைமை மோசமாக இருக்கிறது. முடிவு எடுக்க முடியாத இக்கட்டான நிலையில் நான் இருக்கிறேன்" என்று எழுதியிருந்தார்.

இந்தக் கடிதத்தைப் படித்த காஸ்ட்ரோ, குவேரா சிக்கலில் இருப்பதை உணர்ந்தார். அவரை ஊக்கப்படுத்தி ஒரு கடிதம் எழுதியபோதே அவரைக் காப்பாற்றி, திரும்பியழைத்து விடவும் திட்டம் தீட்டினார்.

காஸ்ட்ரோவுக்கு எழுதிய கடிதத்தில், "வருபவர்களிடம் நிறையப் பணம் தர வேண்டாம். சொல்வது எல்லாவற்றையும் நம்பவும் வேண்டாம். பிடிபடக் கூடிய தகவல்களையும் அனுப்ப வேண்டாம். ஒரு விரைவுப் படகை மட்டும் கொடுத்து உதவுங்கள்.

மிக முக்கியமாக. ஆயுதங்களை அனுப்ப வேண்டாம். அது இங்கே தேவைக்கும் அதிகமாக இருக்கிறது. அதை ஏந்த விரர்கள்தான் இல்லை. தேவைப்படும் மருந்தை அனுப்பி வையுங்கள்" என்று எழுதியிருந்தார்.

கிரேக்கப் பரிசு என்றழைக்கப்பட்ட ஆரகான்ஸ், குவேராவின் தாய் இறந்து போன துக்கச் செய்தியைக் கொண்டு வந்தார். குவேரா துவண்டுவிட்டார். தனியாக காட்டுக்குள் போய், ஒரு காய்ந்து போன மரக்கிளையில் உட்கார்ந்து கண்ணீர் வடித்துக்கொண்டிருந்தார். அவருடைய தாயை குவேராவின் தாய் என்ற ஒரே காரணத்திற்காக சிறையில் அடைத்ததையும், பின்னர் மருத்துவமனையில் காவலில் வைத்திருந்துவிட்டு, அங்கிருந்தும் துரத்திவிட்ட செய்தியையும், என் மகன் எங்கே?

எனக் கேட்டவாறு அவரது தாய் செலியா உயிர் துறந்த சோகச் செய்திகளை எல்லாம் அவர் தெரிந்துகொள்ள முடியாத இடத்தில் இருந்தார்.

மரங்களும், செடிகளும் அந்த மாவீரனின் துயரத்தில் பங்குகொள்வது போல அசைவற்று நின்றன. இலைகளை உதிர்த்து 'நமக்கும் அதுவே வழி' எனத் தேறுதல் கூறிக்கொண்டிருந்தன போலும்!

இதே காலத்தில், போரின் போது கொல்லப்பட்ட கியூபர்களின் ஆடைகளிலிருந்து அடையாளங்கள், சில அட்டைகள் பிடிபட்டன. கியூபர்கள் இருப்பது தெரிந்துவிட்டது. ஆனால், குவேரா இருப்பது பற்றி மட்டும் தெரியவில்லை. இருப்பினும் தென்னாப்பிரிக்க ஆட்கொல்லிப் படை முகாமைத் தாக்கத் தயாரானது.

குவேராவின் படை வீரர்களிடம் புரிந்துகொள்ள முடியாத ஒரு குழப்பம் நிலவியது. எப்பொழுதுமே, "நான் முன்னாலே போகிறேன், என்னைப் பின் தொடர்ந்து வாருங்கள்" என்றே அழைத்துப் பாயும் அந்தப் புலி, வயிற்றுக்கடுப்பு, ஆஸ்துமா என்று தொடங்கி, உணவும் அருந்த முடியாமல், மெலிந்து, தளர்ந்திருப்பது ஏன்? போருக்கும் வராமல் போய் வாருங்கள் என மட்டும் சொல்கிறாரே என்பது விந்தையாக இருந்தது.

கபிலா விதித்த நிபந்தனைகளை அவர்களிடம் கூறினால், இன்னும் நிலைமை மோசமாகிவிடும். சொல்லாமல் இருந்தால் குழப்பம் நீடிக்கும். இத்தகைய ஒரு சங்கடமான நிலையை குவேரா என்றுமே அனுபவித்தது இல்லை.

அவர் தனது நண்பர்களிடம், "கறுப்பர்கள் நிறைந்த, இருண்ட கண்டத்தில் தனது கறுப்பு அத்தியாயம்" என்று ஒரு முறை வெந்து கூற வேண்டியதாயிற்று. கபிலா முகாமுக்கு வந்தார். வழக்கம் போல பல நொண்டிக்காரணங்களை, சாக்குப் போக்கைச் சொன்னாரே ஒழிய, போராட அவர் தயாராக இல்லை என்பது தெரிந்தது. இப்படியே இனியும் கட்டுண்டு கிடந்து பயனில்லை என்பதையும் குவேரா உணர்ந்தார்.

காஸ்ட்ரோவுக்கு எழுதிய கடிதத்தில் பெருந்தொகை எதையும் அனுப்ப வேண்டாம் எனக் கூறியிருந்தது, இவரைப்

பற்றிக் கேள்விப்பட்டிருந்த செய்திகளால்தான். சோஷலிச நாடுகள் அனுப்பிய பணத்தில் அவர், கெய்ரோவிலும் வேறு பல நகரங்களிலும் நட்சத்திர விடுதிகளில் நாட்களைக் கழிக்கிறார் என்பது தெரிந்துவிட்டது.

இதே குழுவின் இன்னொரு தலைவர் காஸ்டன் கமாலியோ, அவரையும் குவேரா சந்தித்தார். அவரைப் போருக்காக தயார்ப் படுத்த குவேரா முயன்றார். குவேரா பொறுமை யிழந்திருந்த போது தனது நாட்குறிப்பில், "புரட்சியைத் திட்டமிட்டு நடத்தக்கூடிய இரு பிரிவுகள் இருக்கின்றன. நாங்கள் இருந்த பிரதேசம், பலியுண்ட முல்லேயால், முன்னர் விடுவிக்கப்பட்ட பகுதியாகும். மற்ற பகுதிகளில், காடுகளில் மனிதர்கள் வாழ்கிறார்கள். அங்கே அவை தனித்தனி குழுக்களாக இருக்கின்றன. அவர்கள் போர் புரியாமலே முன்பு ஸ்டான்லிவில்லை இழந்தனர். பின்னர் போர் புரியாமலே எல்லாவற்றையும் இழந்துவிட்டனர்" எனக் குறிப்பிட்டார்.

குவேரா, கபிலாவை ஜூலை 11-ஆம் தேதி கடைசியாகச் சந்தித்தார். அவர் சுமியாலோவைச் சந்தித்துவிட்டுத் திரும்பி வருவதாகக் கூறிப் பேசினார்.

அவர் சென்று விட்டதைப் பயன்படுத்தி போருக்கு நேரில் செல்ல குவேரா முடிவு எடுத்தார். ஆனால், தாங்கள் புறப்பட்ட வுடன், ஆப்பிரிக்கர்கள் பின்தொடர மறுத்து ஒதுங்கிவிட்டால் என்றும் யோசித்தார். இறுதியாக போர்க்களத்திற்குப் போகவே முடிவு எடுத்தார்.

ஜூலை இறுதியில் இருபத்தைந்து கியூப வீரர்களும், குவாண்டா வீரர்களும் மறைந்து இருந்து ஒரு வெற்றிகரமான தாக்குதலை நடத்தினர். இந்தக் காலத்தில்தான் இன்னும் பாடம் கற்றுக்கொண்டிருப்பதாகவே குவேரா கடிதத்தில் எழுதினார்.

தாக்கப்பட்ட பெண்டேராவுக்கு அவர் சென்றபோது ஏராளமான ஆயுதங்கள் சாலைகளில் சிதறிக் கிடப்பதைக் கண்டார். கபிலாவின் வீரர்கள் மட்டுமல்லர், அவர்களை ஒடுக்க வந்த கூலிப்படையினரும் வேட்டுச் சத்தம் கேட்டவுடன் ஆயுதங்களைப் போட்டுவிட்டு ஓடுகிறவர்களாகத்தான் இருந்தனர். ஆனால், போர்க்களத்திற்கு வந்து பார்வையிட்டதால்,

புத்துணர்வைப் பெற்றார். கபிலாவை மீறுவது என்று முடிவு செய்தார். வேறு வழியிருப்பதாக அவருக்குத் தோன்றவில்லை.

"நான் கல்வி கற்பதில் ஈடுபட்டிருந்த நாட்கள் முடிந்துவிட்டன. இதுவே ஓரடி முன்னேற்றம்தான். வீரர்களிடமும் மாற்றம் ஏற்பட்டிருப்பதாக நினைக்கிறேன். ஒலிம்பியாவைக் கைப்பற்ற வேண்டியதன் அவசியத்தைக் கூறப் போகிறேன். தொடர்ந்து மற்ற இடங்களிலும் தாக்குதலைத் தொடர வேண்டும் என்று கூறப் போகிறேன். இவை, நடந்த சில தாக்குதல்கள் வெற்றி பெற்றதால் ஏற்பட்டுள்ள நம்பிக்கை" என்று எழுதினார். அவரது மனம் தோல்வியை, மோசமடைந்து வந்த நிலையை ஒப்புக் கொள்வதாக இல்லை.

இதே நேரத்தில் குவேராவின் படை மோசமான நிலையில் இருக்கிறது என்ற செய்தியை, குவேராவின் கடிதங்களில் இருந்தே யூகித்துக்கொண்ட காஸ்ட்ரோ, குவேராவைக் காப்பாற்றுவது பற்றி யோசிக்கத் தொடங்கினார். ஆரகான்சையும், மெல்லையும் அனுப்பி வைத்தார்.

குவேரா, சிறிது காலத்திற்கு முன்னர் கிடைத்த அனுபவங்களைப் பரிசீலித்துக்கொண்டு இருந்தார். காங்கோலிய வீரர்கள் ஒரு நாள், தோங்கோ என்ற மந்திரிக்கப்பட்ட ஒரு பொருளைக் கொண்டு வந்து, வீரர்கள் உடலில் பூசிக்கொள்ள வேண்டும் என்றும், அவ்வாறு பூசிக்கொண்டால், எந்தக் குண்டும் ஊடுருவாது என்றும் சொன்னார்கள். இதைச் சொன்னதோடு நிறுத்தாமல், "ஆனால், இது நம்பிக்கை உள்ளவர்களுக்குத்தான் பலிக்கும். ஒருவருக்கு நம்பிக்கை இல்லை என்றாலும், இந்த மந்திரம் வேலை செய்யாது" என்றனர்.

அவர்களுடன் வாதம் செய்து அவர்களைத் திருத்த முடியாது என்பதை குவேரா அப்போது உணர்ந்தார். பூசிக்கொள்ள மறுத்தால், "நாங்கள் சுடுபட்டுச் சாக விரும்புகிறீர்களா?" என்பார்கள். எடுத்துத் தடவிக் கொண்டாலும் அது பயன் தராது. பயன்தராத போது, "கியூபர்களுக்கு நம்பிக்கை இல்லை. அதனால்தான் எல்லாம் கெட்டது" என்பார்கள். சரியான சுழியில் சிக்கிக்கொண்டதை குவேரா உணர்ந்தார். அவர்களைப் பூசிக் கொள்ளுமாறு சொல்லிவிட்டு நகர்ந்தார்.

அதற்குப் பிறகு சில கிராமங்களுக்குச் சென்று, கிராம விவசாயிகளைச் சந்தித்துப் பேசிப் பார்க்கலாம் என்று போனார். குவேரா பேசுவதை அவர்களது தாய்மொழியில் மொழிபெயர்க்கக் கூடிய இருவர் இருந்தனர். இருந்தாலும், குவேராவின் முயற்சி எந்தப் பலனையும் தரவில்லை.

குவேரா அங்கிருந்த விவசாயிகளுக்கு மருத்துவ சிகிச்சை கூட செய்தார். மிக அதிகமாக பல் வைத்தியம் செய்தார். அவர்கள் ஓரளவு ஆடைகளுடன் எலும்பும் தோலுமாக நின்றனர். கண்கள் குழிகளுக்குள் புதையுண்டு கிடந்தன. அவர்களது விடுதலைக்காகப் போராட வந்திருப்பதை குவேரா உருக்கமாக எடுத்துச் சொன்னார். ஆனால் அவர்களது முகங்களில் எந்தச் சலனமும் இல்லை. எந்த உணர்வையும் காட்டிக்கொள்ளாத சுவர்களைப் போல அவர்கள் தோன்றினர்.

கியூபாவில் சியாரா, மீஸ்ட்டா பகுதியில் சந்தித்த விவசாயிகளைப் போல இவர்கள் இல்லை என்பதை அவரது மனம் ஒப்புக்கொள்ள மறுத்தது. அவர்கள் மீது அவர் கொண்டிருந்த மனிதநேயம் அவரது கண்களை மூடியது. குவேரா கிராமத்தை விட்டு நகர்ந்தவுடன் கிராமத்தைச் சேர்ந்த ஒருவர் பக்கத்து நகருக்கு ஓடோடிப் போய் அரசு அதிகாரிகளுக்கு சந்தேகத்துக்குரிய சிலர் வந்து போனார்கள் என்ற செய்தியைச் சொல்லி அதற்காக சன்மானத் தொகையையும் பெற்றுத் திரும்பி வந்த செய்திகளையும் குவேரா தெரிந்துகொள்ள நேரிட்டது. இருந்தாலும் அவர் தனது போர்ப் பயணத்தைக் கைவிடுவதாக இல்லை.

காஸ்ட்ரோவிடமிருந்து தூதுவராக வந்திருந்த ஆரகான்ஸ், பெர்னான்டஸ் மெல் ஆகியோரிடம் சில போராளிகள் கடிதங்களைக் கொடுத்தனர். அதில் அந்த வீரர்கள், "தாங்கள் எதற்காக இங்கே வந்திருக்கிறோம் என்பதே தெரியவில்லை" என்றும், அதனால் வீடு திரும்பிவிட அனுமதி கேட்டிருந்தனர். இன்னொருவர், "தளபதிக்கு பைத்தியம் பிடித்துவிட்டதாகத் தோன்றுகிறது" என்று எழுதியிருந்தார். "அவரது கோபத்தைப் புரிந்துகொள்ளவும் முடியவில்லை. தாங்கிக்கொள்ளவும் இயலவில்லை" என ஒருவரும், "அவரைக் காப்பாற்றி அழைத்துச் சென்றுவிடுங்கள்" என்று ஒருவரும் எழுதியிருந்தனர். ஒரு கொரில்லாத் தளத்தில் இத்தகைய புகார்களை எழுதிக்

கொடுப்பது வரலாற்றில் இது முதல் தடவையாக இருக்கக்கூடும். வந்திருந்தோர் அதிர்ச்சியடைந்தனர். நிலைமை இறுதிக் கட்டத்தை எட்டிவிட்டதையும் உணர்ந்தனர்.

ஓரிரு நாட்களுக்கு முன்னர் தங்களது காலணிகள் கிழிந்து போனதால் மாற்றுக் காலணி வேண்டுமெனக் கேட்டனர். அத்துடன் உப்புக்கும் வைட்டமினுக்கும் ஏற்பாடு செய்யும்படியும் கேட்டனர். இவை அவசியம் என்பதையும் வரவழைப்பது சிரமமானது அல்ல என்பதையும் குவேரா தெரிந்திருந்தார். எரிச்சலடைந்தவராக இருந்த காரணத்தால் “கறுப்பர்கள் வெறுங்காலுடன் நடக்கும்போது உங்களால் முடியாதா?” என்றும் “எந்த வளரும் நாட்டில் ஏழைகள் வைட்டமின்கள் சாப்பிடுகிறார்கள்?” என்றும் கேட்டார்.

அவற்றின் விளைவுதான் அந்தக் கடிதங்கள். இருந்தாலும் அரைப் பட்டினியாலும் வயிற்றுக்கடுப்பாலும் சித்திரவதையை அனுபவித்துக் கொண்டிருந்த குவேரா மற்றவர்களையும் தன்னைப் போலவே உறுதி கொண்டவர்களாக நினைத்தார். காங்கோலி விவசாயிகளையும், கியூபா நாட்டு விவசாயிகளாகக் கணக்குப் போட்டார். வந்திருந்த ஆரகான்ஸூம், பெர்னாண்டஸ் மெல்லும் குவேராவிடம் மெதுவாகப் பேசத் தொடங்கினர்.

இதே காலத்தில் ஆசிய ஆப்பிரிக்க நாடுகளின் மகாநாடு ஒன்று ஆக்ராவில் நடைபெற்றது. அதில் நயராரே, நெக்ருமா உட்பட பல ஆப்பிரிக்கத் தலைவர்களும் கலந்துகொண்டனர். அந்த மாநாட்டில் எந்த ஒரு நாடும் தன் நாட்டுப் படைகளையோ ரகசியக் குழுக்களையோ அனுப்பக் கூடாது என்றும் உள்நாட்டுக்குள் கலகம் நடந்தாலும் ஆயுதங்களை அனுப்பக் கூடாது என்றும் முடிவு செய்யப்பட்டது.

இதன்படி கியூபா உள்ளிட்ட எல்லா நாடுகளுக்கும் தங்களது நாட்டவரை திருப்பி அழைக்குமாறும் ஆயுதங்களைத் தரவேண்டாம் என்றும் நயரார்ரே கடிதம் எழுதினார். இது காங்கோலியப் புரட்சி என்ற சவப்பெட்டியில் அடிக்கப்பட்ட கடைசி ஆணிபோல் தெரிந்தது. ஏனெனில் நண்பரான நயராரேயைத் தாண்டி அல்லது அவருக்குத் தெரியாமல் கியூபா உதவ முடியாது. தான்சானியா வழியாகத்தான் எந்த உதவியும்

வந்தாக வேண்டும். இந்த செய்திகளைக் கேள்விப்பட்ட குவேரா அதைச் சரியான மரண அடி என்று வர்ணித்தார்.

இதே காலத்தில் சுமாலியோ கியூபாவுக்குப் போனார். அவருக்கு அங்கு சிறப்பான வரவேற்பு கொடுக்கப்பட்டது. இங்கோ போர்க்களமும் முகாமும் தகர்ந்து கொண்டிருந்தது. தென்னாப்பிரிக்கக் கூலிப் படையினர் முகாமைச் சுற்றி வளைத்துத் தாக்கத் துவங்கினர். முகாம் அழிக்கப்படலாம் என சிலர் அஞ்சினர். வெஞ்சினம் கொண்டு எழுந்த குவேரா ருவாண்டா வீரர்களை நிறுத்தித் தானே துப்பாக்கி ஏந்தித் தாக்கினார். கூலிப்படை ஆயுதங்களைப் போட்டுவிட்டுச் சிதறி ஓடியது.

இருந்தாலும் தொடர்ந்து போரிட வழியில்லை என்பதை குவேரா உணர்ந்தார். இந்தத் தாக்குதலை பெல்ஜியமும், சி.ஐ.ஏ.யும் சும்மா பார்த்துக்கொண்டு இருக்கப் போவதில்லை. அவர்களுக்கு கியூபர்கள் இருப்பது தெரிந்துவிட்டது. ஆனால் குவேரா இருப்பதை இன்னும் தெரிந்திருக்கவில்லை.

காஸ்ட்ரோ துரிதமாக செயல்படத் தொடங்கினார். தனது சுகாதார அமைச்சரையும் அவரைக் கவனித்து வந்த டாக்டரையும் ஒரு விரைவுப் படகையும், தொடர்பு கொள்ளும் கருவியையும் ஓரிரு விமானிகளையும் அனுப்பி வைத்தார். இப்பொழுது குவேராவை ஒப்புக்கொள்ள வைப்பதுதான் பிரச்சினையாக இருந்தது.

குவேரா கியூபா குடியுரிமையைத் துறந்துவிட்டதாலும் அதை காஸ்ட்ரோ பகிரங்கமாக அறிவித்து விட்டதாலும் கியூபா திரும்ப அவர் மறுப்பார் என்பதை அவர்கள் அறிந்தே இருந்தனர். எனவே காஸ்ட்ரோ அவருக்கு மாற்று வழி கூறி ஒரு கடிதம் எழுதினார். அதில், "நீங்கள் கியூபாவிற்கு எப்போதும் வரலாம். வரவேற்கப்படுவீர்கள் அல்லது நீங்கள் விரும்புகிற எந்த இடத்திற்கும் போகலாம். நீங்கள் கொல்லப்படுவதை மட்டும் நான் விரும்பமாட்டேன். எனவே உங்களுக்கு எப்போதும் உதவத் தயாராக இருக்கிறோம். எதையும் செய்யக் காத்திருக்கிறேன் ஒத்துழையுங்கள்" என்று எழுதியிருந்தார்.

இப்பொழுது பினைரோவும் வந்து சேர்ந்தார். குவேராவிடம் நாடு திரும்பும்படி மன்றாடினர். ஆனால் குவேரா, "இந்த ஏழைகளை இனி யார் விடுவிப்பார்கள்? இவர்களை விட்டு வர இயலாது" என்றார். பொறுமையிழந்த பினைரோவும் பெர்னான்டஸ் மெல்லும் உறுதியான தொனியில், "நாங்கள் நமது தலைவரின் ஆணையை நிறைவேற்ற வேண்டிய கட்டாயத்தில் இருக்கிறோம். தளபதி குவேரா அவர்களே உங்களது உத்தவை நான் என்றும் மீறியதில்லை. உங்களை சாகவிடக்கூடாது என்பதுதான் எனக்கு இடப்பட்டுள்ள கட்டளை. நீங்கள் இதனை ஏற்க மறுத்து சாகவிரும்பினால் அதற்கு முன்னதாக நான் செத்தாக வேண்டும்.

தலைவர் காஸ்ட்ரோவின் உத்தரவை நிறைவேற்றப் போகிறேன். கயிற்றால் கட்டித்தான் தங்களைத் தூக்கிச்செல்ல வேண்டுமானால் அதையும் செய்வோம்" என்றார்.

குவேரா திரும்பிப் பார்த்தபோது அவரை அழைத்துச் செல்ல வந்த படகில் கூட்டம் கூட்டமாக ஏறிய காங்கோலியர்கள் வழிந்து கொண்டிருந்தனர். படகிலும் கசிவு ஏற்பட்டது. பெர்னாண்டஸ் மெல் குவேராவை படகு நோக்கி அழைத்துச் சென்றார். சிங்கமும் பிடிபடுவது உண்டு. யானையும் அடங்குவது உண்டு. இங்கு ஒரு மனிதச்சிங்கம் வேறு ஒரு திட்டத்தை மனதில் நினைத்துக் கொண்டு படகை நோக்கி நடந்துகொண்டிருந்தது. ஏனெனில், எதிரிப்படை நெருங்கிக் கொண்டிருந்தது.

எதிரிகளின் விமானங்கள் ஏரியின்மீது பறந்தன. ஆனால் குண்டு வீசவில்லை. மிக அருகில் ராணுவ முகாமிருந்தது. அவர்களும் தாக்கவில்லை. படகுகள் பத்திரமாகக் கரை ஏறின.

ஏன் தாக்கப்பட வில்லை என்பது மர்மமாகவே இருந்தது. அமெரிக்கத் தலைமை போட்ட உத்தரவுகளை நிறைவேற்றுவது இல்லை என்று ஆப்பிரிக்க ராணுவத்துக்குள் ஒரு கலகம் நடந்துகொண்டிருந்தது பின்னர்தான் தெரிந்தது. எதிரிகள் தாக்கப்படுகிற நேரங்களிலெல்லாம் "கடவுள் ஓர் அர்ஜெண்டினர் என்பது தெரியும் அல்லவா?" என்று கூறிவிட்டு குவேரா சிரிப்பது வழக்கம். அன்றும் சிரித்தார்.

❖

13

குவேராவின் கடிதம்

பிடல்,

இந்த நேரத்தில் என் நினைவுகள், நாம் முதன் முதலாக மாரியா அண்டோனியாவின் வீட்டில் சந்தித்ததை நோக்கி ஓடுகிறது. நீங்கள் நமது பயணத்தைப் பற்றிக் கூறியதும், நமது பரபரப்பான தயாரிப்புகளும் நினைவுக்கு வருகிறது.

நாம் இறக்க நேரிட்டால், அப்போது அதை யாரிடம் தெரிவிக்க வேண்டும் என்ற கேள்வி எழுப்பப்பட்ட போது, எல்லோருமே அப்படி ஒரு சம்பவம் நிகழக் கூடியதே எனக் கருதி திகைப்படைந்தோம். பின்னர், அது உண்மையே என்பதைப் புரிந்துகொண்டோம். ஒரு புரட்சியில் (உண்மையான ஒன்றில்) ஒருவர் வெற்றி அல்லது சாவைத்தான் சந்திக்க வேண்டும். வெற்றிப் பாதையோரங்களில் புதைக்கப்பட்டோர் எத்தனை பேர்!

இன்றோ அத்தகைய நாடக பாணிச் சூழ்நிலை இல்லை. ஏனெனில், நாமெல்லோரும் முதிர்ச்சி பெற்றுள்ளோம். ஆனாலும் நிலைமை என்னவோ மாறாமல்தான் இருக்கிறது. இந்தத் தீவில் நடந்தேறிய கியூபப் புரட்சியில் என்னை இணைத்துக்கொண்ட பங்கை ஓரளவு நிறைவேற்றி உள்ளதாகக் கருதுகிறேன். நான் உங்களிடமிருந்தும், என் தோழர்களிடமிருந்தும், என்னுடையவர்களாகவே ஆகிவிட்ட உங்களது மக்களிடம் இருந்தும் பிரிகிறேன்.

நான் அதிகாரபூர்வமாக கட்சித் தலைமைப் பொறுப்பிலிருந்து விலகுகிறேன். அமைச்சர் பொறுப்பிலிருந்தும் விலகுகிறேன். மேஜர் என்ற பதவியிலிருந்தும் விலகுவதோடு, என் கியூபக்

குடியுரிமையையும் விட்டு விலகுகிறேன். கியூபாவுடன் அதிகார பூர்வமாக இனி எனக்கு எவ்விதத் தொடர்பும் உறவும் இல்லை. இதைத்தவிர பதவிகளைப் போல உதறிவிட முடியாத வித்தியாசமான உறவுகளைத் தவிர!

கடந்த காலத்தை நினைத்துப் பார்க்கிற போது, புரட்சியின் வெற்றிக்கும், அதை உறுதிப்படுத்துவதிலும் நான் பெருமளவு நேர்மையுடனும், அர்ப்பணிப்புடனும் செய்திருப்பதாகவே நினைக்கிறேன். புரட்சிக்காரனாகவும், தலைவராகவும் இருக்கும் உங்களது திறமையையும், தன்மையையும் மதிப்பிடுவதில் சியாரா மீஸ்ட்ராவிலிருந்து சந்தித்ததிலிருந்தே மெதுவாகத்தான் உணர்ந்து இருக்கிறேன்.

உங்கள் மீது என் நம்பிக்கை இன்னும் அதிகமாகத் தொடக்கத்திலிருந்தே உணராது இருந்த பெரிய தவறை நான் உணருகிறேன். நான் பெருமைப்படத்தக்க காலத்தில் வாழ்ந்து விட்டேன். சூடேறிய, சிரமமான கரீபிய நெருக்கடியின் போது தங்களுக்கு அடுத்தபடியாக நின்றவன் என்ற பெருமையைப் பெற்றேன்.

ஓர் அரசியல்வாதி என்ற முறையில் தங்களது திறன் அந்த நேரத்தில் மின்னியது. கோட்பாடுகள், ஆபத்துக்கள் பற்றி நதமிருவரும் ஒத்த கருத்துடையோராக இருந்தோம்.

இப்பொழுது எனது எளிய சேவை உலகிலுள்ள மற்ற பகுதிகளுக்குத் தேவைப்படுகிறது. உங்களுக்கு மறுக்கப்பட்டுள்ள அந்தக் கடமையை என்னால் நிறைவேற்ற முடியும். உங்களுக்கோ கியூபாவுக்கான கடமையை நிறைவேற்றப்பட வேண்டியதாக உள்ளது. எனவே, நாம் பிரிய நேரம் வந்துவிட்டது.

நான் எனக்குப் பின்னால், கட்டியமைக்கும் ஒளிமிக்க நம்பிக்கையையும், அன்புக்குரிய மக்களையும் விட்டுப் பிரிவதால், கவலையும், மகிழ்ச்சியுமாக இரு உணர்வுகளை அனுபவிக்கிறேன் என்பதை நீங்கள் விளங்கிக் கொள்வீர்கள் என்று நம்புகிறேன். என்னைத் தங்களது மகனாக ஏற்றுக் கொண்ட மக்களை விட்டுப் பிரிவதால் பெருந்துயர் வருகிறது.

நான் புதிய போராட்டக் களத்திற்கு உங்களால் ஊக்கப்படுத்தப்பட்ட நம்பிக்கையோடும், எமது மக்களின்

புரட்சிகர உணர்வுகளோடும், மிகப் புனிதமான எனது கடமையை ஏற்றுச் செல்கிறேன் என்ற தெளிவுடனும் ஏகாதிபத்தியம் எங்கெல்லாம் இருக்கிறதோ அங்கொல்லாம் போராட வேண்டும் என்ற உறுதியுடனும், அது என் முடிவை மேலும் உறுதிப்படுத்துவதால், அவை எனக்கு ஏற்பட்ட வேதனையைவிடப் பன்மடங்கு பெரிதாகி ஈடுகட்டிவிட்டன.

பிறருக்கு முன்மாதிரியாகத் திகழ விரும்புவது ஒன்றைத் தவிர, பிற எல்லாப் பொறுப்புகளிலிருந்தும் கியூபாவிலிருந்து விட்டு விலகிக்கொள்கிறேன். எனது இறுதி நேரம் வரும்போது, எங்கோ தொலைவில் இருந்தாலும், இந்த மக்களையும், உங்களையும் பற்றித்தான், அந்த நேரத்திலும் நினைத்துக் கொள்வேன். எனக்குக் கற்பித்த பாடத்துக்காக நன்றியைத் தெரிவித்துக்கொள்வேன். உதாரணமாகத் திகழ்ந்ததற்காகவும் நன்றி கூறுகிறேன். நான் இறுதிவரை அதற்கு உண்மையுள்ளவனாக இருக்க முயல்வேன்.

நமது புரட்சியின் வெளிவிவகாரக் கொள்கையோடு என்னை ஐக்கியப்படுத்திக் கொண்டவன், அதையேதான் இன்றுவரை செய்து வருகிறேன். நான் எங்கே போனாலும், கியூபப் புரட்சிக்காரன் என்ற பொறுப்பை உணர்ந்தே அதற்கேற்ப செயலாற்றுவேன். என் மனைவியையும், குழந்தைகளையும் எவ்விதச் சொத்துமின்றி விட்டுப் பிரிகிறேன்.

ஆனால், அது என்னை கலக்கமடையச் செய்யவில்லை. அப்படி இருப்பதும் மகிழ்ச்சிக்குரியதுதானே! அவர்களுக்காக நான் எதையும் கேட்க விரும்பவில்லை. ஏனெனில், இந்த அரசு அவர்கள் வாழவும், குழந்தைகள் படிக்கவும் தேவையானதைச் செய்யும் என்பதை அறிவேன்.

நான் உங்களுக்கும், மக்களுக்கும், இன்னும் அதிகமாகச் சொல்ல வேண்டும். ஆனால், அவை தேவைக்கு மிகுதியாகிவிடும் என அஞ்சுகிறேன். வார்த்தைகளால், நாம் கூற விரும்புவதை யெல்லாம் எழுதிவிட முடியாது. எதற்காக காகிதத்தை வீணடிக்க வேண்டும்.

எப்பொழுதும் வெற்றிக்காகவே, சொந்தநாடு அல்லது மரணம்.

Havana

At this moment I remember many things-when I met you in Maria Antonia's house, when you proposed I come along, all the tensions involved in the preparations." One day they came by and asked who should be notified in case of death, and the real possibility of it struck us all. Later we knew it was true, that in a revolution one wins or dies (if it is a real one). Many comrades fell along the way to victory.

Today everything has a less dramatic tone, because we are more mature, but the event repeats itself. I feel that I have fulfilled the part of my duty that tied me to the Cuban revolution in its territory, and I say farewell to you, to the comrades, to your people, who now are mine.
I formally resign my positions in the leadership of the party, my post as minister, my rank of commander, and my Cuban citizenship. Nothing legal binds me to Cuba. The only ties are of another nature-those that cannot be broken as can appointments to posts.
Reviewing my past life, I believe I have worked with sufficient integrity and dedication to consolidate the revolutionary triumph. My only serious failing was not having had more confidence in you from the first moments in the Sierra Maestra, and not having understood quickly enough your qualities as a leader and a revolutionary.

I have lived magnificent days, and at your side I felt the pride of belonging to our people in the brilliant yet sad days of the Caribbean crisis." Seldom has a statesman been more brilliant as you were in those days. I am also proud of having followed you without hesitation, of having identified with your way of thinking and of seeing and appraising dangers and principles.
Other nations of the world summon my modest efforts of assistance. I can do that which is denied you due to your responsibility at head of Cuba, and the time has come for us to part.

You should know that I do so with a mixture of joy and sorrow. I leave here the purest of my hopes as a builder and the dearest of those I hold dear. And I leave a people who received me as a son. That wounds a part of my spirit. I carry to new battlefronts the faith that you taught me, the revolutionary spirit of my people, the feeling of fulfilling the most sacred of duties: to fight against imperialism wherever one may be. This is a source of strength, and more than heals the deepest of wounds.

I state once more that I free Cuba from all responsibility, except that which stems from its example. If my final hour finds me under other skies, my last thought will be of this people and especially of you. I am grateful for your teaching and your example, to which I shall try to be faithful up to the final consequences of my acts.

I have always been identified with the foreign policy of our revolution, and I continue to be. Wherever I am, I will feel the responsibility of being a Cuban revolutionary, and I shall behave as such. I am not sorry that I leave nothing material to my wife and children; I am happy it is that way. I ask nothing for them, as the state will provide them with enough to live on and receive an education.

I would have many things to say to you and to our people, but I feel they are unnecessary. Words cannot express what I would like them to, and there is no point in scribbling pages.

Ever onward to victory!
Homeland or Death!
I embrace you with all my revolutionary fervour.

che

நான் புரட்சிகர உணர்வோடு உங்களைத் தழுவுகிறேன்.

-சே

என்னைப் பெற்றவர்கட்கு...

மூப்படைந்த பெருமக்களே!

நான் மீண்டும் ரோசியாண்டியின் கூடுகளுக்குள் என் கால்களை நுழைத்துக்கொண்டு, போர்க் கோலத்துடன் புறப்படுகிறேன்.

பத்தாண்டுகட்கு முன்னர் ஒரு பிரிவுக் கடிதம் எழுதியிருந்தேன்.

நான் ஒரு நல்ல போர் வீரனாகவோ, டாக்டராகவோ இல்லை என்ற வருத்தத்தைத் தெரிவித்து எழுதியதாக நினைக்கிறேன். அந்த இரண்டாவது (பணி) எனக்குப் பிடிக்கவில்லை. ஆனால், இப்பொழுது அவ்வளவு மோசமான போர் வீரனாக இல்லை.

அன்றிலிருந்து இன்றுவரை பெரிய மாற்றங்கள் ஏதும் ஏற்பட்டுவிடவில்லை. முன்னைவிட இப்போது அதிகம் தெரிந்து இருக்கிறேன். என்னுடைய மார்க்கம் ஆழமாக வேரூன்றிப் பதிந்துவிட்டது. தெளிவும் அடைந்துவிட்டது. விடுதலைக்காகப் போராடும் மக்களுக்கு ஆயுதமேந்திப் போரிடுவது ஒன்றுதான் வழி என்று நம்புகிறேன்.

இதில் நிலை மாறாத கருத்துடையவனாக இருக்கிறேன். என்னைப் பலர் அதி தீவிர சாகச வேலையை விரும்புகிறவன் என நினைக்கிறார்கள். அது சரிதான். ஆனால் நான் ஒரு குறிப்பிட்ட வழி சாகசத்தை விரும்புகிறேன். நாங்கள் நினைப்பது சரி என நிரூபிப்பதற்காகத் தங்களது உயிரையும் உடலையும் பலியிடுகிற வர்களாக இருக்கிறோம்.

இதுவே என்னுடைய கடைசி முயற்சியாக இருக்கலாம். நான் அதை நாடவில்லை. ஆனால், இது தர்க்க ரீதியில் பார்த்தால் நடக்கக் கூடியதுதான். அவ்வாறு நடக்குமானால், எனது கடைசி அரவணைப்பை ஏற்றுக்கொள்ளுங்கள்.

நான் உங்களிடம் ஆழமான அன்புகொண்டிருந்தேன். ஆனால், அந்த அன்பை வெளிப்படுத்த முடியவில்லை. நான்

என்னுடைய காரியங்களில் நேரடியாக ஈடுபடுகிறேன். எனவே, என்னை விளங்கிக்கொள்வது அவ்வளவு எளிதான காரியம் அல்ல.

ஆனால், இப்பொழுது சொல்வதை நம்புங்கள். என்னுடைய உறுதிப்பாட்டை ஒரு கலைஞனைப் போல, நான் முழுமைப் படுத்திக் கொண்டிருப்பதால் என்னுடைய பலவீனமான கால்களையும், களைப்படைந்துள்ள நுரையீரலையும் வேலை செய்ய உந்தித் தள்ளப் போகிறேன்.

இருபதாம் நூற்றாண்டினை நினைத்துக்கொள்ளுங்கள்.

சீலியாவுக்கும், ரோபர்ட்டுக்கும், ஜுவான் மார்ட்டினுக்கும், பட்டொடினுக்கும், பீட்ரிசுக்கும் எல்லோருக்கும் என் அன்பைத் தெரிவியுங்கள்.

ஓடிப்போன, திருத்தப்பட முடியாத உங்கள் மகன் உங்களைத் தழுவுகிறான்.

-ஏர்னஸ்டோ

என் குழந்தைகட்கு...

பிரியத்துக்குரிய ஹில்டிடா, அலெய்டா, காமிலோ, செலியா, ஏர்னஸ்டோ!

இந்தக் கடிதத்தை நீங்கள் எப்போதாவது படிக்கிறபோது, நான் உங்களுடன் இல்லை என்பது தெரிந்துவிடும்.

என்னை நீங்கள் அதிகம் நினைத்திருக்க மாட்டீர்கள். சின்னஞ்சிறார்களுக்கோ என்னைப்பற்றி நினைத்துப் பார்க்க எதுவும் இருக்காது.

உங்கள் தந்தை தன் கருத்துக்களுக்கு ஏற்பச் செயலாற்றியவன். அவன் தன் நம்பிக்கைக்கேற்ப வாழ்ந்தவன்.

நீங்கள் நல்ல புரட்சிக்காரர்களாக வளரவேண்டும். நன்றாகப் படியுங்கள். இயற்கையைக் கட்டுப்படுத்த தொழில்நுட்பத்தை தன்வயப்படுத்திக் கொள்ளுங்கள். புரட்சிதான் மிக முக்கியமானது என்பதை நினைவில் கொள்க. நாம் ஒவ்வொருவரும் அதில் தனித்தனியாக அதில் ஒரு துளிதான்.

இந்த உலகத்தில் எங்கு அநியாயம் இழைக்கப்பட்டாலும், அது குறித்து பிரதிபலிப்பைக் காட்டவேண்டியது மிகவும்

முக்கியமானதாகும். அதுதான் ஒரு புரட்சிக்காரனின் பாராட்டத்தக்க தன்மையாகும்.

விடைபெறுகிறேன், குழந்தைகளே... உங்களை மீண்டும் பார்ப்பேன் என நம்புகிறேன்.

உங்கள் அப்பா அரவணைத்து, ஒரு பெரும் முத்தத்துடன்,

-அப்பா 'சே'

அன்பிற்குரிய ஹில்டிட்டா!

நான் இன்றைக்கு உனக்கு எழுதுகிறேன். ஆனால், இதனை சிலகாலம் கழித்துத்தான் பெறக்கூடும். நான் உன்னை நினைக்கிறேன் என்பதைத் தெரிந்துகொள். நீ உன் பிறந்த நாளன்று மகிழ்ச்சியாக இருப்பாய் என நம்புகிறேன்.

நீ இப்பொழுது ஏறத்தாழ முழுப்பெண்ணாக ஆகிவிட்டாய். எனக்கே ஒரு குழந்தைக்கு எழுதுவது மாதிரி, சோகை நிறைந்த சொற்களால் எழுதி நிரப்ப என்னால் முடியாது.

நான் உன்னிடமிருந்து வெகு தொலைவில் இருக்கிறேன். அங்கு அதிக நாட்கள் இருப்பேன் போல இருக்கிறது. நம்முடைய எதிரிகளுக்கு எதிராக என்னால் முடிந்த அனைத்தையும் செய்ய விரும்புகிறேன்.

என் பங்கு பெரிதாக இல்லை என்றாலும், நானும் ஓரளவு பங்காற்றியிருப்பதை நினைத்து, உன் தந்தையைப் பற்றி எப்பொழுதும் நீ பெருமைப்பட்டுக்கொள்வாய் என நம்புகிறேன்.

போராட்டம் பல ஆண்டுகளுக்கு நீடிக்கும். நீ வளர்ந்த பிறகு உன் பங்களிப்பையும் இந்தப் போராட்டத்திற்கு வழங்க வேண்டும். இப்போது நீ ஒரு நல்ல புரட்சிக்காரியாக வளர வேண்டும். உன் பருவத்தில் நன்றாகப் படிக்க வேண்டும். முழு சக்தியையும் பயன்படுத்திப் படிக்க வேண்டும்.

எப்பொழுதும் நல்ல காரியத்துக்கு ஆதரவு தருவதாக இருக்க வேண்டும். இதற்கும் மேலாக, நீ உன் அம்மாவின் பேச்சைக் கேட்க வேண்டும். உன்னைப் பற்றி நீயே பெரிதாக நினைத்துக்கொள்ளக் கூடாது. அது காலப்போக்கில் தானே வரும்.

உன் பள்ளிக்கூடத்தில் நீதான் சிறந்தவள் என்ற இடத்தைப் பெற கடினமாக உழைக்கவேண்டும். சிறந்த என்பதை சகல அம்சங்களிலும் என நான் நம்புகிறேன். படிப்பதும், புரட்சிகர நடவடிக்கையும் வேறு சொற்களில் சொல்வது. ஆனால், பணி குறித்து அக்கறையுடன் அணுகுவது தாய்நாட்டையும் புரட்சியையும் தோழமையையும் நேசிப்பதாகும்.

உன் வயதில் நான் அப்படி இருக்கவில்லை. மனிதர்கள் ஒருவரை ஒருவர் எதிரிகளாகக் கருதிய சமுதாயத்தில் வளர்ந்தவன் நான். நீ மாறுபட்ட காலத்தில் வளரும் நற்பேற்றினைப் பெற்றிருக்கிறாய். அந்தச் சலுகைக்கேற்ப நீ வாழ வேண்டும்.

இளஞ்சிறார்களை அடிக்கடி பார்க்கத் தவறாதே! படிக்கப் புத்திமதி சொல். நல்ல பிள்ளைகளாக நடந்துகொள்ளச் சொல். அவர்கள் எல்லோரும் அலெய்டாவுக்கு அடுத்தபடியாக, மூத்த சகோதரி என உன்னைத்தான் மதிக்கிறார்கள்.

சரி! சரி! பெரிய பெண்ணே, மீண்டும் ஒருமுறை பிறந்த நாள் வாழ்த்துக் கூறுகிறேன். அம்மாவுக்கும், ஜினாவுக்கும் என் சார்பாக அரவணைப்பைக் கூறு. நாம் பிரிந்திருக்கப் போகிற காலம் வரை நீடிக்கக் கூடிய வகையில் உன்னைக் கட்டியணைத்து முத்தமிடுகிறேன்.

-'உன் அப்பா'

பிடலுக்கு எழுதிய கடிதத்தைப் பல லட்சம் பேர் திரண்டிருந்த பொதுக்கூட்டத்தில் வாசித்தார். வாசித்து முடித்தபோது அங்கு மௌனம் நிலவியது. அதில் ஏக்கம், துக்கம், மகிழ்ச்சி, துடிப்பு எல்லாம் கலந்திருந்தது.

துப்பாக்கி ஏந்திப் போராடப் புறப்பட்ட ஒரு வீரன், பேனாவை எடுத்து எழுதத் தொடங்குகிற போது, வில்லாளன், சொல்லாளனாக மிளிர்ந்தது தெரிகிறது.

கத்தி, ரத்தம், கொலை, கொள்ளை என்றே புரட்சிக் காரர்களைப் படம்போட்டு பூச்சாண்டி காட்டி வந்தவர்கள், வருகிறவர்கள், இந்தக் கடிதத்தைப் படிக்க வேண்டும்.

இதிலே கவிதை நடை களிநடம் புரிகிறது.

கத்தி பிடிக்கும் கைகளால் பிடித்த பேனாவிலிருந்து விழிந்த அன்பும், அருளும், மனித நேயமும் அருவியாக வடிவது தெரிகிறது.

வாடும் மனிதர்களைக் கண்டு வாடிடும் ஒரு புரட்சிக்காரன் கனன்று, வெகுண்டு, தர்மப் போருக்குச் சங்கொலி எழுப்பும் போர்க்கள முழக்கம் கேட்கிறது.

புல்லியர் கூட்டத்தைப் பூழ்தி செய்திட வில்லினை வளைத்த மாவீரன் கர்ணன் வீழ்ந்து கிடந்த நேரத்திலும், அள்ளித்தந்தான் அனைத்தையும், தன் தவப் பலனையும் என இதிகாசம் கூறும் கற்பனையில் எத்தகைய மாவீரர்களையும் கவிஞர்களால் படைக்க முடியும்.

இங்கோ, நம்மைப் போலவே சதை, நரம்பு, ரத்தம், உணர்ச்சி, உயிருடன் உலாவிய ஒரு மனிதன், ஆம்! மனிதன், மனித குலத்தின் விடுதலைக்காகத் தன்னையே அர்ப்பணிக்கும் இந்தக் காட்சியை எங்கே காண்பது!

அவை வலிந்து, முயன்று, சிந்தித்து எழுதப்பட்ட கட்டுரை வாசகங்கள் அல்ல. அவை கருணை உள்ளத்திலிருந்து ஊற்றெடுத்து, பெருக்கெடுத்து, உலகு ஊட்டும் ஊருணியாய் வந்து நிறைவதைக் காணமுடிகிறது.

காவிய நாயகனும் அவனே. கவிஞனும் அவனை. காலம் தந்த வரம்; வாராது போல வந்த மாமணி அவன்.

'சே' வாழ்ந்த வீடு

14

பொலிவியாவை நோக்கி...

காங்கோவை விட்டு குவேராவும், அவரது சக போராளிகளும், பல காங்கோலிய விவசாயிகளும், படகினில் ஏறித் திரும்பிக் கொண்டிருந்தபோது எதிரிகள் மிக எளிதாகத் தாக்கி படகையே மூழ்கடித்திருக்க முடியும். அரசின் ராணுவத்திற்குள் இருந்த முரண்பாடுகளால் அவர்கள் அத்தகைய கொலை முயற்சியில் ஈடுபடவில்லை.

அந்தக் குழுவில் குவேராவும் இருக்கிறார் என்பதை அவர்கள் அறிந்திருக்கவில்லை. டாட்டு இருப்பது மட்டும் தெரியும். ஆனால், டாட்டுதான் குவேரா என்பது தெரியாது. அதனால் மேலும் இரண்டாண்டுகள் உயிரோடு இருப்பதற்கும், காவியமாகி விட்ட அவரது கடைசிப் போரைப் பொலிவியாவில் நடத்துவதற்கும் ஒரு வாய்ப்புக் கிடைத்தது.

குவேரா திரும்பி வர ஒப்புக்கொண்டதும், தங்களுடன் திரும்பி வந்து கொண்டிருந்ததும், ரிபால் டோவையும், அலெக்சாண்டரையும், பெர்னாண்டஸ் மெல்லையும், பின்னராவையும், ஆரகான்சையும் ஆச்சரியத்தில் ஆழ்த்தின. ஏனெனில், அவர் ஏழைக் காங்கோலியர்களை விட்டு விட்டு வரமாட்டேன் என்று வாதாடினார். பிறகு சிலரை அவருடன் விட்டு விட்டு மற்றவர்களை அழைத்துச் செல்லுமாறு வேண்டி கடைசியாக தன்னை மட்டும் விட்டு எல்லோரும் போகலாம் என்றார்.

அவரை அழைத்துச் செல்லச் சென்றவர்கள் பட்டபாடு கொஞ்சம் அல்ல. இடைவிடாத முயற்சி. கண்ணீர், கெஞ்சல், மறுக்க முடியாத வாதம் ஆகியவற்றுக்குப் பிறகுதான் அவர்

திரும்பிவிட ஒப்புக்கொண்டார். அப்பொழுதும் ஒரு நிபந்தனை போட்டார்.

"நான் கியூபாவுக்குத் திரும்பப் போவது இல்லை" என்றும், "தான் பிறந்த தாயகமான அர்ஜெண்டினாவுக்கு திரும்பிச் சென்று கொரில்லாப் போராட்டத்தை அங்கு தொடங்கப் போகிறேன்" என்றும் சொன்னார். அதை அவர்கள் காங்கோவை விட்டு வெளியேறினால் போதும் என்பதற்காக ஒப்புக் கொண்டார்கள். தான்சானியாவின் தலைநகர் தாரு - ஸ்லாம் போன பிறகு பேசிக்கொள்ளலாம் என அழைத்துக்கொண்டு போனார்கள்.

தாரு-ஸ்லாமில், கியூபாவின் தூதரகத்தில் மேல்மாடியில் ஒரு அறையை டாட்டுவுக்காக தயார் செய்து வைத்திருந்தனர். அங்கு போய்ச் சேர்ந்தவுடன் பிடல் காஸ்ட்ரோ அனுப்பி வைத்திருந்த டாக்டர் அவரைப் பரிசோதித்தார். அந்த மனிதர் உயிருடன் இருப்பதே அவருக்கு ஆச்சரியமாக இருந்தது. எடை குறைந்திருந்தது. மூச்சுத் திணறியது. ரத்தம் வற்றியிருந்தது. வயிற்றுப் போக்கு, வயிற்றுக் கடுப்பு, ஆஸ்துமா ஆகியவற்றோடு போராடியே வாழ்ந்து இருக்கிறார்.

காங்கோவில் சரிவர உணவு கிடைக்கவில்லை. கிடைத்ததையும் உட்கொள்ளவில்லை. தாகம் தணிக்க தண்ணீர் கூடக் கிடைக்க வில்லை. எல்லாவற்றுக்கும் மேலாக, கமாண்டன்ட் போர்க்களத்தில் கைதியைப் போல காலத்தைக் கழிக்க நேரிட்டதுதான் அவரை வாட்டியிருக்க வேண்டும்.

வேறு ஒரு மனிதனாக இருந்திருந்தால் செத்திருப்பான் என்பது டாக்டரின் கருத்து. அவர் தேவைப்பட்ட மருந்துகளோடு வந்திருந்தார். சிகிச்சை தொடங்கியது. பதினைந்து நாட்களுக்குள் எழுந்து, பழைய மாதிரியே சே நடமாடத் தொடங்கிவிட்டார். டாக்டரின் கருத்துப்படி அவர் தந்த மருந்து, சிகிச்சையை விட, அந்த மனிதரின் மனவலிமைதான் அவர் மீண்டும் விரைவில் குணமடையக் காரணம். அதைவிட, மீண்டும் போரிடப் புறப்பட வேண்டும் என்ற உந்துதல்தான் அந்தப் புரட்சிக்காரரை எழுப்பி நிறுத்தியது என்றும் கருதலாம்.

"அர்ஜெண்டினா போக வேண்டும். கொரில்லாப் போரைத் தொடங்க வேண்டும்" எனப் பேசத் தொடங்கிவிட்டார். இதே

காலத்தில் பிடல்காஸ்ட்ரோ, குவேராவை அர்ஜெண்டினாவுக்குப் போக விடாமல் தடுப்பது எப்படி என்பது பற்றி ஆலோசித்துக் கொண்டிருந்தார். எனவே ஒரு கடிதத்தை எழுதி, அதைக் குவேராவின் நண்பர் ரோட்ரிக்ஸ் மூலம் கொடுத்தனுப்பினார். அந்தக் கடிதத்தில் காஸ்ட்ரோ மிகத் தெளிவாக, விளக்கமாக தனது கருத்துக்களைக் கூறியிருந்தார். அவர் எழுதிய கடிதத்தில் வழக்கம் போல நலம் விசாரித்துவிட்டு, வணக்கம் தெரிவித்துவிட்டு, குவேரா தான் விரும்புகிறபடி சுயமான எந்த முடிவையும் எடுக்கலாம். ஆனால், காங்கோவில் கொல்லப் படுவதைத் தான் விரும்பவில்லை என்பதாலும், அத்தகைய ஒரு துக்கச் செய்தியைத் தன்னால் தாங்கிக்கொள்ள இயலாதென்றும் எழுதிவிட்டு, அதற்காகத்தான் நண்பர்களை அனுப்பி அந்த இடத்தை விட்டுப் புறப்பட வேண்டும் என வற்புறுத்தியதாக எழுதியிருந்தார்.

குவேரா விரும்பினால், ஒப்புக்கொண்டால் அவர் கியூபாவுக்கு வரலாம். அதற்கு எந்தத் தடையும் இல்லை. அவரை வரவேற்க கியூபாவும், தானும் தயாராக இருப்பதாகவும் கூறிவிட்டு, இதற்குப் பதிலாக தங்களிடம் வேறு திட்டம் இருந்து, வேறு இடம் செல்ல விரும்பினாலும் செல்லத் தடை இல்லை என்றும் எழுதிவிட்டு, இயன்ற உதவிகள் அனைத்தும் எப்பொழுதும் செய்யப்படும் என்றும் எழுதி இருந்தார்.

இந்தக் கடிதமும் குவேராவைச் சிறிதும் அசைத்ததாகத் தெரியவில்லை.

மீண்டும் அர்ஜெண்டினா என்றே சொல்லிக்கொண்டிருந்தார்.

காஸ்ட்ரோ மேலும் ஒரு முயற்சியாக குவேராவின் மனைவி அலெய்டா மார்ச்சை தான்சானியாவுக்கு அனுப்பி வைத்தார். அவரை குவேரா அன்புடன் வரவேற்றார்.

இருவரும் பல நாட்கள் தான்சானியாவில் இருந்தனர். பேசிக்கொண்டே நடந்தனர். அவர்கள் பேசிக்கொண்டதை மற்றவர்கள் கேட்டிருக்க வாய்ப்பு இல்லை. அலெய்டா மார்ச் என்ற பெண் தனது பரிவு, பாசம், பந்தம் ஆகிய அனைத்தையும் பயன்படுத்தியிருக்க வேண்டும். நான்கு குழந்தைகளின் தாய் என்ற முறையிலும், அதை வைத்தும் வாதாடியிருக்கலாம்.

அலெய்டா மார்ச் ஒரு போராளி. போரில் பங்கெடுத்தவர். குழந்தை, குடும்பம் என்று ஆனதால் வீட்டோடு நிற்க வேண்டிய கடமைக்கு ஆளானவர். அந்த முறையிலும் அரசியல் நிலைமைகள், சாதக பாதக நிலைகள் ஆகியன பற்றியும் பேசியிருக்கலாம்.

இதற்குப் பிறகும் அர்ஜெண்டினா போயே தீர்வேன் என்று நின்றார் குவேரா. அவர் கியூபாவிற்குத் திரும்புவதை விரும்ப வில்லை. பதவிகளைத் துறந்ததோடு, குடியுரிமையையும் உதறிவிட்டதாக உலகறியக் கூறிய பின், அங்கு திரும்ப அவரது மனம் இடம் தரவில்லை. கௌரவப் பிரச்சினையாக அல்லாமல் தனது வாக்கைத் தானே மீறக்கூடாது என்றே கருதினார்.

ஆனால், பல நாள் விவாதங்களுக்குப் பிறகு, கியூபாவிற்கு தற்காலிகமாகத் திரும்ப ஒப்புக்கொண்டார். அங்கே வருவதே தயாரித்துக்கொண்டு கிளம்புவதற்குத்தான் என்பதை அழுத்தமாகக் கூறினார்.

"குவேராவை கியூபாவில் நிரந்தரமாகத் தங்க வைக்க முடியாது. அதே சமயம் அவரை எக்காரணங் கொண்டும் அர்ஜெண்டினாவுக்குப் போகவிடக்கூடாது" என்று காஸ்ட்ரோ முடிவு எடுத்தார். அதற்காக ஒரு மாற்றுத் திட்டத்தைத் தயாரித்தார். அதைத் தயாரிப்பது மிக மிகக் கடினமானதாக இருந்தது.

பெரு, பிரேசில், பொலிவியா, வெனிசூலா என லத்தீன் அமெரிக்க நாடுகள் பலவற்றைப் பற்றியும் பரிசீலனை நடந்தது. அர்ஜெண்டினா மட்டும் வேண்டவே வேண்டாம் என்பதில் காஸ்ட்ரோ உறுதியாக இருந்ததற்குப் பல காரணங்கள் இருந்தன.

அர்ஜெண்டினாவில் அப்பொழுது அமைந்திருந்த அரசு, தேசவுடைமையாக்குதல், நிலச்சீர்திருத்தம் போன்ற நடவடிக்கைகளை எடுத்து இருந்தது.

அந்த நாடு லத்தீன் அமெரிக்க நாடுகளின் ஒற்றுமைச் சங்கத்தில் உறுப்பினராக இருந்தது.

அர்ஜெண்டின ராணுவம் பயிற்சி பெற்று, கட்டமைப்புடன் இருந்து வந்தது. நிலச்சீர்திருத்தத்தில் நிலம் இழந்தோர் மட்டுமே

ஆத்திரமடைந்து இருந்தனர். அரசை ஆதரிப்பவர்களாக மக்கள் இருந்தனர்.

அந்த நாட்டில் பொருளாதார வளர்ச்சி ஏற்பட்டிருந்தது.

அர்ஜெண்டினக் கம்யூனிஸ்டுக் கட்சி குவேராவை விமர்சித்தது. சீனாவைக் கண்டித்தது. கியூபாவுடன் நட்புறவு கொண்டு இருந்தது. எனவே, இந்த நாட்டிற்குள் கொரில்லாவாக நுழைவது சரியல்ல என காஸ்ட்ரோ கருதினார்.

தான்சானியாவில் டாட்டு என்ற பெயருடன் குவேரா தங்கியிருந்தது குவேராவின் நண்பரும், தான்சானிய நாட்டுத் தலைவருமான நயராரேக்கும் தெரியாது.

அங்கிருந்து செக் நாட்டின் தலைநகர் பிராக்கிற்கு குவேரா சென்றார். அங்கு முதலில் கியூபத் தூதரகத்தில் தங்கியிருந்தார். பிறகு அந்நகரிலிருந்து இருபது கிலோ மீட்டருக்கு அப்பாலிருந்த தொழிலாளர் குடியிருப்பில் ஒரு வீட்டை வாடகைக்குப் பிடித்து, குவேரா தங்க ஏற்பாடு செய்தனர். இங்கு ஏறத்தாழ இரண்டு மாதங்களைக் கழிக்க நேரிட்டது. மக்கள் நடமாட்டம் குறைவு. குவேரா இருப்பது செக் நாட்டு அரசுக்கோ, கம்யூனிஸ்டுக் கட்சிக்கோ தெரிவிக்கப்படவில்லை.

இந்தக் காலத்தில் ரிபாடோவும், எஸ்ட்ரடோவும் குவேராவுடன் இருந்தனர். இவர்களில் எஸ்ட்ரடோ சுத்தக் கறுப்பர். அவரது தலைமுடி சுருள் சுருளாக அடர்த்தியாக இருக்கும். எனவே, எந்த விடுதிக்குப் போனாலும், அவரது தலைமுடியும், நிறமும் எல்லோரது கவனத்தையும் ஈர்த்தது. இது குவேராவுக்குச் சங்கடமாகிவிட்டது. அவர் எஸ்ட்ரடோவுக்குப் பதிலாக, வேறு ஒருவர் இருப்பது நல்லது என்று கருதினார். அவ்வாறே செய்யப்பட்டது.

பிராக்கில் இருந்தபோது, ஹவானாவுடன் தொடர்பு கொண்டு, அடுத்த திட்டத்தைத் தயாரிக்கத் தொடங்கினார் குவேரா. பிராக்கிலிருந்து ஹவானா திரும்பவும் ஒப்புக் கொண்டார். பிராக்கில் இருக்கும் போதே குவேராவை டமாரா பங்க்கே சந்தித்தார்.

டமாரா பங்க்கே பல மொழிகள் கற்றவர், உளவாளியாக யாருக்கும் தெரியாமல் பணி பயிற்சி பெற்று இருந்தார். இவர்

செக் நாட்டின் ரகசிய இலாகாக்களில் பணிபுரிந்தவர் என்று தெரிகிறது. 1964-இல் குவேரா கியூபாவில் தொழில் அமைச்சராக இருந்தபோது, குவேரா இவரைச் சந்தித்துப் பேசி, யாருக்கும் தெரியாமல், பொலிவியாவுக்கு அனுப்பி, பல விவரங்களைச் சேகரிக்கச் சொல்லியனுப்பியிருந்த விவரங்கள் குவேராவும், டமாரா(தானியா)வும் கொல்லப்பட்ட பிறகே தெரிய வந்தது.

1964 இறுதியில் பொலிவியா சென்ற டமாரா என்ற தானியா, ஓராண்டுக்காலம் பொலிவியாவில் எவ்விதத் தொடர்பும் இன்றி அலைந்து திரிந்து விட்டு 1966 தொடக்கத்தில் பிராக்கிற்குத் திரும்பியதாகத் தெரிகிறது. மீண்டும் குவேராவுடன் பொலிவியாவுக்கு கொரில்லாவாகச் செல்ல ஒப்புக்கொண்டார்.

எஸ்ட்ரடோவை தானியா காதலித்திருக்கிறார் என்பது அவர் தனது பெற்றோருக்கு எழுதிய கடிதத்திலிருந்து தெரிய வந்தது. "அந்தக் கறுப்பரைத்தான் காதலிக்கிறேன். அவருக்கும் எனக்கும் முலோட்டோக்கள் குழந்தைகள் பிறக்கும் என நம்புகிறேன்" என எழுதினார். குவேராவைப் போலவே காவியத் தலைவி ஆனவர் தானியா. கடைசியாக பலரது வற்புறுத்தலுக்குப் பிறகு குவேரா கியூபா திரும்ப ஒப்புக்கொண்டார்.

அங்கு இருந்தபோது காஸ்ட்ரோ, லத்தீன் அமெரிக்க கம்யூனிஸ்டுக் கட்சிகளிடம் கொரில்லாப் போரை அவர்களது நாடுகளில் தொடங்கிட வாய்ப்பு இருக்கிறதா எனக் கேட்டு விவாதித்துப் பார்த்தார். வெனிசூலா, நிகரகுவா எனப் பல நாடுகள் பரிசீலிக்கப்பட்டதில் பொலிவியாவை காஸ்ட்ரோவும் மற்ற தோழர்களும் தேர்ந்தெடுத்தனர்.

பொலிவியாவில் புரட்சிக்காற்று வீசிக்கொண்டிருந்தது என்றோ, அங்குள்ள உழைக்கும் மக்கள் ஆட்சி மாற்றத்தை எந்த வழியிலாவது செய்து முடிக்க வேண்டும் என்ற இறுதிக்கட்ட வேட்கைக்கு வந்துவிட்டார்கள் என்றோ கூறிவிட முடியாது.

பொலிவியக் கம்யூனிஸ்டுக் கட்சி அங்கு ஆட்சி மாற்றம் காண்பதற்காக ஆயுதம் ஏந்திப் போராடுவது என்ற கொள்கையை ஆதரிக்கவில்லை. "புரட்சி ஏற்றுமதிச் சரக்கு அல்ல" என்று முடிவை அறிவித்து இருந்தது. பொலிவியக் கம்யூனிஸ்டுக் கட்சிகள் சோவியத் யூனியனை ஆதரிப்பவர்களாகவும், சீன நிலையை எதிர்ப்பவர்களாகவும் இருந்தனர்.

பொலிவியாவில் கொரில்லா யுத்தம் நடத்தப் போவதாகக் கூறாமல், அர்ஜெண்டினா செல்லும் வழியில், சில காலத்துக்கு ஒருவர் கடந்து செல்லவேண்டியதற்கு உதவிடவும், சிலர் பயிற்சி பெற உதவிடவும் வேண்டும் என பொலிவியக் கம்யூனிஸ்டுக் கட்சியின் செயலாளர் மோஞ்சேயிடம் பேசினர். அந்தப் பேச்சு வார்த்தைகளின் போது குவேரா பற்றி நேரடியாகக் குறிப்பிடவில்லை. பொலிவியாவில் புரட்சி என்றும் குறிப்பிட வில்லை. இந்த முயற்சிக்கு பொலிவிய போராட்டத்திற்கு வேறு சில காரணங்கள் இருந்தன.

அங்கு ஒரு ராட்ஸ்கீய வாதக்குழு இயங்கி வந்தது. பொலிவியக் கம்யூனிஸ்டுக் கட்சி பிளவுபட்டு, அதில் ஒரு குழு மாசேதுங் நிலையை ஏற்றுப் பிரசாரம் செய்து வந்தது. அவர்களைப் பயன்படுத்திக்கொள்ள இயலும் என காஸ்ட்ரோ கருதியிருக்கலாம். குவேராவும் நம்பியிருக்கலாம்.

குவேரா கியூபா திரும்பிய சில நாட்களுக்குள், பலர் தேர்ந்தெடுக்கப்பட்டனர். அவர்களுக்கான கடினமான ராணுவப் பயிற்சி தொடங்கியது. காலை ஆறு மணிக்குத் தொடங்கும் பயிற்சி மாலை வரை நீடித்தது. இதில் இருபது கிலோ எடையும் மலைச்சரிவில் ஏறி, இறங்குவது, உணவு தண்ணீர் எதிர்பாராமல் சில நாட்கள் கூடக் கிடப்பது, சுடுதல், ஓடுதல் என்பதோடு அறிவை வளர்ப்பதற்கான பாடங்களும் கற்பிக்கப்பட்டன. மார்க்சியமும் கற்பிக்கப்பட்டது.

இந்தத் தடவை கொரில்லாப் படைக்கு ஆட்களைத் தேர்ந்தெடுப்பதில் தனிக்கவனம் செலுத்தினார் குவேரா. காங்கோவுக்கு வந்திருந்தபோது ஊசலாட்டம் காட்டிய சிலரை ஒதுக்கிவிட்டார். புதிதாக அவர் பயிற்சிக்காகச் சேர்த்துக் கொண்டவர்களில் ஐந்து மத்தியக் குழு உறுப்பினர்கள். இருவர் அமைச்சர்களாக இருந்து, இந்தப் படையில் சேருவதற்காகப் பதவியைத் துறந்தவர்கள்.

பயிற்சி கடுமையாக இருந்தது. தொடர்ந்து நடந்தது. இவை அனைத்தும் ரகசியமாகச் செய்யப்பட்டன. பார்வையாளர்கள் வருகை குறைக்கப்பட்டது. காஸ்ட்ரோவும் சில ராணுவ அதிகாரிகள் மட்டுமே வந்து போய்க் கொண்டிருந்தனர். எங்கே

போகிறோம்? என்ன செய்யப் போகிறோம்? என்பது சொல்லப் படவில்லை.

அனைவர்க்கும் புதுப் பெயர்கள் சூட்டப்பட்டன. சங்கேதக் குறிப்புகளில் பயிற்சி தரப்பட்டது. குடும்பத்தார்க்கும் தெரியக் கூடாது என்பதால், சோவியத், சோஷலிச நாடுகளுக்குப் பயணம் அல்லது படிக்கப் போயிருக்கிறார் எனச் சொல்லி விடுவதாகத் திட்டம். அதை நம்ப வைக்க, பிற நாடுகளிலிருந்து கடிதம் எழுதுவது, பரிசுகளை அனுப்புவது என்பதற்கும் ஏற்பாடு. இவை அனைத்தையும் சோவியத் யூனியன் உள்பட, சோஷலிச நாடுகளுக்கும் தெரியாமல் ரகசியமாகச் செய்வது திட்டம்.

இதே காலத்தில் பொலிவியக் கம்யூனிஸ்டுக் கட்சியின் செயலாளர் மோஞ்சேயுடன், "பெரு நாட்டிலிருந்து சில இளைஞர்களும், மாணவர்களும் கியூபாவில் ராணுவப் பயிற்சி பெற்றிருந்தனர். அவர்களைப் பொலிவியா வழியாக பாதுகாப்பாக அவர்களது நாட்டிற்கு அனுப்பி வைக்க உதவி செய்ய வேண்டும்" எனக் காஸ்ட்ரோ கேட்டார்.

மோஞ்சே, "அதை பெருநாட்டுக் கம்யூனிஸ்டுக் கட்சிதான் செய்ய வேண்டும். எங்கள் கட்சி இதில் சம்பந்தப்பட விரும்பவில்லை" என்று கூறிவிட்டார். "பெருநாட்டுக் கம்யூனிஸ்டுக் கட்சிதான் இவர்கட்குப் பயிற்சி தரும்படி கேட்டது. இப்போது பொறுப்பை ஏற்க மறுக்கிறது. எனவே, சர்வதேசக் கடமை என்ற முறையில் இந்த உதவியைச் செய்திட வேண்டும்" எனக் காஸ்ட்ரோ மீண்டும் வற்புறுத்தினார். "பொலிவியக் கம்யூனிஸ்டுக் கட்சியின் தலைமைக் குழுவிடம் பேசி ஒப்புதல் பெறாமல், தன்னால் ஏதும் கூற முடியாது" என மோஞ்சே கூறிவிட்டார்.

குவேரா அங்கு வரப்போவது பற்றியோ, கொரில்லாத் தளம் அமைக்கப்பட வேண்டும் என்றோ காஸ்ட்ரோ பேசவே இல்லை.

பொலிவியா வழியாக சிலர் பெருவுக்கும், சிலர் அர்ஜென்டினாவுக்கும் செல்ல உதவிட வேண்டும் என்று மட்டும் சொல்லப்பட்டது.

மோஞ்சேயிடம் பேசிக்கொண்டிருக்கும் போதே, பொலிவிய கம்யூனிஸ்டுக் கட்சியிலிருந்த, மாவோயிச ஆதரவுக் கொள்கைகளை ஆதரிப்பவர் எனக் கருதப்பட்ட மோஞ்சே

குவேராவும் அவரது ஆதரவாளர்களும் கட்சியிலிருந்து வெளியேறி தனிக்குழுவாக இயங்கி வந்தனர். அவர்களுடனும் குவேராவின் தூதுவர்கள் தொடர்புகொண்டனர்.

வெள்ளீயச் சுரங்கத்தில் இயங்கி வந்த டிராட்ஸ்கீயக் குழுவுடனும் தொடர்பு கொண்டனர்.

பொலிவியக் கம்யூனிஸ்டுக் கட்சி ரகசியமாக ஒரு ராணுவ அமைப்பை சிறிய அளவில் உருவாக்கியது. அவர்களில் பலர் கியூபாவில் பயிற்சி பெற்றவர்கள். அவர்களில் பெரடோ சகோதரர்கள் முக்கியமானவர்கள். அவர்களுடனும் தொடர்பு கொள்ளப்பட்டது.

தானியாவை (டமாரா பங்க்கே) லாபாசுக்கு அனுப்பி, பல தகவல்களைச் சேகரிக்கச் சொன்னார்கள். இதே காலத்தில் பிரெஞ்சு எழுத்தாளரும், மாவோயிஸ்டுமான ரெஜிப்டிராவை காஸ்ட்ரோ சந்தித்து அவரையும் பொலிவியாவுக்கு அனுப்பி வைத்தார்.

பொலிவியா கம்யூனிஸ்டுக் கட்சியின் செயலாளரான மோஞ்சே 1966 தொடக்க காலத்தில் கியூபாவில் ராணுவப் பயிற்சி பெற்றார்.

கியூபாவிலிருந்து பொலிவியாவுக்கு குவேரா புறப்பட இருந்த முதல் நாளன்று அலெய்டாமார்ச் தனது கணவரைச் சந்திப்பதற்காக வந்தார். அவர் வருவதைக் கண்ட குவேரா எரிச்சலடைந்து சத்தம் போட்டார். காரிலிருந்து இறங்க வேண்டாம் என்று கூட கூறினார்.

அதேபோல மற்ற போராளிகளின் உறவினர்களையும் சந்திக்கக்கூடாது எனத் தடுத்துவிட்டார். அந்த நேரத்தில் வந்திருந்த பிடல் காஸ்ட்ரோ குவேராவிடம், உறவினர், நண்பர்களைச் சந்திக்க அனுமதிக்குமாறு கேட்டுக்கொண்டார். அலெய்டா மார்ச்சும் சந்திக்க அனுமதிக்கும்படி வற்புறுத்தினார். அதன்படி சந்திப்புக்குச் சம்மதித்தார் குவேரா.

இந்த நிகழ்ச்சி, தனது பயணத்திட்டத்தை எந்த அளவிற்க ரகசியமாக வைத்திருக்க விரும்பினார் என்பதையே காட்டுகிறது. ஆனால்,பொலிவியாவில் தேர்ந்தெடுக்கப்பட்ட இடமும்,

படையில் சேர்த்துக்கொள்ளப்பட்ட சிலரும், அவரது பெரும் முயற்சிகளுக்கு வெற்றி தரக்கூடியனவாக அமையவில்லை. குவேராவும் வருகிறார் என்ற செய்தி பொலிவியக் கம்யூனிஸ்டு கட்சிக்குத் தெரிவிக்கப்படாததாலும் சில பிரச்சினைகள் எழுந்தன.

காஸ்ட்ரோ கடைசி முறையாக, குவேராவிடம் லத்தீன் அமெரிக்க நாடுகள் எதுவும் கொரில்லாப் போருக்கு ஏற்றதாகத் தெரியவில்லை. சர்வதேசக் கருத்தும் அதற்கு எதிராக இருக்கிறது. காங்கோ தோல்வியும் சில பாடங்களைத் தந்திருக்கிறது. எனவே, இன்னும் நல்ல தயாரிப்புச் செய்து, சரியான தருணத்திற்காகக் காத்திருப்பது நல்லது என்று வாதாடிப் பார்த்தார். குவேரா அதற்கு உடன்படவில்லை.

எனவே இருப்பதற்குள் போராடுவதற்குரிய இடமாக பொலிவியா தேர்ந்தெடுக்கப்பட்டது. இலத்தீன் அமெரிக்கக் கம்யூனிஸ்டுக் கட்சிகளுக்கும் ஆயுதமேந்திய போர் முறையை முற்றாகக் கைவிடாத ஒரே கட்சியாக பொலிவியா கம்யூனிஸ்டுக் கட்சி மட்டும்தான் இருந்தது. மோஞ்சேயை எப்படியும் சரிகட்டி ஒத்துழைப்பைப் பெற்றுவிடலாம் என்ற நம்பிக்கையும் இருந்தது.

அத்துடன் சில மலைகள், பள்ளத்தாக்குகள், மரங்கள் நிறைந்த காட்டுப்பகுதி, பனிபடர்ந்த மண்டலம், வெப்ப மண்டலம் ஆகியவற்றைக் கொண்ட நாடாக பொலிவியாதான் தென்பட்டது. அந்நாட்டின் எல்லைகள் ஐந்து நாடுகளைத் தொட்டுக்கொண்டிருந்தது. அர்ஜெண்டினாவும் அதற்கு அருகில் இருந்தது. எனவே, சாதகமான பல அம்சங்கள் இருப்பதாக முடிவு செய்தனர். 1966 மார்ச்சில், கியூபாவிலிருந்த சான் ஆண்ட்ரோவிலிருந்த பயிற்சி முகாம் கலைக்கப்பட்டது.

கொச்சபம்பா, காமினோ என்ற முகாம்களில் பலருக்குப் பயிற்சி தருவது, அங்கு பயிற்சி பெற்ற போராளிகளை லத்தீன் அமெரிக்க நாடுகளுக்கு அனுப்பி, கொரில்லா யுத்தத்தைப் பல இடங்களில் தொடங்குவது என்பதாகும். குவேரா பல ஆண்டுகளாக, "அமெரிக்காவைத் திணறடிக்க இருபது வியத்னாம்களை உண்டாக்க வேண்டும்" என்று கூறுவது உண்டு. அந்தக் கனவை நனவாக்க காமினோ முகாம் உதவும் என நம்பி இருக்கலாம்.

பிடல் காஸ்ட்ரோ தன்னிடம் விடுத்த, போராளிகள் அவர்களது நாடுகளுக்குச் செல்ல உதவிட வேண்டும் என்ற யோசனையை செயலாளர் மோஞ்சே, மத்தியக் குழுவில் தெரிவித்தார். மத்தியக்குழு தயக்கம் காட்டியது, தவறான மதிப்பீடு, தவறான முடிவுக்கே இட்டுச் செல்லும் என்று கருத்தைத் தெரிவித்தது. பொலிவியக் கம்யூனிஸ்டுக் கட்சியின் இரண்டாவது முக்கியத் தலைவராகக் கருதப்பட்டவர் கோலே. தொடக்கத்திலிருந்தே கோலே இந்தத் திட்டத்தை எரிச்சலுடன் கண்டித்தார்.

மாஸ்கோவில் ஒரு மாநாட்டில் கலந்துகொள்ளச் சென்றிருந்த மரியோ மோஞ்சே, கியூபா வழியாக பொலிவியா வந்து சேர்ந்தார். அவரை தானியா மிக ரகசியமாக, பாதுகாப்புடன் காமினோ முகாமுக்கு அழைத்து வந்தார். அவர் குவேராவைச் சந்தித்து உரையாடினார். மோஞ்சே எதிர்பார்த்தபடி "கொரில்லாப் போர் பொலிவியாவுக்குப் பொருந்தாது" என்றே வாதாடினார்.

"எந்தப் புரட்சியும், எல்லா வசதிகளுடனும், வாய்ப்பு களுடனும், சௌகரியமாகத் தொடங்காது. காலம் கனியட்டும் எனக் காத்து இருந்தால் காலமெல்லாம் காத்திருக்க வேண்டியதுதான். எங்கும், எப்பொழுதும் இடர்ப்பாடுகள் இருக்கத்தான் செய்யும். எதிரிகள் நமக்கு வரவேற்புக் கொடுப்பதற்காக இல்லை. எனவே, ஆபத்துக்களை எதிர்நோக்கத்தான் வேண்டும். சாகவும், உயிரையும் அர்ப்பணிக்கவும் துணிந்துதான் நாம் இதில் இறங்க வேண்டும்.

ஏகாதிபத்தியவாதிகள் எத்தனை நாடுகளுக்குள் நுழைந்து அட்டகாசம் செய்கிறார்கள். இதை நாம் சகித்துக்கொண்டே இருக்க முடியாது. ஏதாவதொரு முனையில் தாக்குதலைத் தொடர்ந்தே ஆக வேண்டும். திரும்பிப் போவது என்ற பேச்சுக்கே இடம் இல்லை" என்று அழுத்தம் திருத்தமாகக் குவேரா பேசிய பிறகு, மோஞ்சேவால் சிறிது நேரம் பேசவே முடியவில்லை. எந்தவொரு கம்யூனிஸ்டுக்கும் அதே சிரமம் ஏற்படும். ஏனெனில், இவை மறுக்க முடியாத உண்மைகள். இருப்பினும் ஏற்பதும் கடினம். மறுப்பதோ அதைவிடச் சிரமம்.

நந்தவாசுப் பகுதி என்பது ஒரு சிறிய காட்டுப் பகுதி அல்ல. அது எண்பத்திரண்டாயிரம் சதுர மைல் பரப்பளவு உள்ளது.

அதாவது கியூபாவை விட அதிகமான நிலப்பரப்பைக் கொண்டது. ஆனால், இவ்வளவு பரந்த வெளியில் நான்கே நான்காயிரம் மக்கள்தான் வாழ்ந்து வந்தனர்.

அதாவது மனிதர்கள் வாழ அஞ்சிய பூமி அது. புதர்களை மட்டுமே கொண்ட காடுகள், நீர் வளம், குடிநீருக்குக் கூடத் தட்டுப்பாடு. அடையாளத்துக்கு ஓரிரு விவசாயிகள். ஆள் நடமாட்டம் இல்லாத சிறு சிற்றூர்கள். வேட்டையாடத் தக்க மிருகங்களும் இல்லை. உணவு தந்து உதவக்கூடிய மக்களும் இல்லை. நெடும் பயணம் செய்துதான் பொருட்களை வாங்கவேண்டி இருக்கும்.

இந்தச் சபிக்கப்பட்ட பூமியைத் தேர்ந்தெடுப்பதற்கு ஒரே ஒரு காரணம்தான் இருக்க முடியும். மக்கள் நடமாட்டம் இல்லை. ஆதலால், கொரில்லாப் பயிற்சி, தயாரிப்பு வேலைகளை அச்சமின்றிச் செய்யலாம் என்ற நம்பிக்கையாக இருக்கக்கூடும். மனித வாழ்க்கைக்கு மட்டுமல்லாது, கொரில்லாத் தளத்திற்கும் தகுதியற்ற இடமாக இது இருந்தது.

கியூபாவை விட்டு கொரில்லாப் போராளிகள் புறப்பட இருந்தபோது எதையும் மறைக்காமல், "நாம் லட்சியப் போராட்டத்திற்காக அர்ப்பணித்துக் கொள்கிறோம். இந்தப் போரில் நம்மில் பலர் சாக நேரிடலாம். ஆனால், அந்தப் போரை மற்றவர்கள் தொடருவர். இறுதி வெற்றி பெறும் வரை மக்கள் போராடுவார்கள். இதில் நம்பிக்கை இல்லாதவர்கள் இப்போதுகூட விலகிக் கொள்ளலாம். அவர்களைக் கோழை என்றோ, துரோகி என்றோ பழிக்க மாட்டோம். சுயமாக முடிவு எடுத்துக்கொள்ளுங்கள்" என்று குவேரா பேசினார்.

பிடல் காஸ்ட்ரோ பேசும்போது, "நாம் அமெரிக்க ஏகாதிபத்தியத்தை எதிர்த்து முறியடிக்கவே போராடுகிறோம். இப்போது கொரில்லாப் போர் மூலம் அமெரிக்காவை திசை திருப்புவது நமது நோக்கம். நாம் நமது வீரர்களைத் தயாரிக்க, பராமரிக்க பத்தாயிரம் டாலரைச் செலவிடுகிறோம். ஆனால், நம்முடைய வீரர்களைக் கொன்றிட, லட்சம் டாலரை அமெரிக்கர்களைச் செலவு செய்ய வைக்க வேண்டும். நாம் பிடிபடவும் கூடாது. ரகசியத்தை எக்காரணங்கொண்டும் வெளியிடக் கூடாது. மக்களிடமிருந்து எதையும் பறித்து

எடுக்கக்கூடாது. உணவுப் பொருளைக் கூட அவர்களிடமிருந்து பெறக்கூடாது. மக்களை வென்றெடுக்க வேண்டும்" என்ற முறையில்தான் பேசி வழியனுப்பினார். இந்தக் கருத்தை ஏற்றவர்கள்தான் போராளிகளாக வந்திருந்தனர்.

குவேரா மாறுவேடத்தில் கியூபாவை விட்டு வெளியேறினார். அவர் தன் குடும்பத்தில் மகள்களுடன் விருந்தருந்திய போதுகூட, அவர்களால் அவரை அடையாளம் கண்டுகொள்ள முடியவில்லை. அதேபோல் பயிற்சி பெற்ற வீரர்கள் அவரைச் சந்தித்த போதும், அவர்களை ஒரு முதியவர் திட்டுவதுபோல அவர் திட்டிய போதும் அவர்களால் அவரை அடையாளம் காண முடியவில்லை.

ஒரே ஒரு நீண்டகாலப் போராளியால் அவரை தனது கமாண்டன்ட் என அடையாளம் காண முடிந்தது. அவர் பிராக், மாஸ்கோ எனப் பல முக்கியத் தலைநகர்களின் வழியாகச் சுற்றி வளைத்துத்தான் பொலிவியா போய்ச் சேர்ந்தார். அங்கு போன பிறகும் அவர் பல ஊர்களுக்கும், பல பகுதிகளுக்கும் மாறுவேடத்தில் சென்று விவரம் சேகரித்ததாகக் கூறப்படுகிறது.

சே குவேரா முகாமுக்கு வந்தவுடன் இருந்த வீரர்களை மூன்று குழுக்களாகப் பிரித்தார். அவர்கள் முன்னணிப் படை, மையப் படை, பின் பாதுகாப்புப் படை.

மரியோ மோஞ்சே, "பொலிவியாவில் அரசாங்கத்தைத் தூக்கி எறிவதற்கான போராட்டத்தைத் தொடங்கலாம். ஆனால், அதற்காக நான் கூறக்கூடிய ஆலோசனைகளைப் பரிசீலித்து ஏற்றுக்கொள்ள வேண்டும்" என்று மிக நிதானமாக, ஒவ்வொன்றாக விளக்கத் தொடங்கினார்.

"பொலிவிய மக்கள் பிற நாட்டார் ஒருவர் தலைமை தாங்கி நடத்துகிற போராட்டத்திற்கு ஆதரவைத் தர மாட்டார்கள். மாறாக சந்தேகப்படுவார்கள். தேசபக்தியின் பெயரால் எதிர்க்கவும் தொடங்குவார்கள். இதைத் தவிர்க்க, இந்தப் போராட்டத்திற்கு தானே தலைமைப் பொறுப்பை ஏற்கவேண்டும். குவேரா ராணுவக் கமாண்டராக இருக்கவேண்டும்" என முதல் நிபந்தனையை விவரித்தார்.

இரண்டாவதாக, "கொரில்லாப் போர் முறையை மட்டும் நடத்திப் பயனிருக்காது. எனவே, வேலை நிறுத்தம், மக்கள்

பேரணி, கோரிக்கைப் போராட்டங்கள் எனப் பலவகைப் போராட்ட முறைகளையும் கையாள வேண்டும். ஒன்றிணைக்க வேண்டும். ஒரு வழிப்பாதைக்குப் பதிலாக, பல வழிகளில் முன்னேறி, ஒருமுனையில் சங்கமித்துத் தாக்குதலை நடத்தலாம்."

மூன்றாவதாக, "பொலிவியாவில் கம்யூனிஸ்டுகள் அல்லாத இடதுசாரி தேசிய சக்திகள் இருக்கின்றன. அவைகளுடன் தொடர்பு கொண்டு, கலந்து பேசி, ஒரு பொதுத் திட்டத்தை வகுத்து அதனடிப்படையில் ஒரு முன்னணியை உருவாக்கலாம். இது மக்களைத் திரட்ட அவசியம்" என்றார் மோஞ்சே.

இவற்றில் குவேராவுக்கு முரண்பட்ட வாதம் ஏதும் தோன்றவில்லை. மறுப்பதற்கு எதுவும் இல்லை. நல்ல ஆலோசனைகள்தான். ஆனால், காங்கோவில் தீர்மானிக்கிற தலைமைப் பொறுப்பை கபிலாவிடம் கொடுத்ததன் விளைவாக, சில மாதங்கள் கட்டுண்டு கிடக்க நேரிட்டதை, அத்தனை பாடுபட்ட பிறகு குவேராவால் மறக்க முடியுமா?

எனவே, தீர்மானிக்கிற தலைமைப் பொறுப்பை மறுக்க விரும்பிய குவேரா, முற்றாக அவரது யோசனையை நிராகரித்தார். சில மணி நேரம் மௌனமாக இருந்த மோஞ்சே, இன்னொரு யோசனையைச் சொன்னார்.

"பொலிவியக் கம்யூனிஸ்டுக் கட்சி, கட்சி என்ற முறையில் இந்தக் கொரில்லாப் போராட்டத்தில் பங்குகொள்ள இயலாது. ஆனால், கொரில்லாக்களாகச் சேர விரும்புகிற கட்சி உறுப்பினர்களைத் தடை செய்யமாட்டோம். 'ஆட்சிக்கு எதிரான போராட்டம் நியாயமானதே' எனப் பிரகடனமும் செய்து எங்களது தார்மீக ஆதரவைத் தெரிவிக்கவும் தயாராக இருக்கிறோம். அதற்கு முன்னதாக இப்பொழுது உங்களிடம் முகாமில் பயிற்சி பெற்றுக்கொண்டிருக்கும் எங்கள் கட்சித் தோழர்களைச் சந்தித்துப் பேச அனுமதி வேண்டும்" எனக் கேட்டார். குவேரா அதற்கு உடனடியாகச் சம்மதித்தார்.

முகாமிலிருந்த வீரர்களிடம் மோஞ்சே விரிவான விளக்கவுரை ஆற்றினார். இறுதியாக முடிக்கும்போது, "இந்தப் போரில் கலந்துகொள்ள விரும்பும் கட்சித் தோழர்களை கட்சி தடை செய்யாது" என்றும் தெரிவித்தார். பயிற்சி பெற்றுக் கொண்டிருந்த

வீரர்களில் யாரும் முகாமை விட்டுப் போக விருப்பம் தெரிவிக்கவில்லை. போராடவே விருப்பம் தெரிவித்தனர். மோஞ்சே மேலும் பல பொலிவியர்களைத் தேர்ந்தெடுத்து அனுப்புவதாகக் கூறிவிட்டு லாபாசுக்குத் திரும்பினார்.

நடந்த அனைத்தையும் மத்தியக் குழுவிடமும், கோலே யிடமும் விளக்கிப் பேசினார். அதே நேரத்தில் பிரெஞ்சு எழுத்தாளர் மாவோயிஸ்டு ரெஜிஸ்டிப்ரே அங்கு வந்து சேர்ந்திருந்தார். அவர் அதற்கு முன்னர் 1950-களில் பொலிவியா வந்து, சுற்றிப் பார்த்துத் திரும்பியவர், அவர் பொலிவியாவில் மாவோயிசக் குழுவுடன் தொடர்பு கொண்டிருந்தவர், எனவே, அவரும் வந்து இருப்பதை நல்ல அறிகுறியாக மோஞ்சே குறிப்பிடவில்லை.

மத்தியக் குழுவிலும் விமர்சனக் கருத்துகள் வெளியிடப் பட்டன. "பொலிவியக் கம்யூனிஸ்டுக் கட்சியைக் கேட்காமலும், ஒப்புதல் பெறாமலும், ஒரு சிறு குழுவின் மூலம், பொலிவிய நாட்டின் அரசியலைத் தீர்மானிக்க முயல்வது, உட்கட்சி விவகாரத்தில் தலையிடும் தவறான போக்கு" எனச் சுட்டிக்காட்டி கியூபா கம்யூனிஸ்டுக் கட்சிக்குக் கடிதம் அனுப்பப்பட்டது.

கியூபா கம்யூனிஸ்டுக்கட்சி, பொலிவிய, லத்தீன் அமெரிக்கக் கம்யூனிஸ்டுக் கட்சிகளைக் குறைகூறி, விமர்சனம் செய்தது.

இந்தச் செய்திகள் வெளியானதாலா? அல்லது அமெரிக்காவைத் திருப்தி செய்வதற்காகப் பொலிவிய அரசு எடுத்த முடிவா? எது காரணமோ தெளிவாகவில்லை. ஆனால், பொலிவியக் கம்யூனிஸ்டுக் கட்சி தடை செய்யப்பட்டது.

தானியா கொரில்லாக் குழுவில் சேர்ந்து துப்பாக்கி ஏந்தி வருவதைவிட, நகர்ப்புறங்களில் இருந்தவாறு தகவல் சேகரிப்பது, தகவலை அனுப்புவது, வேறு பல உதவிகளைச் செய்வதே நல்லது என்று குவேரா கருதினார். ஏனெனில், தானியாவைப் போல மற்றவர்களால் செய்ய முடியாது. அத்தகைய மாயஜால வேலைகளை வெற்றிகரமாக அவரால்தான் முடிக்க முடியும்.

ஒரு கொரில்லாப் போருக்குத் தகவல் தொடர்பு மிக முக்கியம். நகர்ப்புற ஒத்துழைப்பு - நிதியாக, ஆயுதமாக,

தொண்டர்களாக வருவதும் அவசியம். எனவே, தானியா தங்களுடன் மலைப்பகுதிக்கு வந்துவிட்டால், தொடர்பே முறிந்து போய்விடக் கூடும் என குவேரா அஞ்சினார்.

தானியா விரும்பியபடி துப்பாக்கியைத் தூக்கினார். ஆனால், குவேரா அஞ்சியதைப் போலவே நகரத்தோடு, உலகத்தோடு இருந்த தொடர்பு முறிந்தே போய்விட்டது. போதாக் குறைக்கு அவர்கள் உறவானவுடன் தொடர்புகொள்ள கொண்டு வந்திருந்த வானொலி பேட்டரி இல்லாததாலும், வால்வ் கெட்டுப் போனதாலும் வேலை செய்யவில்லை. மொத்தமாகக் காட்டிற்குள் இருட்டில் தள்ளப்பட்டனர்.

❖

15

கடும் பயணம்...

இனியும் காலம் தாழ்த்துவது எதிரிக்கு வாய்ப்பைக் கொடுப்பதாகி விடும் என்ற சூழ்நிலை எழுந்தது.

நங்கஹூவாகப் பகுதியில் மக்கள் நடமாட்டம் அதிகம் கிடையாது. ஆனால், குவேராவின் கொரில்லாக்கள் அமைத்திருந்த காமிலோ முகாமுக்கு அருகில், வசதி படைத்த அல்காரனஸ் என்ற விவசாயி குடியிருந்தார். அவர் மாடுகளை வளர்த்து, இறைச்சி வியாபாரம் செய்து வந்தார். அவர் சில ஆண்டுகளுக்கு முன் காமிரி கேரின் மேயராக இருந்தவர். எனவே சமூகத்தில் ஒரு பெரும்புள்ளி.

தொடக்கத்தில் அருகில் வாழ்ந்தவரான அல்காரனஸ், குவேராவையும் போராளிகளையும் ஏதோ ஒரு வகை போதைப் பொருள் தயாரித்து விற்கும் கும்பல் என நினைத்தார். இருந்தாலும் இவர்களைக் கண்காணிக்கத் தொடங்கினார். அதேபோல் வார்கஸ் என்ற இன்னொரு விவசாயியும் இருந்தார். இவர்கள் இருவரது கருடப் பார்வைகள் குவேராவுக்கு எச்சரிக்கையாக இருந்தன.

எனவே முகாமையும் மாற்றி விடுவது நல்லது. அதற்கிடையே ஒரு தேடும் பயணத்தில் இறங்கி, காடுகளில் சுற்றி தக்க இடத்தைக் கண்டுபிடிக்க வேண்டும். எங்காவது நம்புதற்குரிய, ஆதரவு தரக்கூடிய விவசாயிகள் இருந்தால் அவர்களுடனும் தொடர்புகொள்ள வேண்டும். இந்த நோக்கத்தோடு ஒரு நெடும் - கடும் பயணத்திற்குத் திட்டமிட்டார். அதைக் கொடும் பயணம் என்றும் கூறலாம்.

தனது குழுவை சிறு சிறு பகுதிகளாகப் பிரித்தார். முகாமில் இருந்த பல பொருட்களைப் பத்திரமான இடங்களில் குழிவெட்டி மறைத்துப் பதுக்கினர். அடுத்து ஒரு குழுவை முகாமுக்குக் காவலாக வைத்தனர். அதற்கு நால்வர் நியமிக்கப்பட்டனர். அவர்களுள் மார்க்ஸ் என்ற பெயரில் வந்த கியூபா நாட்டுக்காரரும் ஒருவர். மற்ற இருவர் மோய்சே குவேராவால் கொண்டு வரப்பட்டவர்கள்.

இன்னொரு குழு, முன்னணிப் படையாக இருக்க வேண்டும் . அடுத்த ஒரு குழு பின்பகுதியில் பாதுகாப்புப் படையாக வரவேண்டும். போராட வேண்டிய படைப்பிரிவில் குவேரா தலைமையில் இருபது பேர் எனப் பிரிக்கப்பட்டது.

ஜனவரி 19-ஆம் தேதி லெப்டினன்ட் பெர்னாண்ட்ஸ், நாக்கு சாதாரண உடை அணிந்த போலீசாரோடும், சோதனை செய்ய அனுமதி அதிகாரம் பெற்ற உத்தரவுடனும் முகாமுக்கு வந்தார். சுற்றிலும் பார்வையிட்டார். ஒரு துப்பாக்கியைப் பறிமுதல் செய்தார். இதே போல், அல்காரன்சிடமிருந்தும் ஒரு துப்பாக்கியைப் பறிமுதல் செய்திருப்பதைக் காட்டினார். ஆனால், என்ன காரணத்தாலோ ரைபிளையும், கைத்துப்பாக்கியையும் எடுக்காமல் விட்டு விட்டார்.

ஆனால், அடுப்பு இதர பொருட்களைக் கவனமாகப் பார்த்தவர், “நீங்கள் என்ன செய்து கொண்டிருக்கிறீர்கள் என்பது தெரியும். சட்ட விரோதமான செயல்களில் ஈடுபடாதீர்கள் என எச்சரிக்கவே வந்தேன்” எனக் கூறிவிட்டு ஜீப்பில் ஏறிப் போய்விட்டார்.

ஆக, தேடத் தொடங்கிவிட்டனர் என்பதை சே குவேரா உணர்ந்தார்.

இதற்கு மறுநாள், இவர்களது முகாமுக்கு அருகில் M2 துப்பாக்கியை வைத்து ஒருவன் கண்டதையும் சுட்டுக் கொண்டிருந்தான். அவனை நெருங்கி விசாரித்த போது, தான் அல்காரன்சின் நண்பர் என்றும், விருந்துக்கு வந்த இடத்தில் வேட்டையாடிக் கொண்டிருப்பதாகவும் சொன்னான்.

இதுவும் போதுமான எச்சரிக்கை என்று குவேரா கருதினார்.

சிறிது காலம் முகாமை விட்டு வெளியேறி விடுவது ஒருவகையில் நல்லது என்றும் அவருக்குத் தோன்றியது. 25

நாட்களில் முடித்துத் திரும்புவதெனத் திட்டமிட்ட பயணம், சோதனைகளைத் தாங்கப் பயிற்சி கொடுக்கும். ஒற்றுமை உணர்வை வளர்க்கும். அர்ப்பணிப்பு, நேர்மை, ஒழுக்கம், கட்டுப்பாடு பற்றி அறிந்துகொள்ள வாய்ப்பு ஏற்படும்.

கியூபாவில் தலைமறைவுத் தாக்குதலைத் தொடர்ந்த போது, இதைவிடக் குறைவானஎண்ணிக்கையில்தான் போர் வீரர்கள் இருந்தனர். தமது வருகையை எதிரி முன்கூட்டியே தெரிந்து தாக்கி பெரும் சேதத்தை ஏற்படுத்தினான். அப்பொழுதும் பல வாரங்கள் எங்கு போகிறோம்? காஸ்ட்ரோ இருக்கிறாரா? கொல்லப்பட்டு விட்டாரா? பிடிக்கப்பட்டு விட்டாரா? சந்திக்க முடியுமா? என்று ஆயிரம் சந்தேகங்களுடன்தான் கியூபப் பயணம் தொடங்கியது. அதைவிட மேம்பட்ட நிலையில் இருப்பதாகக் குவேரா நினைத்துத் தெம்பூட்டிக்கொண்டார்.

கியூபாவில் கிராமங்கள் வழியாகச் சென்றபோது ‘குவாஜி ரோக்கள்’ என அழைக்கப்பட்ட நிலமற்ற விவசாயிகளும், சிறு நிலச் சொந்தக்காரர்களும் அன்போடு வரவேற்றனர். ஆதரவு தந்தனர். உணவு கொடுத்தனர். ஆயுதம் ஏந்திப் போராடவும் முன் வந்தனர்.

ஓரிருவர் தவிர பெரும்பான்மையோர் அரசுக்குத் தகவல், ஆதரவு காட்டவில்லை. ஆனால், இங்கோ...? அதை குவேரா இனித்தான் சந்திக்க இருந்தார்.

பயணத்திற்காக மிகச் சொற்ப உணவுப் பொருட்களைச் சிக்கனமாக எடுத்துச் சென்றனர். ஆனால், ஒவ்வொருவரும் துப்பாக்கி, மருந்து இதர பொருட்களை 20 கிலோ வரை தூக்கிச் சுமந்தனர். சே குவேரா முதுகுப்பையில் இருபது கிலோ எடையுள்ள மூட்டை இருந்தது. எப்பொழுதும் செய்து காட்டுவதுதான் அவருக்கு வழக்கம். தான் செய்ய முடியாததை பிறர் செய்யும்படி வற்புறுத்தவே மாட்டார். குறையுங் கூறமாட்டார். ஆனால், பொய், மழுப்பல், வழுக்கல் கண்டால் சீறிப் பாய்வார்.

அவர்கள் வாழ்ந்த நிலப்பகுதி 42,000 சதுர மைல் பரப்பளவு கொண்டது. அதில் நான்காயிரம் மக்கள்தான் குடியிருந்தனர். இது மனிதர்கள் வாழத்தக்க பகுதி அல்ல என ஒதுக்கப்பட்ட, சபிக்கப்பட்ட இடம். நவீன கால வசதிகள் எதையும் அடையாளத்துக்குக்கூடக் கண்டிராத புண்ணிய பூமி அது.

அவர்கள் செல்ல இருந்த காட்டு வழியோ இயற்கையாகவே மனிதர்களைச் சாகடிக்கக்கூடியது. அதைப் பேய் வனமாம் சிவேரி என்றும் வருணிக்கலாம். ஓங்கி வளர்ந்த மரங்கள் இல்லை. எனவே காயும், கனியும் இல்லை. அது மட்டுமா? நிழலும் இல்லை.

புதர்களோ நாலைந்து அடி உயரத்திற்குத்தான் வளர்ந்திருந்தன. எனவே, நடப்பவர் தலைகள் தெரியும். குனிந்து நடந்தாக வேண்டும். இவை போதாதென்று கொசு கூட்டம் கூட்டமாக இருந்தது. அது ஏகாதிபத்தியவாதிகளை விடக் கொடுமையாகக் கடித்தது. இன்னொரு வகை ஈ மனிதனைக் கடிப்பதோடு, மனித சருமத்திற்குக் கீழ் முட்டையிட்டு விடும். அது கொப்புளமாக வெடிக்கும்.

இவை போதாதென்று விஷப் பூச்சிகளுக்குப் பஞ்சமே இல்லை. பாம்புகளும் ஓடிக்கொண்டிருந்தன. இத்தனைக்கும் தப்பி, தாண்டி நடந்தால் கண்ணுக்கெட்டிய தூரம் வரையில் எங்கும் குடிக்கத் தண்ணீரைக் காணோம்.

தண்ணீர் கிடைக்காததால் உணவைத் தயாரிக்கவோ, சாப்பிடவோ முடியவில்லை. தூங்க, ஓய்வெடுக்கத் தக்க இடத்தைக் காணோம். முதல் நாள் முடிவிலேயே மூச்சுத் திணறத் தொடங்கியது.

இரண்டாம் நாள் முடிவதற்குள் பலரது செருப்புக்கள், காலணிகள் அறுத்து, கிழிந்து பயனற்றுப் போய்விட்டன. குவேரா மான்தோலில் தைத்த முரட்டுப் பூட்சுகளைப் போட்டிருந்தார். அது மேலும் கீழும் கடித்துக் குதறியது.

மூன்றாம் நாளுக்குள் பலருடைய கால்களில் காயங்கள் பட்டு தள்ளாட, நொண்டியடிக்கத் தொடங்கினர். சே குவேராவுக்குக் கால்களில் கொப்புளங்கள் வெடித்ததோடு கால்களும் வீங்கின.

என்ன தொல்லை, துன்பம் இருந்தாலும் விடுவது இல்லை என்ற முடிவோடு, துணிவோடு தொடர்ந்து முன்னேறினர்.

மிக விபரீதமான வனக்காடாக அது இருந்தது. எங்கு பார்த்தாலும் கொசு, ஈ, விஷப்பூச்சி, பாம்புகள் என நெளிந்த காட்டில், வேட்டையாடி உணவாக்கக்கூடிய மான், முயல்,

காட்டுப் பன்றி போன்ற வனவிலங்கு எதையும் காணோம். ஒரே ஒருநாள் சில பருந்துகளை வேட்டையாடி உணவாக்கினர். அது அவ்வளவு நன்றாக இல்லை என்றும் எழுதினர்.

அவர்களை மிகவும் வாட்டியது தண்ணீர் கிடைக்காதது தான். எங்கும் தண்ணீரைக் காணோம். எனவே தாகமும் வாட்டியது. சமைக்கவும் முடிய வில்லை. தாகம் தாங்க முடியாத ஓரிருவர் சிறுநீரைக் குடித்தனர். அதன் விளைவாக அவர்கட்கு வயிற்றுவலி அதிகமாயிற்று.

நாவரண்டு, சுருண்டு விழுந்து சாக நேரிடுமோ என எல்லோரும் அஞ்சினர். இருந்தாலும் துணிவை இழக்காமல் மேலே முன்னோக்கி நகர்ந்தனர். மற்ற குழுக்கள் என்ன ஆயின? என்றும் தெரியவில்லை. தொடர்பு கொள்ளும் கருவிகள் பழுதடைந்துவிட்டன. எனவே, அவர்கள் எந்தப் பக்கம்? எப்படி முன்னேறிக் கொண்டிருக்கிறார்கள்? என்பதே தெரியவில்லை. இந்த இரு குழுக்களும் ஒருவரையொருவர் தெரிந்துகொள்ள முடியாமல் அருகருகே நகர்ந்துகொண்டிருந்தனர்.

ஓரிரு தடவைகள் சந்தேகப்பட்டு ஒருவரை எதிர்த்து ஒருவர் துப்பாக்கியால் சுடத் தொடங்கினர். நல்ல வேளையாக யாருக்கும் காயம்படவில்லை. நம்மவர்களையே சுட முயன்றோம் என்பதும் அவர்களுக்குத் தெரியாது.

சில நாட்களுக்குப் பிறகு அவர்கள் ஒரு காட்டருவியைக் கண்டனர். அது பாறைகளுக்கிடையில் சுழன்று வேகமாக ஓடிக் கொண்டிருந்தது. அதைக் கடப்பது கடினமானதாக இருந்தது. ஆனால் தண்ணீர் கிடைத்தது. அன்றைக்கு ஒரு குதிரையை வெட்டி அதன் மாமிசத்தைச் சமைத்துச் சாப்பிட்டனர். குதிரை மாமிசம் மென்மையாக இருக்காது. மெல்லவும், விழுங்கவும் சிரமமாக இருக்கும். பலநாள் பட்டினிக்குப் பின் அதை விரும்பிச் சாப்பிட்டனர். மறுநாள் வயிற்றுவலி. வயிற்றோட்டம் எனப் புதிய திருகுவலி வந்து சேர்ந்தது.

இருபத்தைந்து நாட்களில் முடித்துவிடும் நோக்கத்தோடு புறப்பட்ட கடும்பயணம், அதற்கு மேலும் கொடும் பயணமாக நீண்டுகொண்டே இருந்தது. பல நாட்களுக்குப் பிறகு ஒரு கிராமத்தைக் கண்டனர். ஆனால், அங்கிருந்த மக்கள் வாய் திறவாமல் சிலைகளைப் போல நின்றனர்.

ரோஜாஸ் என்ற ஒரு விவசாயி மட்டும் பேசினார். இண்டியின் உதவி ஆள் என்பதைப் போல குவேரா நடித்தார். விவசாயிகட்கு பல் வைத்தியம் செய்ய முடியும் என்றார். அதற்கு மட்டும் பலர் வாயைத் திறந்து பல்லைக்காட்டினர். என்ன பேசியும் அவர்கள் பேசுவதாகவும் இல்லை. அவர்களைப் புரிந்துகொள்ளவும் முடியவில்லை.

விவசாயி ரோஜாஸ் வீட்டில் சிறிது நேரம் தங்கியிருந்தனர்.

பலருக்கும், நோயும், கால் வீக்கமும், கொப்புளங்களும் வாட்டி எடுத்தன. குவேராவின் முதுகுப்பை உரசி உரசி, முதுகுத்தோல் உரிந்து புண்ணாகியது. குவேராவை மிகவும் கவலை கொள்ள வைத்த, போராளிகள் மத்தியில் வளர்ந்து வந்த சோர்வும், அவநம்பிக்கையும்தான். போராளிகளுக்கிடையே சர்ச்சைகள், வாதங்கள் எனத் தொடங்கி மோதல் வரை வளர்ந்தது.

கட்டுப்பாட்டை, ஒழுங்கை நிலைநாட்டுவது சிரமமாக இருந்தது. எல்லாவற்றுக்கும் மேலாக குவேராவே உடல்நலக் குறைவால் நடக்க முடியாமலும், தலைமைக் கடமைகளை நிறைவேற்ற முடியாத பலவீனத்துக்கும் ஆளானார். அதை அவரே தனது நாட்குறிப்பேட்டில் கவலையுடன் எழுதியும் வைத்தார்.

போராளிகள் அவரது பலவீனமான நிலையை அறிந்து, அவர் சுமந்து வந்த எடையில் பதினைந்து கிலோவைக் கட்டாயப்படுத்திக் குறைத்தனர்.

பிப்ரவரி 26ஆம் தேதி எதிர்பாராத சோக நிகழ்ச்சி நடந்தது. பெஞ்சமின் என்ற பொலிவியர் காட்டாற்றில் விழுந்து, சீறி ஓடிய வெள்ளத்தில் அடித்துச் செல்லப்பட்டார். கண்முன்னால் தங்களுடன் வந்த போராளி நீருக்குப் பலியானபோது, தடுத்துக் காக்க முடியாத இக்கட்டில் போராளிகள் வெந்துநொந்தனர். வேதனை மிகுதியாயிற்று. "போராடி மடிய விரும்பிய வீரனுக்கு ரியோ கிராண்ட் ஆற்றங்கரையில் இறுதிச் சடங்கு செய்தோம்" என குவேரா நாட்குறிப்பில் எழுதினார்.

போராடாமலே ஓரிழப்பு என்று வேதனைப்பட்டார் குவேரா. இந்தச் சமயத்தில் மழை தொடங்கியது. வல்லூறு, கிளி,

குதிரை மாமிசங்களைச் சாப்பிடுவதைத் தவிர வேறு வழியில்லை. ஏனெனில், நாளெண்ணிக்கொண்டு வந்திருந்த உணவுப் பொருள் குறைந்துவிட்டது. சோர்வும் வளர்ந்துவிட்டது.

இதில் பெரு நாட்டுப் புரட்சியில் பங்கெடுத்துத் திரும்பியவரான மார்க்ஸ் பெரும் உபத்திரவம் செய்பவராக இருப்பதாகவும், ரிக்கார்டோ மெச்சத்தக்க போராளி என்றும், பல பொலிவியர்கள் தாக்குப்பிடிக்க முடியாமல் ஓடக்கூடும் என்றும் குறிப்பு ஏட்டில் எழுதியுள்ளார்.

இனி முகாமுக்கே திரும்பி விடலாம் என உத்தரவிட்டார் குவேரா. ஆனால் அது கண்ணில் படவில்லை. மீண்டும் சென்றடைய அதே நாட்கள் பிடிக்குமே. கிலி பிடித்துப் பயந்தனர் பல போராளிகள். இருந்தாலும் வேறு வழி ஏது? நம்பிக்கையோடு திரும்பினர். வந்தபோது ஓரளவு உணவுப்பண்டம் இருந்தது. இப்பொழுது எதுவும் இன்றித் திரும்பியாக வேண்டும். ஆச்சரியப்படத்தக்க வகையில் மணிலாவுடன் தொடர்பு கொள்ளக்கூடிய கருவி மட்டும் வேலை செய்துகொண்டிருந்தது. அது ஒன்றுதான் ஓரளவு ஆறுதல் தந்தது. நம்பிக்கைக்கும் அதுவே பற்றுக்கோடு ஆயிற்று. எல்லோருடைய கால்களும் வீங்கியிருந்தன.

மார்ச் மாதத் தொடக்கத்தில் சே குவேராவைத் தேடிக்கொண்டு மார்கோசும், சில போராளிகளும் புறப்பட்டனர். அவர்கள் வழியில் ஒரு நீர் இறைக்கும் ஆயில் பம்பு செட்டைக் கண்டனர். அங்கு வார்கஸ் என்ற விவசாயியுடன் பேசினர். அவரிடம் உணவுக்காக உதவிடவும் கேட்டனர். உதவி செய்தார் வார்கஸ். ஆனால், அவருக்கு உள்ளூறப் பயம். ஆயுதத்தோடு நடமாடும் இந்த மனிதர்கள் யார்? இதனால் பின்னர் விசாரணை வந்தால் நமக்கும் தொல்லை வருமோ என்றும் அஞ்சினார்.

இதைத் தன் மனைவியிடம் கூறினார். அவர் தனது எஜமானியிடம் கூற, மாவட்ட ராணுவத் தலைமைக்கே செய்தி போய்ச் சேர்ந்தது. எப்பொழுதுமே தகவல் தருகிறவனையும், சாட்சி சொல்ல அகப்பட்டவனையும்தான் ராணுவம், காவல் துறை மிரட்டும், துன்புறுத்தும். ஏனெனில், அகப்பட்டவர்கள் அவர்கள்தானே! இவர்கள் யாரை ஒடுக்க, பிடிக்க நினைக்

கிறார்களோ அங்கே இவர்களது வீராப்பு எப்போதும் எடுபடுவது இல்லை.

வார்கசை வழிகாட்டும்படி ராணுவம் நிர்ப்பந்தித்தது. அடித்து உதைத்தது. வார்கஸ் நேராக முகாமிருந்த இடத்துக்கே ராணுவத்தை அழைத்துக்கொண்டு போனான். ராணுவத்தினர் முகாமை துருவித் துருவி ஆராய்ந்தனர். பலவற்றை இடித்துத் தள்ளினர். முகாமின் காவலாளியாக நியமிக்கப்பட்டிருந்த ஒரு பொலிவியர் ஒரு தோட்டாவைக் கூட வெடிக்காமல் ராணுவத்திடம் சரண் அடைந்தான்.

மேலும் இரண்டு பேர் முகாமை விட்டு ஓடியதோடு, ராணுவ முகாமுக்கே போய், தங்களுக்குத் தெரிந்த எல்லா விவரங்களையும் கூறினர். ராணுவம் முகாமைச் சோதனையிட்டபோது பல அரசியல் புத்தகங்களும், கடிதங்களும் சிக்கின. சமைப்பதற்காகக் கட்டியிருந்த அடுப்பு, தகரக்கூரை ஆகியவற்றையும் உடைத்தனர். போராளிகள் முகாம் அமைத்து இருக்கிறார்கள் என்பதற்குப் போதுமான ஆதாரங்கள் கிடைத்தன. இந்தத் தகவல்களை அல்காரனஸ் கொடுத்து உதவியிருக்க வேண்டும்.

இவ்வாறு முகாம் முற்றுகைக்கும் தாக்குதலுக்கும் உள்ளாகிக் கொண்டிருந்த அதே நாளில், பிப்ரவரி 17-ஆம் நாள் நங்கஹூவாசு நதியைக் கடக்க முயன்றபோது, அவர்களது தெப்பம் கவிழ்ந்து கார்லோஸ் என்ற போராளி ஆற்றிலே அடித்துச் செல்லப்பட்டார். இப்படியொரு நதி ஒருபுறம் ஓடிக்கொண்டிருந்த பகுதியில்தான் அந்தக் காடு வெந்து பொசுக்கும் கனல் காடாகவும் இருந்தது.

பொலிவிய வீரர்களில் கார்லோஸ்தான் சிறந்த வீரர் என்று குவேரா மதிப்பிட்டிருந்தார். அவரது பாராட்டைப் பெற்ற போராளியோடு ஆறு முதுகுப் பைகளும், ஆறு துப்பாக்கிகளும், வெடி மருந்துகளும் ஆற்றோடு போயின. இந்த இரண்டாவது இழப்பு குவேராவையும், குழுவினரையும் கவலை கொள்ள வைத்தது.

குழுவிற்குள் ஏற்கெனவே களைப்பும், சோர்வும், அவ நம்பிக்கையும் வளர்ந்திருந்தது. வாய்ச்சண்டை அடிக்கடி நடந்தது. குவேராவின் உத்தரவுகளைக் கூட மீறத் தொடங்கினர்.

பலர் எதிர்வாதம் செய்யத் தொடங்கினர். சிலருக்குத் தண்டனை வழங்கப்பட்டது. ஆனால், எதுவும் அபிவிருத்தியைக் கொண்டு வரவில்லை. நடந்த இரண்டு இறப்புக்களும் போராளிகளைப் பலவகையான சிந்தனைக்கு இட்டுச் சென்றிருக்கலாம்.

குவேராவும் யோசித்தார். நல்ல பயிற்சி பெற்ற ராணுவத்தை எதிர்த்து, நல்ல உணவு உண்டு, ஓய்வு எடுத்து, ஆரோக்கியமாக உள்ள ஒரு படையை எதிர்த்து, அதிக எண்ணிக்கையுள்ள அந்தப் படைக்கு ஆயுதங்களுக்கும் பஞ்சம் இருக்காது. பின்னிருந்து வேண்டியன கொண்டு வந்து கொட்டப்படும். மேலிருந்து விமானமும் குண்டுகளைப் பொழியும்.

தன் பின்னாலோ, களைத்து, இளைத்துப் போன பட்டாளம் கால்களில் புண், காலணி கூடக் கிடையாது. உணவு, ஓய்வு, உறக்கம் கண்டு பல நாட்களாகின. போதாதென்று கட்டுப்பாடும் குறைந்தது. சில பொலிவியர்கள் குண்டுச் சத்தம் கேட்டவுடன் ஓடிவிடக் கூடும்.

ஆக, மிச்சம் இருக்கப் போவது... விரல்களை மடக்கிக் கணக்குப் பார்த்துக்கொண்டார். இந்தச் சுய பரிசோதனையில் ஈடுபடுகிற சாதாரண மனிதன் இந்த நிலையில் போராடிப் பயனில்லை. எனவே, மாற்று வழி யோசிக்கலாம் எனத் தானே சிந்திப்பான். அங்கே நின்றவர், பாய்ந்து வரும் வேலையும் கண் இமை கொட்டாது பார்த்து எதிர்க்கும் மாவீரன் குவேரா.

“கூற்றுஉடன்று மேல்வரினும் கூடி எதிர்நிற்கும்
ஆற்ற லதுவே படை”

என்ற வள்ளுவரின் வீரத்துக்குரிய இலக்கணத்தை தன் நெஞ்சில் நிறுத்தி நின்றார் குவேரா.

காவியங்களில் நாம் படிக்கும் ஹெர்குலஸ், அகிலீஸ், ஹெக்டார் போன்ற ஹோமரால் படைக்கப்பட்ட கிரேக்க கதாபாத்திரங்களைப் போலவும், அர்ச்சுனன், பீமன், கர்ணன், அபிமன்யூ, கும்பகர்ணன், இந்திரஜித் என்ற இந்திய மாவீரர்கள் அனைவரும் ஒரு மனித வடிவமெடுத்து வந்து நின்றது போல் நின்றார் குவேரா.

கால்களின் வீக்கம்
முகமே வீக்கம்
ஆஸ்துமா

போராளிகளிடையே குழப்பம். உணவு, தண்ணீர் இல்லாத நிலை, எதிரிகளுக்கோ சகல பலமும், ஆயுதமும் இருந்தும், "திரும்பேன் களத்தில் சந்திப்பேன்" என்றே முடிவை எடுத்தார் குவேரா.

மாமூல் மனிதர்கட்கும், மூளைக்கும் இது முரட்டுத்தனமாகத் தெரியலாம். ஆனால், புரட்சிக்கு அர்ப்பணித்த ஒருவன் பின்பற்றுகிற பாதை மட்டும் அல்ல காட்டுகிற பாதையும் அதுதான்.

"சகித்துக்கொண்டு, சமாளித்துக்கொண்டு வாழ்வதைவிட, மோதி மிதித்து விடு. முட்டி நொறுக்கி விடு. இல்லையேல் அந்த அக்கினிப் பரீட்சையில் உன்னையே எரித்துவிடு" என்பதுதான் அவர்கள் கற்பிக்கும் பாடம்.

சமரசம் சாவிலும் ஏற்க முடியாத ஒன்று.

இதைத்தான் இத்தாலிய எழுத்தாளன் மாஜினி, "மண்டியிட்டு வாழ்வதைவிட, நின்று கொண்டு சாவது மேல்" என்று முழங்கினான்.

லட்சிய வெறி சரிதான். ஆனால், சந்திக்க இருந்த மண்ணில் நிலவிய நிகழ்ச்சிகள் வேறு விதமாக இருந்தன.

அவர்கள் திரும்பும் வழியில் அதே பம்பு செட் இருந்த கிராமத்தை அடைந்தனர். அங்கே ஆயுதமேந்திய மெக்சிகன் ஒருவன் வந்து போனதாகக் கிராமத்து மக்கள் சொன்னார்கள். அது மார்கோசாகத்தான் இருக்க வேண்டும் என உணர்ந்தார் குவேரா. ஆகவேல், நமது நடமாட்டம் பற்றி தகவல்கள் பரவத் தொடங்கி விட்டது என்பதையும் உணர்ந்தார். இது அவர், புறப்பட்டு திரும்பிக்கொண்டிருந்த 47-வது நாள் பயணம். ஆக, முகாமுக்கு அருகில் வந்து விட்டோம் என்பதையும் உணர்ந்தார்.

சிறிது தூரம் சென்றவுடன் அதாவது 48-ஆம் நாள் பயணத்தின்போது, பிப்ரவரி 19-ஆம் தேதி பெரு நாட்டிலிருந்து வந்திருந்த டாக்டர் எல். நீக்ரோ என்பவரைச் சந்தித்தனர். அவர்தான் முகாமை ராணுவம் சூறையாடிய விவரங்களைக் கூறினார். ராணுவத்தினர் அறுபது வீரர்களை சற்றுத் தொலைவில் கண்காணிப்பதற்காக நிறுத்தி இருப்பதையும், வார்கஸ் கைதாகியதையும் சொன்னார்.

காவலுக்கு நிறுத்தியிருந்த பொலிவிய வீரன் சரணடைந்து, இருவர் ஓடி ராணுவத்திடம் சேர்ந்துவிட்டது போன்ற பல விவரங்களைச் சொன்னார். எல்லாமே இடி போன்ற செய்திகள். கோழைகளையும் போராளிக் குழுவில் சேர்த்துக்கொண்டது தவறு என்று தன்னைத்தானே குறைபட்டுக்கொண்டார்.

மோய்சே குவேரா அதிதீவிர இடதுசாரிக் கொள்கை பேசி வந்த டிராட்ஸ்கீயிஸ்டு, அவர் தனது குழுவின் பலத்தை மிகைப்படுத்திக் கூறியவர். பக்குவமற்ற இளைஞர்களைப் புரட்சிக் கனவு மட்டும் கூறி, முகாமுக்கு அழைத்து வந்தவர். கனல் தெறிக்க அரசியல் பேசும் பலர், பிறரது பலவீனத்தைப் பட்டியலிடும் பலர், வேட்டுச் சத்தம் கேட்டவுடன் ஓட முடியாமல் ஒடிந்து விழுந்து சாய்வதைக் காண முடியும்.

சிலரால் வார்த்தைகளைக் கொட்ட முடியும். ஆயுதத்தைப் பார்க்கவே கை நடுங்கும். முகம் வெளிர்க்கும். குளிர்பதன அறையில், நாற்காலியில் இருந்தவண்ணம் புரட்சிக்கான தத்துவ விளக்கம் தருவதில் புலிகளாக இருப்பர். பார்த்து வரும் வேலையைத் துறந்துவிட்டு, ஒரு சாதாரண இயக்கப் பணியில் கூட ஈடுபட முடியாத கோழைகளாக இருப்பர்.

எனவேதான் கொரில்லாப் போருக்கு வீரர்களைத் தேர்ந்தெடுப்பதில் தனிக் கவனம் இருக்க வேண்டும். இதில் தவறு நேர்ந்துவிட்டதை குவேரா உணர்ந்தார். ஆனால் இது ஒரு பக்கப் படம்.

வந்திருந்த டாக்டர் எல். நீக்ரோ, "இத்தனை சோதனை, தாக்குதல்களுக்குப் பிறகும் முப்பது வீரர்கள் யார் கண்ணுக்கும் அகப்படாமல். ஆதாரமுகாமில் இன்னும் இருக்கிறார்கள். அவர்கள் குவேரா குழு பற்றித்தான் கவலையோடு, ஆனால், நிச்சயம் வந்து வழிகாட்டுவார் என்ற முழு நம்பிக்கையோடு ஆயுதமேந்தி நடமாடிக் கொண்டுதானிருக்கிறார்கள்" என்பதையும் கூறினார்.

குவேரா நிமிர்ந்து பார்த்தார். கண்கள் சிரித்தன. கால் வீக்கத்தை கைவிரல்களால் தடவிக்கொண்டார். டாக்டர் தொடர்ந்து பேசினார்.

"முகாமுக்கு தானியா வந்திருக்கிறார், அவருடன் பிரெஞ்சு எழுத்தாளர் ரெஜிஸ் தீப்ரேயும் வந்திருக்கிறார். கியூபாவிலிருந்து சைனோவும் வந்திருக்கிறார்" என்று அடுக்கினார்.

இவர்கள் மூலம் பல தகவல்கள் கிடைக்கும் என மகிழ்ச்சி மறுபுறம் இவர்களைப் பாதுகாப்பது, பத்திரமாக அனுப்புவது எப்படி? என்றும் யோசித்தார்.

அவர் சோதனையிடப்பட்ட முகாமுக்கு 49-ஆம் நாள் திரும்பினார்.

இப்பொழுது தானியா, தீப்ரே உட்பட, 47 பேர் இருந்தனர். அன்றிரவு, மார்கோசின் முரட்டுத்தனத்தைக் கைவிட வற்புறுத்தினார். மற்ற போராளிகளுக்கும் தனித்தனியாக பொறுப்புக்களைக் கொடுத்தார். மீண்டும் குவேராவைச் சந்தித்ததால் அவர்கள் புத்தெழுச்சி பெற்றனர். மீண்டும் போர்க்கோலம் பூண்டெழுந்தது குவேராவின் குழு.

❖

16

துள்ளி வருகுது வேல்!

மார்ச் மாதம் 20-ஆம் தேதி லாரா ரோந்து சுற்றிக் கொண்டிருந்த ஒரு ராணுவ வீரனைச் சுட்டு வீழ்த்தினார். இந்தச் செய்தியைக் கேள்விப்பட்ட பிறகு ராணுவம் சும்மா இருக்கப் போவது இல்லை. எனவே, போருக்கு எந்த நேரமும் தயாராக இருக்க வேண்டும் எனப் போராளிகளை எச்சரித்தார் சே குவேரா.

வார்கசின் வருணனைப்படி ராணுவமோ மார்கோசை தேடிக்கொண்டிருந்தது. ரோலண்டோ வெட்டியிருந்த ஒரு பிடிகுழிக்குள், ராணுவத்தினர் பலர் வீழ்ந்தனர். போராளிகள் மிகச் சில தோட்டாக்களை தான் செலவிட வேண்டி இருந்தது. ராணுவம் அனுப்பியிருந்த ரோந்துப்படை, சரணடைந்தது. பதினான்கு பேர் கைது செய்யப்பட்டனர். பிடிபட்டவர்களை எல்லோர் முன்னாலும் நிறுத்தி, "உனக்குரிய பரிசு இதுதான்" எனக் கூறி சுட்டுக்கொன்றனர். வார்கஸுடன் மற்றும் எழுவரையும் கொன்றனர். மற்ற வீரர்கள் போரின் போது காயம் பட்டதால் இறந்தனர்.

காயம்பட்டிருந்த ராணுவ வீரர்கள் எல்லோருக்கும் குவேராவும், டாக்டர் நீக்ரோவும் சிகிச்சை அளித்தனர். அதன் பின்னர் பிடிபட்ட கைதிகளிடம் வழக்கம்போல, தாங்கள் போராடுவதன் நோக்கம், ஏகாதிபத்தியத்தின் ஆபத்து, மனிதகுல விடுதலை என அரசியல் பாடம் கற்பித்தார் குவேரா.

"உங்கள் அனைவரையும் விடுதலை செய்கிறோம். அதே சமயம் எங்களுடன் சேர்ந்து நியாயத்திற்குப் போராட விரும்பு கிறவர்கள் போராளிகளாகச் சேரலாம். இல்லையென்றால் வீட்டிற்கும் போகலாம். மீண்டும் ராணுவத்தோடு மட்டும் சேர வேண்டாம்" என்றவா, மேஜரையும் சேர்த்துக்கொள்ளத்

தயாராக இருப்பதாகச் சொன்னார். மேஜர், "உங்களது போர் நியாயமாகத்தான் தெரிகிறது. ஆனால், தன்னால் சேர இயலாது" என்று கூறினார்.

மற்றவர்கள் போராளிகளுடன் ஒத்துழைக்க முன் வந்தனர். அவர்களைப் போராளிகளுக்குப் பக்கபலமாக இருக்கிறார் போல குவேரா அமைத்தார். எனவே, குழு இப்பொழுது எண்ணிக்கையில் வளர்ந்தது.

அதைவிட, அந்த முதல் மோதலில், எதிரி ராணுவத்தை முற்றாக முறியடித்து சரணடைய வைத்த சாதனையோடு, 16 மாய்கர் துப்பாக்கிகள், 2000 வெடிகுண்டுகள், 64 ராக்கெட்டுகள், 3 பீரங்கிகள், 3 டாங்கிகளை அழிக்கும் ஏவுகணைகள், இரண்டு உருளைகளையுடைய 3 சப்-மெசின் துப்பாக்கிகள், இரண்டு குண்டுகள் நிறைந்த பட்டைகளுடன் ஏசி 30 எனப்படும் யந்திரத் துப்பாக்கி ஆகியவையும் கைப்பற்றப்பட்டன.

இவற்றைப் பிடித்ததில்தான் வீரர்களுக்கு மட்டற்ற மகிழ்ச்சி. ஒருவகையில் பார்த்தால், களைத்துச் சலித்துப் போயிருந்த போராளிகட்கு இது மருந்தாகவும், விருந்தாகவும் பயன்பட்டது.

போராளிகள் எந்த அளவிற்கு மகிழ்ச்சி அடைந்தனரோ அதைவிடப் பன்மடங்கு அரசின் ராணுவம் கோபத்தால் சீறியது. யுத்தம் தொடங்கிவிட்டதாக வானொலியில் அறிவித்தது. மூர்க்கத்தனமாகத் தாக்கப் போகிறது என்பதை குவேரா உணர்ந்ததால், முகாமை விட்டு மலையை நோக்கிப் பயணத்தைத் தொடங்கத் திட்டமிட்டார்.

தானியா லாபாகக்குப் போய் தகவல் சேகரிப்பு, தொடர்பு ஏற்படுத்தல், மருந்து, நிதி சேகரித்தல் போன்றவற்றில் ஈடுபடுவது நல்லது என்று பேசிப் பார்த்தார். தானியா ஆயுதமேந்திப் போராடவே விரும்பினாள்.

கொரில்லாவாக இணைய ரெஜிஸ் தீப்ரே தயாராக இல்லை. தான் திருமணம் செய்து, குழந்தைகள் பெற்று, குடும்ப வாழ்க்கை நடத்த விரும்புவதாகக் கூறினார். ஆனால், போர்க்களச் செய்திகளைத் தொகுத்து பத்திரிகைகளுக்கு அனுப்பி உதவிடவே வந்திருப்பதாகச் சொன்னார். அதைவிட அவர் நாடு திரும்பி, நிதி, ஆயுதம், மருந்து சேகரித்து அனுப்பலாமே என்று பேசிப்

பார்த்தார். அவரோ போராளியாகவும் தயாராக இல்லை. தப்பிப் போய்விடுவது பற்றி பயப்படுவதும் தெரிந்தது. மூளை அளவில் புரட்சி பற்றிப் பேசுகிறவர்களின் நிலை இதுவாகத்தான் இருக்கும்.

மார்ச் 27-ஆம் தேதி முதல் தடவையாக அரசு வானொலி வாயைத் திறந்தது. அரசின் பிரசார இலாகாவிற்கும் உண்மைக்கும் நெடுநாள் பகையுண்டு என்பதை உலகறியும். கொரில்லாக்களுடன் நடந்த முதல் போரில் ஏராளமான கொரில்லாக்கள் பிடிபட்டதாகவும், மேலும் பலர் கொல்லப்பட்டதாகவும், முகாம் சிதறடிக்கப்பட்டதாகவும் தம்பட்டம் அடித்தது. அவர்கள் கணக்குப்படி பல நூறு போராளிகள் குவேராவுடன் இருந்திருக்க வேண்டும்.

முதல் மோதலில் முழுக்க சரண் அடைந்ததை அவர்களால் எப்படிக் கூற முடியும்? அவர்களது மேஜர் மட்டும் ராணுவ முகாமுக்கு விடுதலையாகித் திரும்பியவர், பதவியை விட்டு விலகி, ராணுவத்துக்கு சல்யூட் அடித்துவிட்டதை எப்படி வருணிக்க முடியும்! நடக்காததை நடந்தது போலக் கூறுவதற்குத்தான் பிரசார இலாகாக்களை அரசு வைத்திருக்கிறது.

இதில் இட்லரின் கோயபல்ஸ் உலக சாதனைகளைத் தாண்டியவன். ஏனெனில் அவன் ஓர் ஆரிய நாஜி!

மார்ச் மாத இறுதியில் தனது படை வீரர்களில் பலரை விடுவித்து வீட்டுக்கு அனுப்பலாம் என குவேரா கருதினார். இதே காலத்தில் பெருநாட்டிலும், உருகுவே நாட்டிலும் கொரில்லாப் போர் தொடங்கக் கூடும் என எதிர்பார்த்தார்.

போர் தொடங்கி விட்டதால், விவசாயிகள் இனி தங்களுடன் வந்து சேர்ந்து போரிடக் கூடும் என்றும் கருதினார்.

“விரைவில் இந்த இடத்தைக் காலி செய்துவிட்டுக் கிளம்பிவிட வேண்டும். ஒரு சிலரை மட்டும் இங்கு விட்டுச் செல்லலாம். அவர்களுக்குச் சோதனைகள், தாக்குதல்கள் அதிகமாக இருக்கும். ஆனால், அவர்கள் துணிந்து நின்று ராணுவத்திற்குச் சேதத்தை ஏற்படுத்த வேண்டும். அத்துடன் ராணுவம் இதைப் பற்றியே கவனம் செலுத்திக்கொண்டிருக்க வேண்டும்.

இதற்கிடையில் தீப்ரேயையும், பத்திரிகையாளர் பசுடோசையும் விரைவில் பத்திரமாகத் திருப்பி அனுப்பி விடவேண்டும்" எனத் திட்டமிட்டார். இதற்காக ஒரு ஜீப்பைக் கைப்பற்றி, அதில் அவர்களை அனுப்பிவிடலாம் என நினைத்தார்.

ஆனால், ராணுவத்தின் ரோந்து சுற்றும் வேலை தீவிரமடைந்திருந்தது. நிலைமை சாதகமாக இல்லை. எனவே, தீப்ரேயையும், பசுடோசையும் அழைத்து மூன்று யோசனைகளை முன்வைத்தார். ஒன்று கொரில்லாப் போராளி ஆகிவிடுவது. இரண்டு தாங்களாகவே தப்பிச் செல்வது. மூன்றாவது சாதகமான நிலை வரும்வரை குழுவுடன் காத்து இருப்பது.

இதில் மூன்றாவது யோசனையை இருவரும் ஏற்றனர். ராணுவத்தினரின் தாக்குதல், ரோந்து சுற்றுதல் அதிகரித்து வந்தது. ரோலண்டோ தலைமையில் ஒரு குழுவும், ரூபியோ ஜீசஸ் என்ற பெயருடைய கியூபக் கேப்டன் தலைமையில் இன்னொரு குழுவும் ராணுவத்தினரை இரண்டு மோதல்களில் ஈடுபடுத்தி, துரத்தியடித்தனர்.

அந்த இரண்டு போர்களின் போதும், ராணுவத்துக்குத்தான் பெரும் சேதம். ஒரு மோதலில் 7 ராணுவ வீரர்கள் கொல்லப் பட்டனர். 5 பேர் காயம்பட்டனர். 24 பேர் கைதாயினர். அதில் ராணுவ உயர் அதிகாரியான மேஜர் ரூபன் சான்சசும் இருந்தார்.

இருந்தாலும், அரசின் வானொலி கொரில்லாக்கள் கொல்லப்பட்டதாக கற்பனைக் கணக்கையும், குவேராவின் மார்பளவு படம் பிடிபட்டுவிட்டதாகவும் மகிழ்ச்சியுடன் அறிவித்தது.

போராளிகள் நடத்தி முடித்த மூன்று போர்களிலும் வெற்றிக்கு மேல் வெற்றி பெற்றனர். ராணுவத்திற்கு மிகப் பெரும் சேதம் விளைவிக்கப்பட்டது. ஆனால், போராளிகளை ஆழ்ந்த துக்கத்தில் வீழ்த்திய ஒரு செய்தியும் சேர்ந்தே வந்தது.

படுகுழி வெட்டி, படையை வீழ்த்தி முதல் போரில் வெற்றி காண வழி வகுத்தவர் ரோலண்டோ. கேப்டன் ரூபியோ ஜீசஸ் துணிந்து போராடி கலங்கடிக்கும் சாமர்த்தியசாலி. இவர்கள் இருவரும் இரண்டாவது, மூன்றாவது மோதல்களின் போது ராணுவத்தினரின் குண்டுக்குப் பலியாயினர்.

ஆற்றில் விழுந்து இருவர் மரணமடைந்தது வேறு வகையான துக்கத்தைத் தந்தது. இந்த இரு மாவீரர்களும் வீர மரணம் அல்லது சே குவேராவின் வார்த்தைகளில் அழகான மரணத்தை எய்தியது, முதல் தடவையாக குவேராவின் கண்களில் கண்ணீரை வரவழைத்தது. அதையும் தாங்கிக் கொண்டு காயம்பட்ட ராணுவ வீரர்களுக்கு அவர் சிகிச்சை அளித்தார். வீரர்களுக்கு இப்போது குவேராவை அடையாளம் தெரியுமாததால், அவர் தொட்டு சிகிச்சை தந்தபோது அவர்களும் கண்ணீர் வடித்தனர். மனிதாபிமானத்தால் ஊறி நிற்பவன்தான் புரட்சிக்காரனாக இருக்க முடியும்.

ஏப்ரல் 17-ஆம் தேதி ஜாக்குயின் தலைமையில் பதின்மூன்று பேரைக் கொண்ட ஒரு குழுவை, ஆதார முகாமைச் சுற்றியே இருக்கும்படியும், ராணுவத்துடன் நேரடியாக மோதாமல். மறைமுகத் தாக்குதல் நடத்துமாறும், ராணுவத்தின் கவனத்தைத் திருப்புவதே நோக்கம் என்றும் விளக்கினார்.

இவர்களுக்கும், போராளிகளுக்கும் குதிரை மாமிசம் மட்டுமே உணவாக இருந்தது. இதனால், தானியா உட்பட, பலர் காய்ச்சலால் அவதிப்பட்டனர். இதில் நான்கு பொலிவியர்கள், தானியா, அலெஜாண்ட்ரோ ஆகியோரடங்கிய குழு முகாமிலிருந்து பணிபுரிய நிர்ணயிக்கப்பட்டது.

இந்த நேரத்தில் தீப்ரேயையும், பசுடோசையும் தப்பிச் செல்ல வைத்துவிட முடியும் என்று நினைத்தார்.

இதே காலத்தில் ஆசிய, ஆப்பிரிக்க லத்தீன் அமெரிக்க நாடுகளின் ஒருங்கிணைந்த மாநாடு ஒன்றில், சே குவேரா முன்னர் ஆற்றிய உரை கியூப வானொலியில் ஒலிபரப்பப்பட்டது. அதில் அமெரிக்க ஏகாதிபத்தியத்தை எதிர்த்துப் பல வியத்னாம்களை உண்டாக்குமாறு குவேரா வேண்டுகோள் விடுத்திருந்தார்.

ஏகாதிபத்திய எதிர்ப்பாளர்கள், தங்களது வேறுபாடுகளை மறந்து, எதிரிக்கு எதிராக ஒன்றுபடும்படி வேண்டுகோள் விடுத்திருந்தனர். அமெரிக்க ஏகாதிபத்தியத்தை எதிர்த்து சீன-சோவியத் ஒற்றுமை வரவேண்டும் என்பதைத்தான் சே குவேரா இடைவிடாமல் வற்புறுத்தி வந்தார்.

தன்னுடன் வந்து சேர்ந்து போரிட வந்த மாவோயிச, டிராட்ஸ்கீயக் குழுத்தலைவர்களிடம் குவேரா, இதே கருத்தை வேறுவிதமாக வற்புறுத்தினார். "நமக்குள் யார் அதி தீவிரவாதி என்பது பற்றி சர்ச்சை வேண்டாம். நம்மைவிட எதிரி பலமாக இருப்பது தெரிகிறது. அதை எதிர்த்து முறியடிக்க முதலில் ஒன்றுபடுவோம் வாருங்கள்" என்றே அறிவுரை வழங்குவது வழக்கம்.

"ஒன்றுபட் டாலுண்டு வாழ்வே - நம்மில்
ஒற்றுமை நீங்கி லனைவர்க்கும் தாழ்வே
நன்றிது தேர்ந்திடல் வேண்டும் - இந்த
ஞானம்வந் தாற்பின் நமக்கெது வேண்டும்?"

இதைச் சொல்லாதவர்கள் யார்? ஆனால், அந்த ஞானம் தானே பிறக்கக் காணோம். போர்க்களத்திலிருந்தும் ஒற்றுமைக்கான அறைகூவலைத்தான் குவேரா வெளியிட்டார்.

அந்த உரையின் இறுதியில், "நாம் எடுத்து வைக்கிற ஒவ்வொரு அடியும், ஏகாதிபத்தியத்தை எதிர்த்துப் போராடுமாறு அறைகூவி அழைக்கிறது. மனித குலத்தின் முதல் எதிரி அமெரிக்க ஏகாதிபத்தியம். அதை எதிர்த்து ஒற்றுமையைத் திரட்டவேண்டும். நாம் திடீரென மரணத்தைத் தழுவ நேரிட்டாலும், நமது சந்ததி அதே போர்ப்பரணியைப் பாடும். துப்பாக்கிகளைக் கைகளில் ஏந்தும். தொடர்ந்து போராடும். நமது துப்பாக்கிகளின் வெடியோசையில் நமது சங்கநாதம் கேட்கும். நாம் வீர மரணத்தை வரவேற்போம்" என குவேரா வீர முழக்கமிட்டார்.

கியூபத் தொலைக்காட்சி அவரது மார்பளவிலான பல புகைப்படங்களை அரைத்தாடியுடன் காட்டியது.

இதற்குப் பிறகு ஏப்ரல் 19-ஆம் நாளன்று போராளிகள் ஜார்ஜ் ரோத் என்ற ஒரு வெள்ளைக்காரரைப் பிடித்து வந்தனர். இவர் ஒரு சி.ஐ.ஏ. ஏஜண்டாகவும் இருக்கலாம்.

ரோத், "பிடிபட்ட பிரவுலியோவிடமிருந்து ஒரு டயரி பிடிபட்டதாகவும், அதைப் பொலிவிய போலீஸ் என்னிடம் காட்டியது" என்றும் கூறினார். அதனால் குவேரா ரமோன் என்ற

தன்னுடைய புனைபெயரை பெர்னான்டோ என மாற்றிக் கொண்டார்.

தீப்ரேயையும், பசுடோசையும் பத்திரமாக அழைத்துச் சென்று விடுவதாகக் கூறி ரோத் அழைத்துச் சென்றார். மறுநாள் அந்த மூவரும் பொலிவியப் போலீசாரால் கைது செய்யப்பட்ட செய்தி வெளியானது.

ரெஜிஸ் தீப்ரே சிறையில் பயங்கரமாகச் சித்திரவதை செய்யப்பட்டார். இருந்தாலும் அவர் பல வகையான கதைகளைச் சொன்னாரே ஒழிய எந்த விவரத்தையும் கூறவில்லை. குவேராவை அண்மைக்காலத்தில் தான் பார்க்கவே இல்லை என்று திட்டவட்டமாகக் கூறிவிட்டார்.

பசுடோசையும் துன்புறுத்தினர். ஆனால், இவர்களுக்கு ஆதரவாக பத்திரிகைச் சங்கங்கள் குரல் கொடுக்கத் தொடங்கியதால் தீப்ரே கொல்லப்படவில்லை. நீண்ட, சிக்கலான விசாரணைக்குப் பிறகு மூன்றாண்டுத் தண்டனை இருவருக்கும் வழங்கப்பட்டது.

இதே காலத்தில் முதன் முதலாக ஒரு ராணுவ வீரனைச் சுட்டு வீழ்த்திய லாரா, குழுவிலிருந்து விலகிக்கொள்ள விரும்புவதாகவும், போராளிக் குழுவைக் கலைத்துவிடுவது நல்லது என்றும் பேசினார்.

வீரர்களுக்கிடையில் கியூபர்கள், பொலிவியர்கள் என்ற அடிப்படையில் வார்த்தைச் சண்டைகள் வளர்ந்தன. சில போராளிகள் யாருக்கும் தெரியாமல் நழுவி ஓடினர். குழுவின் பலம் குறைந்து வந்தது. ஒற்றுமையும் குறைந்து வந்தது. புதிதாக யாரும் வந்து சேரவில்லை.

வழியில் பல விவசாயிகளுடன் குவேராவும், தோழர்களும் பேசிப் பார்த்தனர். ஆனால் யாரும் சேரக்காணோம். சிமோன் என்ற ஒரே ஒரு விவசாயி மட்டும் ஆதரவு தெரிவித்தார். ஆனால், பயத்தால் நடுங்கிக் கொண்டிருந்தார். விவசாயிகள் தங்களுடன் சேராதது மட்டுமல்ல. அவர்களது தயக்கத்தையும், பயத்தையும் பார்க்கும்போது அவர்கள் அரசுக்குத் தகவல் கொடுக்கக்கூடும் என்றும் குவேரா சரியாகவே மதிப்பிட்டார்.

குவேரா ஏப்ரல், மே மாதங்களில் எழுதிய நாட்குறிப்பில், பெரும்பாலும் அவரது நோயால் பட்ட அவதிகள்

எழுதப்பட்டுள்ளது. கால்கள் வீங்கிவிட்டன. அடி எடுத்து வைக்க முடியவில்லை. முதுகுப் பையால் முதுகிலும் உராய்ந்த காயங்கள், உணவுத் தட்டுப்பாடு, குடி தண்ணீர் கிடைக்காமை, ‘இரண்டு மணி நேரமாவது தூங்க வேண்டும்’ என்பதிலிருந்தே ஓய்வின்றி அலைந்தது தெரிகிறது. பூச்சித் தொல்லைகளால் தூங்கியிருக்க வாய்ப்பில்லை. பலருக்கும் காய்ச்சல்.

இத்தனையும் வேட்டையாடப்பட்ட நேரத்தில் போராட வேண்டிய களத்தில், மே 8-ஆம் தேதி, போராளிகள் வெட்டிய குழியில் ராணுவத்தினர் வீழ்ந்தனர். அவர்களில் ஒருலெப்டினண்ட் உட்பட மூவர் இறந்தனர். பத்துப்பேர் பிடிபட்டனர். இவர்களில் இருவருக்கும் பலத்த காயங்கள். அவர்களுக்கு உடனடியாக சிகிச்சையளித்தார் குவேரா. பிறகு வழக்கம் போல அரசியல் விளக்கவுரையாற்றினார். கைதாகியிருந்த அனைவரையும் விடுவிப்பதாகக் குவேரா அறிவித்தார்.

இறந்து போன லரெடா என்ற லெப்டிணன்டின் நாட்குறிப்புப் புத்தகத்தில் தனது படை வீரர்களைச் சோம்பேறிகள், கோழைகள், ஒன்றுக்கும் உபயோகமற்றவர்கள் என்று சாடி எழுதியிருந்தார். அந்த நாட்குறிப்பு ஏட்டை தன் பைக்குள் திணித்துக்கொண்டார் குவேரா.

அந்தக் குறிப்பேடுடன் அவரது மனைவி எழுதியிருந்த ஒரு கடிதமும் இருந்தது. அதில் அவளுக்கும், அவளது தோழிக்கும் போராளிகளின் மண்டை ஓடுகளை வீட்டை அலங்கரிக்க அனுப்பி வைக்குமாறு கேட்டு எழுதியிருந்தாள்.

கம்யூனிச எதிர்ப்பு ஞானஸ்நானத்தோடு பிறந்து வளர்ந்த சந்ததி இதே வெறியோடுதான் உலகம் முழுவதிலும் இருந்தது. ஜெர்மானிய நாஜிகள் கொல்லப்பட்ட மனிதர்களின் தலைத் தோலை முடியுடன் உரித்து, விளக்கு மூடிகளுக்குப் போட்டனர்.

வியத்னாமில் போர் புரிந்த அமெரிக்க வெறியர்கள், வியத்னாமியரின் காதுகளை வெட்டி அடையாளத்துக்கு எடுத்துச் சென்றனர். எனவே இவள் மண்டை ஓட்டைக் கேட்டதில் குவேரா வியப்படையவில்லை. கொல்லாவிட்டால் என்ன! வாழும்போது மட்டும் மனிதர்களை நிம்மதியாக வாழவிட்டார்களா, இந்தக் கொடியவர்கள்?

இதற்குப் பிறகும் ஓரிரு மோதல்கள் நடந்தன. எல்லாவற்றிலும் ராணுவத்துக்கே சேதம் விளைவிக்கப்பட்டது. இருந்தாலும், போராளிகளின் எண்ணிக்கையும் குறைந்துதானே தீரும். புதிதாக ஏதும் சேர்ந்த பாடாக இல்லை. விவசாயிகள் திகைத்து, மலைத்து, விலகியே நின்றனர். சிலர் பயத்தாலோ, விசுவாசத்தாலோ, பக்கத்துக் காவல் நிலையங்களில் தகவல் கொடுத்து வந்தனர்.

பிரிரெண்டா, கரகுவாடா ரெண்டா என்ற இரு முக்கிய கிராமங்களுக்குள் நுழைந்து விவசாயிகளிடம் உறவாடி, உரையாடிப் பார்த்தனர். சிலர் அன்போடு வரவேற்றனர். சிலர் இவர்கள் பேசியது கேட்டு மகிழ்ந்தனர். இருந்தாலும் யாரும் இவர்களுடன் சேர முன்வரவில்லை.

தொடர்புக் கருவியும் இல்லை. தூதுவர்களை அனுப்ப வழியும் இல்லை. அதனால் ஜாக்குயின், தானியா குழு பற்றித் தெரிந்துகொள்ள முடியவில்லை. போராடும் காலங்களில் தகவல் தொடர்பு அற்றுப்போவதுதான் கற்பனைக்கும், வீண் சந்தேகங்களுக்கும் இடம் கொடுக்கும். மௌன நிலை மனநிலையைக் கெடுக்கும்.

வந்து சேருவதாகவும், ஆதரவு தருவதாகவும் கியூபா வானொலி மூலம் செய்தியனுப்பிய ஜுவான் லெசினிடமிருந்தும் எந்தத் தகவலும் எட்டவில்லை. லாபாசில் தானியா அமைத் திருந்த ரகசியக் குழு கலைந்திருக்க வேண்டும். அல்லது பிடிபட்டு இருக்கலாம். பிற கட்சித் தலைவர்கள் கூறியபடி எதுவும் நடப்பதாகத் தெரியவில்லை.

பெரு, உருகுவே, அர்ஜெண்டினா ஆகிய நாடுகளில் எந்தக் கிளர்ச்சியும் தொடங்கியிருப்பதாகச் செய்திகளைக் காணோம். ‘வெறிச்சோடிய காடும், விசும்பினை மறைத்து நின்ற அண்ட வெளியையும் தவிர வேறு எதுவும் கண்ணில் படவில்லை.

நாட்கள் யாருடைய தயவுமின்றி ஓடிக்கொண்டே இருக்கும். அதை மட்டும் இதுவரை எந்த சர்வாதிகாரியும், நீதிமன்றமும், “நில்” என நிறுத்தியதும் இல்லை. அதிகாரம் கொண்டு சிறையிலடைத்ததும் இல்லை. அது உருண்டோடிக் கொண்டே இருக்கிறது. மனித வாழ்வை உருட்டிக்கொண்டும் இருக்கிறது.

புள்ளி மான்கள் துள்ளியோட, மயில்கள் தோகை விரித்தாட, கருங்குயில் கானம் பாட, அந்த மாஞ்சோலையிலும், பூஞ்சோலையிலும் மலர்கள் மென் தென்றலில் அசைந்தாட, அருவி நீர் அருகில் சலசலக்க... எனக் கற்பனையாக ஒரு சோலையைக் கவிஞன் படைக்கலாம்.

ஆனால், பூச்சிக்கடி, கொசுத் தொல்லை, விஷப்பாம்பு, தண்ணீரற்ற காட்டுப்புதர், சரியான உணவும் இல்லை, உறக்கமும் இல்லை என்று தள்ளாடிக்கொண்டிருந்த கொடும் பயணத்தின் போதுதான் அந்த ஜூன் 14-ஆம் நாள் வந்தது... ஆமாம்! அதுதான் அவர் பிறந்த நாள்.

நினைவில் வைத்திருந்தார் குவேரா. அதற்காக அங்கே விழாவா கொண்டாட முடியும்? குறிப்பில் எழுதி வைத்தார்.

“ஆக இன்றுடன் முப்பத்தொன்பது வயதாகிறது. பரவாயில்லை. இதில் போராளியாகவே பல காலம் இருந்திருக்கிறேன். இன்னும் எத்தனை நாட்களுக்கோ?” என எழுதி இருந்தார்.

போராடிக் கொண்டிருந்த இன்னல் சூழ்ந்த நேரங்களில்கூட காஸ்ட்ரோ, தன் மனைவி, குழந்தைகள் பிறந்த நாட்களை மறக்காமல் நினைவுபடுத்துவது வழக்கம். கம்யூனிச இயக்கத் தலைவர்கள் பிறந்த நாட்களையும் மறக்காமல் நினை வூட்டுவாராம்.

அவரை ஒரு கவலை உறுத்திக்கொண்டே இருந்தது. “எந்த ஏழைகளின் விடுதலைக்காகப் போராடுகிறோமோ, அவர்களே நம்மைத் தெரிந்துகொள்ள வில்லையே, ஏன்?

“இவர்களை மகிழ்விக்கத்தான் நமது உயிரையும் கொடுக்க வந்திருக்கிறோம் எனத் தெரிந்தும், ஒதுங்கி, அஞ்சி நிற்கிறார்களே ஏன்?

இவர்களது விழிகளைப் பார்க்கச் செய்வது எப்படி?

இவர்களது வாயைத் திறந்து பேச வைப்பது எப்படி?

கும்பிட மட்டுமே திரட்டும் இந்தக் கரங்களை உயர்த்தி, ஆயுதம் ஏந்தி, சுரண்டல் கூட்டத்தை எதிர்த்துப் போராடப் போவது எப்போது?”

எனச் சிந்தித்து, முன்பு எழுதிய கட்டுரைகளில் கம்யூனிஸ்டுக் கட்சிகள் இயங்கும் விதத்தையும் விமர்சித்திருந்தார்.

உலகிலுள்ள பல நாடுகளில் இயங்கி வந்த கம்யூனிஸ்டுக் கட்சிகளின் நடைமுறையைத்தான் விமர்சித்து வந்தார். கம்யூனிச சித்தாந்தத்தை அவர் சந்தேகிக்கவும் இல்லை; விமர்சிக்கவும் இல்லை.

"கம்யூனிஸ்டுக் கட்சிகளில் லட்சக்கணக்கான உறுப்பினர்கள் இருக்கிறார்கள். இவர்களில் பெரும்பாலோர் லட்சியப் பிடிப்போடு, அர்ப்பணிப்பு சேவைகளில் திறம்பட செயலாற்றி வருகின்றனர். ஆனால், பெரும்பாலும் கட்சி மீது பற்றும், பக்தியும் உடையவர்களாக இருக்கிறார்கள்.

கட்சித் தலைமை, கட்சிக் கட்டுப்பாடு, யதார்த்த அரசியல் நிலை என்ற காரணங்களைக் காட்டி, பக்தர்களை வளர்த்து விட்டனர். புரட்சிக்கு இவர்களைத் தலைமை தயாரிப்பதாகத் தெரியவில்லை. புரட்சிக்கான சாதகமான சூழ்நிலை வரட்டும் எனக் காத்திருப்பது சரியாகப் படவில்லை. மக்கள் படும் துன்பங்களைப் பற்றி மட்டும் பேசிப் பயனில்லை.

மார்க்சும், ஏங்கல்சும் கூறியதுபோல், மனித சமூக வாழ்க்கை பற்றி விளக்கமும், வியாக்கியானமும் பல முன்னோர்கள் செய்துள்ளனர்.

நமது கடமை வியாக்கியானம் செய்வது, விளக்கம் தருவதோடு முடியக்கூடாது. அதை மாற்றிட வழி காண வேண்டும். போராட வேண்டும் என்றுதானே கூறினார்கள்.

போரிடாமல் எந்த மாற்றமும் ஏற்படாது. எனவே போரிடத் தயாரிப்பதே நமது முதற்கடமையாக இருக்க வேண்டும்" என்பதுதான் அவரது வற்புறுத்தல்.

இதைத் தன் உயிரையே அர்ப்பணித்த ஈடு இணையற்ற கம்யூனிஸ்டு மாவீரன் சொன்ன மந்திரச் சொற்களாக ஏற்று, நாமனைவரும் சிந்திப்பது அவசியம். தலைமை கூறிவிட்டது என்பதற்காகத் தீர்மானங்களைக் கிளிப்பிள்ளை போல உச்சரிக்கும் சடங்குதாரிகளாக ஆகிவிடக் கூடாது. செயலாற்றச் சிந்திக்க வேண்டும்.

புரட்சியை, சமூக மாற்றத்தை, ஏகாதிபத்திய ஒழிப்பை, சுரண்டல் ஒழிப்பை கடமையாக ஏற்று, நெருப்பாற்றில் நீந்திக் காட்டிய மாவீரன் தொகுத்துச் சொன்ன அனுபவ அறிவுரைகள் என்பதை நெஞ்சில் கொள்ளவேண்டும். சுட்டெரித்த காட்டுக்குள்ளும் பட்டுத் தெறித்த பொறிகள் இவை.

அவர் சென்ற பாதைக்கருகே அமெரிக்க முதலாளிகளுக்குச் சொந்தமான ஓர் எண்ணெய்க் கம்பெனி இருந்தது. அங்கு பணியாற்றிய தொழிலாளிகள் தங்களது போருக்கு ஆதரவு தரக்கூடும். சில தொழிலாளர்கள் போரில் பங்கேற்க வரக்கூடும் என எதிர்பார்த்தார்.

ஆனால், அங்கிருந்த அதிதீவிரத் தொழிற்சங்கம் வேறு விதமான முடிவை எடுத்தது. அங்கு பணியாற்றும் தொழிலாளர்கட்காக கூலி உயர்வு, வேலைப் பாதுகாப்பு, போனஸ் இதர சில வசதிகளைப் பெற்றுக் கொடுத்திருந்தது. எனவே, எண்ணற்ற லட்சோபலட்சம் பொலிவியர்களைவிட உயர்ந்த, மேம்பட்ட வாழ்க்கைத் தரத்தைப் பெற்றிருந்தனர். அதை விட்டுவிடத் தயாராக இல்லை.

தங்களது கோரிக்கைகளை மட்டுமே பட்டியல் போட்டுக் கொண்டிருந்தனர். தங்களுக்குக் கிடைத்த வசதியும் வாழ்க்கையும் கிராமப்புறத்து ஏழைகட்கும் கிடைக்க நாமும் பணிபுரிய வேண்டும் என்பதை மறந்தனர்.

தொழிற் சங்கங்கள் உறுப்பினர்களின் நலன்களுக்காக, பொருளாதார மேம்பாட்டுக்காகப் போராடுவது அவசியமே. ஆனால், அது சுயநலமாக மாறி, வெறும் பொருளாதார வேட்கையை மட்டுமே வளர்த்தால், “இழப்பதற்குச் சங்கிலிகளைத் தவிர வேறு இல்லை. வென்றெடுக்க ஒரு புத்துலகு உண்டு” என்ற மணி வாக்குக்கு என்ன அர்த்தம்?

வேலையையும், சம்பளத்தையும் இழக்க நேரிடும் என்றே கருதினரே அன்றி, வென்றெடுக்க ஒரு புத்துலகு உண்டு என்ற உயரிய குறியை மறந்தனர் போலும்!

ஆக, வெள்ளீயச் சுரங்கத் தொழிலாளர்களும் மறுபக்கமாகத் திரும்பிக்கொண்டு விட்டனரே!

இவைதான் குவேராவை ஆழ்ந்த கவலைக்குள்ளாக்கியது. இதே சிக்கலைத்தான் அவர் தொழில் மந்திரியாக, வங்கித்

தலைவராக இருந்தபோதும் சந்தித்தார். அவர் அதிரடிப் பொருளாதாரப் பாய்ச்சல்களைக் கற்பானையாகத் திட்டமிட்டார் என்பது சரியல்ல.

அப்பொழுதும் பலன் பெற்ற மக்கள், பலன் பெற வேண்டிய மக்களுக்காகத் தொடர்ந்து போராட வேண்டிய உணர்வை வளர்க்க வேண்டும் என்பதுதான் அவரது நிலை. கோரிக்கையை அடைந்தவுடன் திருப்தி அடைவது அவருக்கு எரிச்சலை மூட்டியது. அப்படியானால், அவர் விரும்பும் சமுதாய மாற்றம் வந்துவிட்டதா என்ற கேள்வியை எழுப்பினார்.

கூட்டிக் கழித்துப் பார்த்தால், அவரோடு நின்ற போராளிகள்தான் மனிதகுல விடுதலைக்குப் போரிடும் பிரதிநிதிகளாக நிற்பது போலத் தோன்றியது. மற்றவர்கள் பார்வையாளர்களாக நின்றனர்.

நெட்டை மரங்களென நின்று பெட்டைப் புலம்பல் புலம்பினால் பெருந்துயரைத் துடைக்க முடியுமா? சரியான கேள்விதான். சிந்திக்க வேண்டும்.

விவசாயிகள் குவேராவை நல்ல டாக்டர் என்றும், அன்புள்ள மனிதர் என்றும் மதித்தனர். தாடி, மீசையைப் பார்த்து ஞானி என வணங்கினர். புரட்சி, போராட்டம் எனப் பேசியபோது அஞ்சி நடுங்கி ஒதுங்கினர்.

இந்த மண்ணைப் பிசைந்துதான் ஒரு புத்துலகச் சிலைய வடிக்க முயன்றார் அந்தச் சிற்பி! சிற்பி வல்லவர்தான்...

மே, ஜூன் மாதங்களில் ஓரிரு இடங்களில் மீண்டும் ராணுவத்துடன் சில மோதல்கள் ஏற்பட்டன. தொடர்ந்து போராளிகள் ராணுவத்தைத் தோற்கடித்தே முன்னேறினர். காயம்பட்டவர்களுக்கு சிகிச்சை அளித்தனர். போதனைக்குப் பிறகு விடுவித்து அனுப்பினர்.

இது போராளிகளிடையே ஊக்கத்தை, நம்பிக்கையை வளர்த்தது. போரிடும் வல்லமை வளர்ந்தது. முன்னைவிட முணுமுணுப்புக் குறைந்தது. கட்டுப்பாடும், ஒழுக்கமும் வளர்ந்தது.

ஆனால், இதற்கு முக்கியக் காரணம், ராணுவம் சகல வசதிகளைப் பெற்றிருந்தும், லட்சியம், நோக்கம் இன்றி

இருந்தது. எண்ணிக்கை அதிகமாக இருந்தாலும் அது கூலிக்கு மாரடிக்கும் படையாகவே இருந்தது. அவர்கள் ஆயுதங்களைப் போட்டுவிட்டு ஓடுவது வாடிக்கையாக அமைந்தது.

இருந்தாலும், போராளிகளின் எண்ணிக்கையும் ஒவ்வொன் றாகக் குறைந்து வந்தது.

விவசாயிகள் பல்லைக்காட்டி சிகிச்சை செய்ய வேண்டுவர். உபசரிப்பர். போராட்டம் என்றவுடன் வீடுகளுக்கு நழுவி விடுவர். கியூபா நிலைக்கு இது நேர் எதிரானதாகத் தோன்றியது. இருந்தாலும், காலப்போக்கில் கிளர்ந்தெழக் கூடும் என்றே நம்பினார்.

மே 23-ஆம் தேதி நடந்த சண்டையில், கியூபரான மார்கோசும், பொலிவியரான விக்டரும் கொல்லப்பட்டனர்.

ஜூன் மாதம் 19-ஆம் தேதி, பவுலினா என்ற ஓர் இளைஞன் மட்டும் குவேராவுடன் சேர்ந்து போரிட முன்வந்தான். அவன் காசநோயால் பாதிக்கப்பட்டவன்.

பன்றி இறைச்சி விற்பவனைப் போல நடித்து கொச்சம்பா போகத் திட்டம் தயாரித்தனர். அங்கு போய் சிண்டியின் மனைவியிடம் சில கடிதங்களைக் கொடுத்து பெருவிலுள்ள மணிலாவுடன் தொடர்புகொள்ள எடுத்த முயற்சிதான் அது. குவேராவும் நடவடிக்கைகள் சம்பந்தப்பட்ட நான்கு அறிக்கைகளை அவனிடம் கொடுத்தனுப்பினார்.

அவன் வழியிலேயே கைது செய்யப்பட்டான். கடிதங்கள், அறிக்கைகள் போலீஸ் கைகளில் சிக்கின. சிக்கியவன் என்ன ஆனான் என்றே தெரியவில்லை.

ஜூலை மாதத்தில் எஸ்பியாவும், சிங்கலேவும் ராணுவத்திடம் சரணடைந்து பல தகவல்களைத் தந்தனர்.

ஜூலை மாதத்தில் 26-ஆம் தேதி நடந்த சண்டையின் போது, டுமா என்ற கியூப வீரர் கொல்லப்பட்டனர். பாம்போ படுகாயம் அடைந்தார். எதிரி தரப்பில் பலர் கொல்லப்பட்டனர். பலர் காயமடைந்தனர். வழக்கம்போல ஆயுதங்களைப் போட்டு விட்டு ஓடினர். ஆயுதங்கள் கிடைத்தன. அதை ஏந்திட வீரர்கள் வேண்டுமே!

மாண்டார் வருவரோ?... போராளிக் குழு மேலும் மெலிந்தது.

தீப்ரேயும், பசுடோசும் கைதிகளாக விசாரணைக் கூண்டில் நின்றனர். பல தகவல்களை மறைத்துப் பேசினாலும், கண்டந்தாண்டிய போர் நடந்துகொண்டு இருக்கிறது என்று கூறியது குவேராவை எரிச்சல் படுத்தியது.

வியத்னாமியக் கமாண்டர்கள் பொலிவியப் போரை நடத்தி வருவதாக வானொலி வருணித்தது. அரண்டவனுக்கு இருண்டதெல்லாம் பேய் தானே? இதே முறையில் ஜூலை மாதமும் கழிந்தது. ஆகஸ்டு மாதத்தில் கடும் நோயால் குவேரா பணியாற்ற முடியாமல், நடக்கவும் முடியாமல் ஒதுங்கியிருக்க நேரிட்டது. ஆகஸ்டு மாதம் 7-ஆம் தேதி அவர் எழுதிய குறிப்பு யார் நெஞ்சையும் தொடக்கூடியது.

"போராளிக்குழு ஒன்பது மாதங்களாகப் போராடிக் கொண்டே இருக்கிறது. போராளிகள் ஒவ்வொருவராகக் குறைந்து வருகின்றனர். நேற்று இருவர் கொல்லப்பட்டனர். இருவர் காயமடைந்தனர். ஒருவரைக் காணோம். நின்று போராடக்கூடிய ஆறுபேரில், நான் ஆஸ்துமாவை எதிர்த்துப் போராடிக்கொண்டிருக்கிறேன்" என்று எழுதினார்.

ராணுவம் பின்தொடர்ந்து வந்ததால், இவர்கள் மேலே ஏற வேண்டி இருந்தது. ஒரு குதிரையில் குவேராவை ஏற்றிக்கொண்டு பயணத்தைத் தொடர்ந்தனர். பசி, தாகத்தால் வாடி வதங்கிப் போன குதிரையும் தள்ளாடியது; தடுமாறியது. மிகுந்த கோபத்துக்கு ஆளான குவேரா குதிரையைக் கத்தியால் குத்தினார். குதிரை சுருண்டு விழுந்து செத்தது. அதையே மாமிசமாக்கி, உணவாக்கி அருந்த வேண்டி இருந்தது. என்றும் கண்டிராத களைப்புடன், சோர்வுடன் காணப்பட்ட குவேரா, குதிரையைக் கத்தியால் குத்திய குற்ற உணர்வோடு குன்றி உட்கார்ந்தார்.

தனது நாட்குறிப்பில், "நோய், களைப்புக் காரணமாக, எனது சுயகட்டுப்பாட்டை இழந்துவிட்டேன். உதவிட வந்த குதிரையைக் கொன்றுவிட்டேன். இதை நான் செய்திருக்கக் கூடாது. போர்க்கள நெருக்கடியினால் இத்தகைய தவறுகளைத் தவிர்க்கவே முயன்றிருக்க வேண்டும். தவறிவிட்டேன்" என்று தன்னைத்தானே குவேரா கண்டித்துக் கொண்டார்.

இந்தக் கட்டத்தில் அவர் ஒரு தீவிர முடிவை எடுக்கவேண்டி இருந்தது. மீண்டும் ஆதார முகாமுக்குத் திரும்பி அங்கு

மறைத்து வைக்கப்பட்டுள்ள மருந்து, ரேடியோ, ஒலி வாங்கிக் கருவியை எடுத்து வந்துவிடலாம் என்று நினைத்தார்.

முதலில் எட்டுப்பேரை அனுப்புவது, குவேராவும் மற்றவர்களும் பின்தொடருவது. ஒருவேளை ஜாகுலின் குழுவையும் சந்திக்கலாம். இதற்கேற்ப போராளிகளைத் தேர்ந்தெடுத்து புறப்பட்டனர்.

கிராமங்களைத் தவிர்த்துக் காட்டு வழியாகவே நடந்தனர். ஒரு பொலிவியர் உடல்நிலை நோயால் படுமோசமானது. குவேராவின் காலில் வீங்கி வளர்ந்திருந்த சிலந்திக் கட்டியை, சாதாரணக் கத்தி கொண்டு கீறி விட்டனர். வலி தாங்க முடியவில்லை என குவேரா எழுதினார்.

இதே காலத்தில் லத்தீன் அமெரிக்க நாடுகளைச் சேர்ந்த புரட்சியாளர்களின் மாநாடு ஒன்று ஹவானாவில் நடந்தது. அதில் லத்துன் அமெரிக்க நாடுகளில் நடக்கும் போர்களை ஆதரித்தும் சே குவேராவுக்குப் பாராட்டுத் தெரிவித்தும் தீர்மானங்கள் நிறைவேற்றப்பட்டன.

அந்த மாநாட்டில் தெரிவிக்கப்பட்ட கருத்துக்கள், முழக்கங்கள் எதுவும் புதிது அல்ல. அமெரிக்க ஏகாதிபத்திய அட்டூழியங்களைச் சரியான ஆதாரங்களோடுதான் பேசினர். லத்தீன் அமெரிக்காவை ஏகாதிபத்தியத்தின் மயான பூமியாக்க வேண்டும் என்றும் சரியாகவே முழங்கினர்.

ஆனால், அந்த மாநாட்டு நிகழ்ச்சிகளில் உலகத்தின் கவனத்தைக் கவர்ந்தது. கலந்துகொண்ட சில நபர்களைப் பற்றியதாகத்தான் இருந்தது. சி.ஐ.ஏ. அமைப்பில் உயர் அதிகாரிகளாகப் பணிமுடித்த மூவர் கலந்துகொண்டனர். அவர்கள் தங்களது நேரடி அனுபவங்களை விளக்கமாக எடுத்துச் சொன்னார்கள்.

கியூபாவின் புரட்சியை நசுக்க, அரசைக் கவிழ்க்க, காஸ்ட்ரோவைக் கொன்றுவிட எடுத்த அடுக்கடுக்கான முயற்சிகளை, தோல்விகளை அவர்கள் வாக்குமூலமாக வழங்கினர்.

கேட்டோர் அதிர்ச்சியடைந்தனர்; படித்தோர் திகைத்தனர்.

இதைக் கேட்ட மறுநாள், பொலிவியக் குடியரசுத் தலைவர் பாரியண்டோஸ், தமது அமெரிக்க எஜமானர்களையும் விஞ்சும் வகையில், "கியூபாவின் மீது படை எடுத்து, ஜனநாயகத்தை மீட்க வேண்டும்" என்று வானொலியில் பேசினார்.

மருந்துகளையும், வானொலிக் கருவிகளையும் எடுத்துவிட, வேகமாக போராளிகள் சென்றனர். ஆனால், அவர்களைவிட வேகமாக ராணுவம் சென்று அந்த முகாமை ஆக்கிரமித்து விட்டது.

ஆகஸ்டு 14 குவேரா பிறந்தநாள். அது துக்கதினமாகிவிட்டது என நாட்குறிப்பில் எழுதினார். ஏனெனில், அன்றிரவு வானொலிச் செய்திப்படி மறைத்து வைத்திருந்த பொருட்கள் கைப்பற்றப் பட்டன; ஆவணங்களும், புகைப்படங்களும் பிடிபட்டன.

இதை யார் காட்டிக் கொடுத்திருக்க முடியும் என யூகிக்க முயன்றார் குவேரா. ஆனால், அதற்கு இது உகந்த நேரம் அல்ல. எதிரிகள் கைகளில் முகாமும், ஆவணங்களும்... எனவே, என்ன செய்யலாம்? என யோசிக்கத் தொடங்கினார்.

தொடர்ந்து முகாமைப் பற்றிய வருணனையும், பிடிபட்ட பொருட்களின் பட்டியலும் வானொலியில் வாசிக்கப்பட்டன.

எதிரி கைகளில் பிடிபடாமல், மறைவிடத்திற்குப் போய், சேகரிப்புச் செய்துகொண்டு போராடலாம் என எண்ணி, அந்தக் கண்ணற்ற, சுட்டெரிக்கும் காட்டுக்குள் புகுந்தனர். அங்கு புதர்களும், பூச்சிகளும்தான் உண்டு. குடிப்பதற்குக்கூட தண்ணீர் கிடைக்காது. மனித சஞ்சாரம் இருக்காது. காய், கனி, மிருகம் எதுவும் கிடைக்காது. ஜாகுயினுடனும் தொடர்பு கிடைக்க வில்லை. பொலிவியர்களுடனும் தொடர்பு முறிந்துவிட்டது. செய்தி கேட்கும் கருவியும் செயலிழந்துவிட்டது. கையிலும் இருப்பாக உணவுப் பண்டம் ஏதும் இல்லை. நோய் படுத்திய பாட்டுக்கு அளவே இல்லை.

சாதாரண மனிதனைச் சாகடிக்க இந்தச் செய்திகளே போதும்!

அந்த இரும்பு மனிதன் கொதித்த நெருப்பில் உருகிக் கொண்டிருந்தான்.

சிண்டி இறங்கித் தண்ணீர் கொண்டுவந்தார். குதிரைக் கறியைச் சாப்பிட இப்பொழுது மூவர் மட்டுமே இருந்தனர். ரேடியோ டிரான்ஸ்மீட்டர் பள்ளத்தில் இருந்ததால் எந்தச் செய்தியும் கேட்க முடியவில்லை.

ஆகஸ்டு மாதத்தில் ராணுவத்தின் கை மேலோங்கி இருந்தது. போராளிகளால் ஓரிரு ராணுவ வீரர்களைத்தான் காயப்படுத்த முடிந்தது.

“இந்த மாதம் முகாமை, ரகசியத்தை இழந்த மோசமான மாதம்” என குவேரா நாட்குறிப்பில் எழுதினார்.

இந்தக் காலத்தில் ஜாகுயினோடு இருந்த சிலர் பிடிபட்டு, ரகசியங்களை வெளியிட்டு விட்ட செய்தியும் பரவியது. காம்பா என்ற போராளி, குழுவை விட்டு விலகிவிட விரும்புவதாகக் கூறியது பெரும் அதிர்ச்சியாக இருந்தது.

பழைய நிலைமைகளில் பெரும் மாற்றங்கள் ஏதும் ஏற்படவில்லை. போராளிகள் தொடர்ந்து துரத்தப்பட்டே வந்தனர். விவசாயிகளிடம் மாற்றம் இல்லை. தண்ணீர் எங்கும் கிடைக்கவில்லை. தொடர்பு அறுந்துவிட்டது. வீரர்கள் கலக்கமடைந்தனர். அவர்களது நம்பிக்கை, பற்றுக்கோடு குவேரா மட்டும்தான். குவேராவுடன் சேர்ந்து மடிவதைப் பெருமையாகக் கருதிய வீரர்கள் மட்டுமே எஞ்சியிருந்தனர்.

பல நாள் தண்ணீர், உணவு இல்லாமல் கழித்த பிறகு, ஓர் அடி பள்ளத்தில் தண்ணீர் கிடப்பதைக் கண்டனர். அர்பனோ, ஜீலியோ, பெஞ்சினோ இறங்கினர். குதியற்ற செருப்போடு மேலும் இறங்க முடியவில்லை என்று கூறி அங்கேயே நின்றனர்.

ஜாகுயின், தானியா குழுவினர் தொடர்ந்து போராடி வந்தனர். ஆனால், பாதகமான சில காரியங்களும் நடந்தன.

விவசாயிகள் தந்த தகவல்களுடன் ஜாகுயின் குழு சுற்றி வளைக்கப்பட்டது. வானிலிருந்து விமான குண்டு வீச்சுத் தாக்குதலும் நடந்தது. இருந்தாலும், ராணுவம் மெதுவாக முன்னேறி வந்தது. ஒரு வேளை யுத்தத்தைக் காட்டித்தானே அமெரிக்க எஜமானர்களிடம் தொடர்ந்து நிதி உதவியைப் பெற முடியும்... அத்துடன், அந்நியர்களின் கலகம் என்ற பிரசாரத்தை அதிகப்படுத்தி விவசாயிகள் ஆதரவை அரசு பெறலாமே!

ஜாகுயின், தானியா குழுவில் மிஞ்சி நின்றவர்கள் பத்துப்பேர்தான். பசி, தாகம் நோயால் மெலிந்து வதங்கி நின்றது அந்தப் படை நெஞ்சுறுதி மட்டும்தான் மிச்சம்.

ஒருநாள் ரோஜாஸ் என்கிற விவசாயியினுடைய பண்ணைக்குப் போய்ச் சேர்ந்தனர்.

ரோஜாஸ் எட்டுக் குழந்தைகளையுடைய கனத்த குடும்பி! நிலம் இருந்தது. வருமானம் கடனாகத்தான் இருந்தது. வறுமைதான் வீட்டில் குடியேறி இருந்தது. முன்னர் காளை மாட்டைத் திருடி வெட்டிச் சாப்பிட்டதற்காகத் தண்டிக்கப் பட்டவர். இவரையும் நாற்பது விவசாயிகளையும் கைது செய்து ராணுவ மையத்துக்குக் கொண்டுபோய் செம்மையாக அடித்தனர். அதில் ரோஜாஸைத் தனியாகக் கவனித்தனர். ஏனெனில், இவர் போராளிகட்காகப் பல சமயங்களில் பணம் கூலியாகப் பெற, தேவைப்படும் பொருட்களை வாங்கித் தந்துள்ளார். அதனால், அவருக்கு அதிக அடி.

சி.ஐ.ஏ. அதிகாரி அவரைத் தனியாக தன் அறைக்குக் கொண்டுபோய் அவருக்கு நிறையப் பணம் தருவதாகவும், அமெரிக்காவில் குடும்பத்தோடு குடியேறி ஒரு பெரும் பண்ணை வைத்து வாழ வழி செய்வதாகவும் கூறி, மசிய வைத்து, போராளிகளைப் பிடிக்க உதவும்படி கேட்டுக்கொண்டார்.

பண்ணையும், பணமும், அமெரிக்காவில் குடியேறும் கனவும், காட்டிக் கொடுப்பதற்காகக் கிடைக்கும் மிகப் பெரிய பரிசாக அந்த ஏழை மனிதனுக்குத் தோன்றியதில் வியப்பே இல்லை.

வசதி படைத்தவர்களே மேலும் வசதி பெறக் காட்டிக் கொடுக்கிறபோது, துரோகம் செய்கிற போது இவன் எம்மாத்திரம்?

ஒரு நல்ல சதிவலை பின்னப்பட்டது. முகாமுக்கு அருகிலிருந்த ராணுவக் கண்காணிப்பு அமைப்பு கலைக்கப் பட்டது. போராளிகள் வருவதற்கு முன்னர் கார்சியா என்ற மருத்துவ ஊழியனும், பிடல்ரியா என்ற வீரனும் ரோஜாஸ் வீட்டிற்குள் இருந்தனர். பிடல்ரியா வேட்டையாடப் போனான். கார்சியா துணியைச் சுற்றி நோய்வாய்ப்பட்டவன் போலப் படுத்துக்கொண்டான். போராளிகள் மிகுந்த எச்சரிக்கையுடன் ரோஜாஸ் குடிசைக்குள் நுழைந்தனர். ரோஜாஸ் அவர்களுக்கு உணவுப் பொருள் வாங்கி வருவதாகச் சொன்னான்.

ஆற்றங்கரையோரம் ஓர் இடத்தைக் குறிப்பிட்டு, அங்கு போராளிகளைக் காத்திருக்கச் சொன்னான். மறுநாள் அங்கு வருவதாகக் கூறிவிட்டு போராளிகள் சென்று மறைந்தனர்.

மறுநாள் ரோஜாசிடம் வந்து உணவுப் பொருட்களைப் பெற்றனர். குறிப்பிட்ட இடத்தில் ஆற்றைக் கடக்கக் கூறிவிட்டு போராளிகள் சென்று மறைந்தனர்.

இதற்கு முதல் நாளே தனது எட்டு வயது மகனை அனுப்பி சகல தகவல்களையும் ராணுவத்துக்குக் கூறியிருந்தான். அதன்படி கேப்டன் மரியோ வார்கஸ் வழியில் ஒரு விவசாயியை வழித்துணைக்கு அழைத்துக்கொண்டு வந்து சேர்ந்து இருந்தான்.

போராளிகள் குறிப்பிட்ட இடத்தில் ஆற்றைக் கடக்க இறங்கி, துப்பாக்கிகள் தண்ணீரில் நனையக் கூடாது என்பதால், தலைக்கு மேல் பிடித்துக்கொண்டு நீரில் நடந்தனர். கரையின் இரண்டு பக்கங்களிலும் மறைந்து இருந்த ராணுவ வீரர்கள் சரமாரியாகச் சுடத் தொடங்கினர். பிரிவுலியா என்ற போராளி குண்டுக் காயத்தோடு திருப்பிச் சுட்டு ஒரு ராணுவ வீரனைக் கொன்றான்.

ஆனால், மற்ற போராளிகள் நிலைமையை உணர்வதற்குள் ஏழெட்டுக் குண்டுகள் அவர்களைத் துளைத்துக்கொண்டு பறந்தன. தானியா பல குண்டுகள் பாய்ந்த நிலையில் தூக்கிப் பிடித்த துப்பாக்கியுடன் ஆற்றின் சேற்றில் தள்ளாடி ரத்தம் வடிய வீழ்ந்தாள். தண்ணீர் வெள்ளம் அந்த வீராங்கனையை ஏந்திச் சென்றது. இதே குழுவில் இருந்த மோசஸ் குவேராவும் கொல்லப்பட்டார். இருவர் மட்டும் காயங்களுடன் பிடிபட்டனர்.

டாக்டர் எல். நீக்ரோ மட்டும் புதருக்குள் ஓடி மறைந்தார். அவரை இரண்டு நாட்களுக்குப் பிறகு பிடித்த ராணுவத்தினர் துப்பாக்கிக் கட்டையால் அடித்தே கொடுமைப்படுத்திக் கொன்றனர்.

பிடிபட்ட இருவரில் ஒருவரை எவ்வளவு கொடுமைப் படுத்தியும் அவர் குவேரா பற்றிய எந்தத் தகவலையும் தரவில்லை. அதற்காக அவரை சுட்டுக் கொன்றனர்.

அடுத்தவர் உயிருக்குப் பயந்து எல்லா விவரங்களையும் கூறிவிட்டார். அவரை மன்னித்து விடுவித்தனர். மிஞ்சி உயிருடன் இருந்த பாகோ என்பவர்தான், பின்னர் எல்லா போர்ச் செய்திகளையும் பத்திரிகைகளுக்குத் தந்தவர்.

ஆற்றில் மூழ்கிய வீரர்களின் உடல்களைத் தேடிக் கண்டுபிடித்து, ஒரே குழிக்குள் போட்டுப் புதைத்தனர்.

இந்த இடத்தைப் பார்வையிட ஹெலிகாப்டரில் பாரியண்டோஸ் வந்தார். தானியாவின் உடல் சில நாட்களுக்குப் பின்தான் கண்டுபிடிக்கப்பட்டிருக்க வேண்டும். அவளது உடல் ஹெலிகாப்டரில் எடுத்துச் செல்லப்பட்டது. எங்கு புதைக்கப் பட்டது என்பது இதுவரை தெரியவில்லை.

காட்டிக் கொடுத்த ரோஜாசுக்கு சாந்தா குரூசுக்கு அருகில் ஒரு சிறு பண்ணை தரப்பட்டது. வாக்களித்தபடி மூவாயிரம் டாலர் தரப்படவில்லை.

கொலை புரிந்த கேப்டனுக்கு வழிகாட்டிய விவசாயி கர்டோனாவுக்கு 200 பிசோக்களைப் பாரியண்டோஸ் தந்தான். அவனைச் சந்திக்கப் போன விவசாயிக்கு ஏமாற்றம்தான் பரிசாகக் கிடைத்தது. போய் வந்ததில் 700 பிசோ செலவானதுதான் மிச்சம் என்று சொல்லி அழுதான். இந்தக் கொலைகளை ஈவு இரக்கமின்றிச் செய்த கேப்டனுக்கு, மேஜர் என்ற பதவி உயர்வு, பதக்கம் வழங்கப்பட்டது. பதக்கங்களோடு நடமாடிய மேஜர் சில மாதங்களுக்குள் பைத்தியம் பிடித்து அலைந்ததால், பைத்தியக்காரர்கள் முகாமில் அடைக்கப்பட்டார்.

இவை பற்றிய வானொலிச் செய்திகளை குவேரா கேட்டார். அனைவரும் கொல்லப்பட்டிருக்க மாட்டார்கள்; சிலர் தப்பி இருக்கலாம் என நினைத்தார்.

இந்தப் படுகொலை நடந்த நாள் ஆகஸ்டு 30.

இதற்கு மறுநாள், அதாவது செப்டம்பர் முதல் நாளன்று சே குவேராவின் குழு ரோஜாசின் குடிசையை அடைந்தது. அவர்களுக்கு அப்போது முதல் நாள் நடந்த நிகழ்ச்சிகள் தெரியாது. வீட்டிலோ யாரும் இல்லை. ஆனால், உணவுப் பொருட்கள் இருந்தன. போராளிகள் சமைத்துச் சாப்பிட்டு

ஓய்வெடுத்தனர். ராணுவ நடமாட்டத்தையும் காணோம். எல்லாம் முடிந்தது என்ற திருப்தியுடன் போயிருக்கலாம்.

"பல நாட்களுக்குப் பிறகு சாப்பிட்ட சூடான உணவு தெம்பைக் கொடுத்தது" என்று குவேரா செப்டம்பர் முதல்நாள் குறிப்பில் எழுதியுள்ளார்.

மறுநாள் கிளம்பி மக்கள் வாழும் கிராமங்களைத் தவிர்த்து, அவர்களது பண்ணைகள் வழியாகவே நடந்தனர். எனவே, தண்ணீரும், உணவும் கிடைத்தது. போராளிகள் போருக்கு அஞ்சவில்லை. உணவும், தூக்கமும் வேண்டும் என எதிர்பார்த்தனர். ஏனெனில் ஒன்பது மாத அக்கினிப் பரீட்சை தசைகளையும், நரம்புகளையும் தளரச் செய்தது. சிலர் தப்பியோடக் கூடும். சிலர் விலகலாம். சிலர் ஒதுக்கப்பட வேண்டும் என்றும் கருதினார். இருந்தாலும் போராடும் உணர்வு நீங்கியிருப்பதாக எழுதினார்.

செப்டம்பர் முதல் நாளன்று தொடங்கிய இரண்டாம் கட்டப் பயணம் செப்டம்பர் 22-இல் அல்டோ சீகோ என்ற கிராமத்தை அடைந்தது. அங்கு இருந்த பள்ளிக்கூடத்தில் கூட்டம் நடத்தினர். அந்த ஊரில் ஐம்பது குடிசைகள்தான் இருந்தன. "நாங்கள் வந்து போவதால் ராணுவம் கட்டாயம் இங்கே வரும். உங்களுக்குச் சில உதவிகளை வழங்குவார்கள். நாங்கள் வந்ததால் கிடைக்கும் பரிசு என்று கருதிக்கொள்ளுங்கள்" எனக் குவேரா பேசினார்.

கடல் மட்டத்திலிருந்து 2280 மீட்டர் உயரத்திலுள்ள ஹிகுயேரா என்ற கிராமத்தை செப்டம்பர் 26-ஆம் தேதி அடைந்தனர். அங்கிருந்து வெளியேறும் போது ராணுவம் தாக்கத் தொடங்கியது. இதில் மூன்று முக்கியத் தோழர்கள் கொல்லப்பட்டனர். இருவர் படுகாயமடைந்தனர். இருவர் ஓடிப்போய் விட்டனர். எஞ்சியவர்கள் தப்பியோடினர்.

ராணுவம் அந்தப் பகுதி முழுவதையும் முற்றுகையிட்டு நின்றது. செப்டம்பர் 30 வரை, தப்பியவர்கள் பிடிபடவில்லை. குவேராவும், சில போராளிகளும் மறைந்திருந்து தாக்கக்கூடிய இடம் தேடிப் புறப்பட்டனர். எங்கும் எளிதாக நடமாட முடியாத நிலை. ஒவ்வொரு குடிசைக்கும் முன்னும் பின்னுமாக ராணுவ வீரர்கள் நிறுத்தப்பட்டிருந்தனர். இவர்களுக்கும் வழி தெரியவில்லை.

அக்டோபர் 3-ஆம் தேதி தண்ணீர் கிடைத்ததால், இத்தனை வேட்டைக்கு இடையில் குதிரை மாமிசத்தைச் சமைத்துச் சாப்பிட்டனர்.

அக்டோபர் 3-லிருந்து 7-ஆம் தேதி வரை விவசாயிகள் கண்களில் படாமலும், ராணுவ வீரர்களிடமிருந்து தப்பியும், ஒரு கணவாய் விட்டு, இன்னொரு கணவாயென பதுங்கி நகர்ந்து கொண்டிருந்தனர்.

நங்கஹீனவாகப் பகுதிக்கு வந்து பதினோறு மாதங்கள் கழிந்துவிட்டன. அன்றுதான் ஆடு மேய்க்கும் ஒரு சிறுமியைக் கண்டனர். அந்தக் குழந்தைக்கு அதிகம் விவரங்கள் தெரியவில்லை. ஒரு மூதாட்டியின் குடிசைக்கு இட்டுச் சென்றாள். மூதாட்டிக்கு ஐம்பது பிசோக்களைக் கொடுத்து, யாருக்கும் தங்களைப் பற்றித் தகவல் தரக்கூடாது எனக் கூறிவிட்டுப் புறப்பட்டனர். உருளைக் கிழங்கு பாத்திகள் வழியாக நடந்தபோது பல தடயங்களை விட்டுச் சென்றனர்.

வானொலியில் போராளிகள் சுற்றி வளைக்கப்பட்டு விட்டதாக, ஆனால் எண்ணிக்கைகளை மிகைப்படுத்திக் கூறிக்கொண்டிருந்தனர்.

மிச்சமிருந்த பதினேழு பேரை மூவர் மூவராக இரு பக்கக் குழுக்களாகவும், குவேரா உள்ளிட்ட பதினோறு பேரை தாக்கும் முன்னணிக் குழுவாகவும் அமைக்கப்பட்டது. இவர்கள் ராணுவ வளையத்தைப் பிளந்து தப்பிக்க வேண்டும். தப்பிவிட்டால், பிடல் பார்கோ ஆற்றங்கரையில் சந்திக்கலாம் என்றார் குவேரா.

1.30-க்கு அவர்கள் பணிமாற்றம் செய்கிற போது குண்டு வெடித்து அனிசிடொ கொல்லப்பட்டார். நாடோவும் குண்டடிபட்டு வீழ்ந்தார்... ராணுவ வீரர்கள் நாலா பக்கங்களிலிருந்தும் சரமாரியாகச் சுடுவது தெரிந்தது. இந்த வேட்டுச் சத்தம் மாலை வரை நீடித்தது.

யூரோ கணவாயில் பதுங்கியிருந்த குவேரா, ஒவ்வொரு கணவாயாகக் கடந்து தப்பிவிடலாம் என நினைத்தார். ஆனால், அந்தக் கணவாய் மறைவதற்குரிய இடமாக இல்லை. ராணுவமும் நெருங்கிவிட்டது. எனவே எஞ்சியிருந்தோரைப் பிரித்து, சிலரைத் தப்பி ஆற்றை நோக்கிப் போகச் சொன்னார்.

தன்னுடன் உடல்நலம் இல்லாதிருந்த டாக்டர் வில்லி, ஆண்டனியோ, அர்டுரோ, பாச்சோ, சைனோ ஆகியோரைக் காப்பதற்காக ராணுவ வீரர்களை நோக்கிக் குவேரா சுட ஆரம்பித்தார். பல வீரர்கள் கொல்லப்பட்டனர். ஆனால், நான்கு பக்கங்களிலும் இருந்து தாக்கிய வீரர்களை ஒருவர் மட்டும் சுடுவது சாத்தியம் இல்லையே! குவேராவின் காலில் துப்பாக்கிக் குண்டு பாய்ந்தது.

ஒரு பாறையின் பக்கமாக நகர்ந்து காலில் கட்டுப்போட முயன்றார். கண் முன்னர் மூன்று போராளிகள் வீரமரணம் அடைந்தனர். குவேராவின் துப்பாக்கியில் ராணுவ வீரன் வீசிய குண்டு பட்டு பழுதானது. கைத்துப்பாக்கியில் ரவைகள் இல்லை. காயம்பட்ட குவேரா நின்றார். வில்லி சே குவேராவைத் தூக்கிக்கொண்டு ஒரு பாறைக்குப் பின்பக்கமாக ஓட முயன்றார். ராணுவ வீரர்கள் கை வெடிகுண்டுகளைப் பாறையை நோக்கி வீசினர். குவேரா கையில் ஆயுதம் இல்லை. வில்லியும் நிராயுதபாணியாக நின்றார். ராணுவத்தினர் இருவரையும் பிடித்து கயிறுகளால் கட்டினர். அருகிலிருந்த கிராமப் பள்ளிக்கூடத்துக்கு அவர்களை இழுத்துச் சென்றனர்.

துப்பாக்கிச் சத்தம் மாலை ஏழு மணிக்கு முடிந்தவுடன் ஓரமாகப் பதுங்கியிருந்த போராளிக்குழு குவேராவைச் சந்திக்கலாம் என்ற நம்பிக்கையுடன் கணவாயை எட்டியது.

அங்கே முதுகுப் பை கிடந்தது. அலுமினியத் தட்டு நசுங்கிக் கிடந்தது. உணவு மாவு சிதறிக் கிடந்தது. இவை அனைத்தும் ஏதோ நடந்துவிட்டதைக் காட்டின. இருந்தாலும் அவர் உயிருடன் இருப்பார் என்ற நம்பிக்கையுடன் நடந்தனர். ஆற்றுக்குச் செல்லும் பாதையில் அவரது கால் தடம் தெரிந்தது. அது மான்தோலால் தைக்கப்பட்ட காலணி அடையாளம்.

ஆக, குவேரா இருக்கிறார்... நடக்கிறார்... நம்பிக்கையுடன் நடந்தனர். அந்த வழித்தடம் கிராமப் பள்ளிக்கூடத்திற்குக் கொண்டு போனது. அவர்கள் விடியட்டும் என ஒரு புதரருகே மறைந்து இருந்தனர். இன்னும் சில அடிகளுக்கு அப்பால், அடுத்த அறையில் குவேரா அடைக்கப்பட்டிருந்த செய்தி தெரியாது. தெரிந்து இருந்தால், வரலாற்றையே மாற்றியமைக்கக் கூடிய போராட்டத்திற்கு உயிரைப் பணயம் வைத்தும் குவேராவை விடுவிக்க எதையும் செய்யத் துணிந்திருப்பர்.

சுவர் மறைத்துவிட்டது. பாம்போவுக்கும் அவரது தோழர்கட்கும் அந்த விவரம் தெரியாது போனதால், அவர்கள் அக்டோபர் ஒன்பதாம் தேதி பறந்த ஹெலிகாப்டரைத்தான் காண முடிந்தது.

அதில்தான் சே குவேராவின் உடல் கொண்டு செல்லப் படுகிறது என்பதும் அவர்களுக்குத் தெரியாது.

அவர்களும் தப்பியிருந்த சிண்டியும், டாரியோவும் தொடர்ந்து போராடவே தங்கியிருந்தனர். வானொலி மூலம் குவேரா பிடிபட்டது பற்றியும், கொல்லப்பட்டார் என்ற செய்தியையும் அவர்கள் நம்பாது இருந்தனர்.

யூரோ கணவாயில் காலில் பட்ட காயத்துடன் பிடிக்கப்பட்ட குவேரா, லா ஹிகுவேரா என்ற கிராமத்திற்கு இழுத்துச் செல்லப்பட்டார். அங்கிருந்த பள்ளிக்கூடத்து அறையில் அடைக்கப்பட்டார். காயமடைந்தோரையும், ராணுவத்தினரையும், கழுதைகளையும் நூற்றுக்கணக்கான மக்கள் திரண்டு பார்த்தனர்.

அவரைக் கைது செய்துகொண்டு வந்த கேரி ப்ராடோ, உடனடியாக ராணுவத் தலைமைக்கும், லாபாசுக்கும் குவேரா பிடிபட்ட செய்தியைச் சொன்னான்.

அன்று இரவு முழுவதும் ராணுவத்தினர் குடித்துக் கும்மாளம் போட்டனர். ஒரே விழாக்கோலம்தான். செய்திகள் துரிதமாகப் பரிமாறிக்கொள்ளப்பட்டன. கடைசி நேர சம்வங்கள் துரிதமாகவும், ரகசியமாகவும் நடந்தன.

குவேராவைக் கொன்ற போது ராணுவத் தளபதியாக இருந்தவர் மரியோ வர்காஸ். அமெரிக்க - கியூப -சி.ஐ.ஏ.வுக்கு வானொலி அதிகாரியாக இருந்த ரோட்ரிகுவஸ். இவர்தான் பத்திரிகையாளர்களை, புகைப்படக்காரர்களை வாலே கிராண்டுக்கு அழைத்துச் சென்றவர். செண்ட்னோ, செலிச் என்ற அதிகாரிகளும் குவேராவின் இறுதி நேர நிகழ்ச்சிகளைப் பற்றி எழுதியுள்ளனர்.

குவேராவைச் சுட்டுக்கொல்லும்படி பொலிவியக் குடியரசின் தலைவர் பாரியண்டோஸ்தான் ராணுவத் தலைவரிடம் கூறினார் என்பது உறுதி செய்யப்பட்டுள்ளது. அமெரிக்க சி.ஐ.ஏ.

அதிகாரிகள் அவரை பனாமாவுக்குக் கொண்டு போக விரும்பியதாகத் தெரிகிறது.

இதற்குமுன்னர் தீப்ரேயையும் கொன்றுவிட பாரியண்டோஸ் விரும்பியபோது, அமெரிக்கர்கள் தலையிட்டுத் தடுத்தது தெரிய வந்துள்ளது. உலகப் பத்திரிகைகளின் ஆத்திரத்திற்கு ஆளாக நேரிடும் எனக் கூறி ரெஜிஸ் 'தீப்ரேயைக் கொல்லாது, தண்டிக்கக் கேட்டுக்கொண்டனர். அதே போன்று குவேராவையும் கொல்ல வேண்டாம் என அமெரிக்கர்கள் தலையிட்டுச் சொன்னால், தங்களுக்குத் தலைவலி வரும்' என பொலிவிய அரசு கருதியது.

அதற்கு இரண்டு வகைப் பயம் இருந்தது. அந்த நாட்டில் மரண தண்டனை ஒழிக்கப்பட்டிருந்தது. எனவே, என்ன விசாரணை நடத்தினாலும், எத்தகைய குற்றச்சாட்டைச் சுமத்தினாலும் தூக்கில்போட முடியாது. விசாரிக்கும் போதும், சிறையிலடைக்கும் போதும் பெரும் பாதுகாப்புச் செய்ய வேண்டியிருக்கும்.

எந்த நேரத்திலும் கமாண்டோ தாக்குதல் நடத்தப்படலாம். நாட்டிலும் விடுதலை செய் என்ற கிளர்ச்சி வலுக்கலாம்... உலக நாடுகள் பல அவருக்காகக் குரல் கொடுக்கக் கூடும். எல்லாவற்றிற்கும் மேலாக குற்றவாளிக் கூண்டையே பெரும் பிரசாரத்திற்கு அவர் பயன்படுத்துவதை யாரும் தடுக்க முடியாது.

விசாரணை முடிவில் உலகப் புகழ்பெற்ற ஒரு குவேராதான் எழுந்து நிற்பார். பொலிவிய அரசு அவமானப்பட்டு நிற்க நேரிடும். எனவே, இதைவிட, பலரும் பார்க்கும் முன்னர் சுட்டுக் கொன்றுவிடுவதே மேல் என்று முடிவு செய்தனர்.

உயிருடன் உள்ள குவேராவை எந்த இடத்திலும் வைத்து அடக்கிவிட முடியாது என்றே அஞ்சினர். அதன் விளைவாக ராணுவத் தளபதிக்கு குவேராவைக் கொன்றுவிட பாரியண்டோஸ் நேரடியாகக் கூறினான். அவர் ரெண்டானிடம் குவேராவைச் சுட்டு விடுமாறு கூறினார்.

அக்டோபர் 8-ஆம் தேதி இரவு லாஹிகுவேரா கிராமப் பள்ளியில் கொண்டுவந்து அங்கிருந்த அறையில் அடைக்கப் பட்டவுடன், குசுகுசுச் செய்தியாக குவேரா பிடிபட்டுவிட்ட செய்தி பரவியது. பள்ளி ஆசிரியை யூலியா கார்டினோஸ்

ராணுவத்தினரிடம் குவேராவுக்கு உணவு கொடுக்க அனுமதி கேட்டார்.

என்ன காரணத்தாலோ அனுமதி வழங்கினர். அவர் குவேராவுக்கு உணவு தந்தார். அந்த ஊர் மக்களைப் பற்றி குவேரா விசாரித்தார். உதவிக்கு நன்றி கூறினார். தன்னை அதிகாரிகள் என்ன செய்யக்கூடும் என்றும் கேட்டார். அதற்கு, "இவர்கள் கொடியவர்கள். என்ன செய்வார்களோ தெரியவில்லையே" என கண்ணீர் மல்கச் சொன்னார் யூலியா.

"என்னைக் கொல்ல மாட்டார்கள் என்றே நினைக்கிறேன். விசாரித்து கடுந்தண்டனை கொடுக்க நினைப்பார்கள்" என்றார் குவேரா.

"கடவுள் உங்களைக் காப்பாராக" எனக் கூறிவிட்டு யூலியா கண்ணீரோடு விடை பெற்றார்.

"யூரோ கணவாயில் கொல்லாதவர்கள், இனிக் கொல்ல நியாயம் இல்லை" என குவேரா நினைத்து இருக்கலாம்.

ஆனால் பொலிவிய ஆட்சியாளர்கள் குவேராவைக் கொன்றுவிடுவதே தங்களுக்கு நல்லது என்று கருதினர். சுடுவதற்காகப் பணிக்கப்பட்ட லூயி ரெக்டொரான் தயங்கினான்; தடுமாறினான். இவன்தான் குவேராவை ராணுவத் தளபதிக்கு இனம் காட்டியவன்.

சுட்டுக்கொல்ல வந்ததைக் கண்ட குவேரா, நேராக நின்று தடுமாறாமல் குறிபார்த்துச சுடும்படி சொன்னதாகவும், அவனே பின்னர் வாக்குமூலம் கொடுத்தான்.

சுடுவதற்காகப் பள்ளிக்கூட அறைக்குள் அனுப்பப்பட்ட ரெக்டொரான் தடுமாறி சில தவறுகளைச் செய்தான். பிறகு கொஞ்சம் விஸ்கியைக் குடித்துவிட்டு, குவேராவின் கழுத்திலும், நெஞ்சிலும் சுட்டான். மொத்தம் ஒன்பது குண்டுகள் பாய்ந்திருப்பதைப் பத்திரிகையாளர்கள் எண்ணினர்.

கொல்லப்பட்ட குவேராவின் இரு கரங்களும் வெட்டித் துண்டிக்கப்பட்டன. அவரது உடல் ஹெலிகாப்டரில் வாலா கிராண்டே நகருக்குக் கொண்டு போகப்பட்டது. அங்கே டாக்டர்களிடம் பரிசோதனைக்காகத் தரப்பட்டது. அங்குதான் அமெரிக்கர் ரோட்டரி குஸ்ஸூடன் வந்திருந்த புகைப்

படக்காரர்களும், பத்திரிகைக்காரர்களும் அவரது உடலைப் பார்க்க, படம் எடுக்க அனுமதிக்கப்பட்டனர்.

குவேராவை உயிருடன் பிடித்து கைது செய்து வைத்திருந்தவர்கள், அவர் மீது குற்றம் சாட்டி விசாரணை செய்யாமல் கொன்றது ஏன்? அவ்வாறு கொல்ல உத்தரவிட்டது யார்? ஏன் உடலை மறைவாகப் புதைத்தார்கள்? எனப் பல கேள்விகள் எழுப்பப்பட்டன.

பொலிவிய அரசும், அமெரிக்க சி.ஐ.ஏ.யும், தங்களுக்குச் சாதகமான செய்தியாளர்களைத்தான் அழைத்துச் சென்றிருக்க வேண்டும். மறைக்க முடியாத பெருங்கொடுமையை அவர்களாலும் பொறுக்க முடியவில்லை.

உடலைத் தொட்டுப் பார்த்தபோது சூடு தணியாமல் இருந்தது.

எனவே, யூரோ கணவாயில் கொல்லப்பட்டார் என்பது பொய்.

பழைய காயம் இரண்டும், புதிய காயங்கள் பலவும் இருப்பதைக் கண்டனர்.

கரங்கள் துண்டிக்கப்பட்டிருப்பதையும் கண்டனர்.

மார்பளவுப் படத்தை, கைகளை மூடிவிட்டு, முகத்தை மட்டும் படம் எடுக்கக் கேட்டுக் கொண்டனர்.

மறுநாள் படத்தோடு செய்திகளை வெளியிட்ட அமெரிக்க, லத்தீன் அமெரிக்க நாட்டுப் பத்திரிகைகள், குவேரா கொல்லப்பட்ட செய்தியை வெளியிட்டன.

அவரது புகைப்படத்தை வெளியிட்ட அத்தனை பத்திரிகைகளும், படத்திற்குக் கீழே குவேராவின் முகத்தோற்றம், சிலுவையில் அறையப்பட்ட இயேசுநாதரின் முகச் சாயலில் தெரிந்தது என்றே எழுதியிருந்தன.

பத்திரிகையாளர்கள் கூடிப்பேசி இதே வருணனையைச் செய்திருக்க முடியாது. ஆனால், ஒரே மாதிரியான கற்பனை எல்லோருக்கும் தோன்றி இருக்கிறது. பின்வந்த ஆய்வாளர்களும் அதே வருணனையையே கூறியுள்ளனர்.

ஒரு புரட்சிக்காரனை, அவர்கள் தெய்வம் என வணங்கும் 'இயேசுநாதரைப் போல....' என்ற போகிற போக்கில் எழுதுவார்களா? என்ன காரணம்?

பொதுவாக கொடுமைப்படுத்தப்பட்டுக் கொல்லப் பட்டவர்களின் முகம் வேதனையால் விகாரமடைந்து விடும் சாதாரணமாகவே இறந்தவர் முகத்தில் ஒளி இருக்காது.

இவரோ பல குண்டுக்காயங்களைத் தாங்கியவர். அதற்கு முன்னர் பதினோறு மாத காலம் காட்டில், பசி தாகத்தோடு அலைந்தவர். கட்டி இழுத்து வந்து சுடப்பட்டவர். அவரது முகம் புன்முறுவலோடு இருந்தது.

இயேசுநாதர் சிலுவையில் அறையப்பட்ட பின்னரும், முள்முடி சூட்டப்பட்ட பின்னரும், வேலால் விலாவில் குத்தப்பட்ட பிறகும், "பிதாவே இவர்களை மன்னியும். தாம் செய்வது இன்னதென்று அறியாது இருக்கிறார்களே" எனக் கூறியதாகத்தான் விவிலியம் கூறுகிறது.

அத்தனை சித்திரவதைக்கும், சிறுமைக்கும், கொடுமைக்கும் பிறகு மன்னிப்புத் தரும் மனப்பக்குவம், சாதாரண மனிதர்களால் நினைத்துப் பார்க்க முடியாதது.

எனவேதான் சிலுவையில் தொங்கிய போதும் சாந்தமும், அன்பும் அவரது முகத்தில் பொலிவுடன் தெரிந்ததாக அவரது சீடர்கள் எழுதினர்.

இதைக் கருத்திற் கொண்டுதான் புன்முறுவல் பூத்த குவேராவின் முகத்தை, அவர்களே வணங்கும் தேவகுமாரனின் முகத்தை ஒத்திருந்தது என்று வியந்தனர்.

இராவணன் கொல்லப்பட்டு வீழ்ந்த பிறகு அவனது மனைவி மண்டோதரி அவனது உடல் மீது விழுந்து அழுதபோது, அவனது முகம் மும்மடங்கு பொலிந்திருப்பதைக் கண்டதாக கம்பன் வருணிக்கிறான்.

ஏனெனில் குவேரா சாகவில்லை. அவரைச் சாகடிக்கவும் முடியாது. குண்டடி பட்டு வீழ்ந்த பின்னர் அவரது பயணம் அதிகமாயிற்று.

ஒரு சர்வாதிகாரி இறந்தால் அன்றோடு அவனது ஆட்சி, அதிகாரம் முடிவுக்கு வந்துவிடும்.

ஒரு லட்சியவாதி, போராளி கொல்லப்பட்டால், அன்று முதல் அவனது லட்சியம் பரவத் தொடங்கும். புகழ் வளரத் தொடங்கும்.

தன்னைக் கைது செய்தவர்களிடம் இறுதியாகக் குவேரா, "நான் இந்தப் போரில் தோற்றுவிட்டேன் என்றாலும், புரட்சிப் போர் தொடரும் என்று பிடலுக்குச் சொல்லுங்கள். என் மனைவி அலெய்டாவிடம், உன் கணவன் கடைசிவரை போராடினான் என்று கூறுவதோடு, கலங்க வேண்டாம் என்றும், மறுமணம் செய்து கொள்ளும்படி சொன்னேன் என்றும் கூறுங்கள். குழந்தைகள் அனைவரையும் நன்றாகப் படிக்கச் சொல்லுங்கள். படித்து முடித்தபின் புரட்சிப் போரில் பங்கேற்கச் சொல்லுங்கள். நான்தான் தோற்றுவிட்டேன். புரட்சி தோற்கவில்லை. அது தொடரும் என்று கூறுங்கள்" எனக் கூறியதாகவும் ராணுவ அதிகாரிகள் பேட்டிகளில் குறிப்பிட்டனர்.

எனவே சே குவேரா சாவுக்கு அஞ்சி எந்நிலையிலும் மன்றாடவில்லை. ஒரு வீரனாகவே சாவைச் சந்திக்க நின்றார்.

அதற்கு நேர் மாறாக அந்த மாவீரனைக் கண்டஞ்சிய ராணுவமும், அரசும் கோழைகளைப் போல, பேடித்தனமாக, நிராயுதபாணியாக நின்ற குவேராவை, ஓர் அறைக்குள் பூட்டியிருந்தபோது சுட்டுக் கொன்றனர்.

அவர் யூரோ கணவாயில் போரின் போது சுடப்பட்டு இறந்து போனார் என்று வானொலியிலும், பத்திரிகையிலும் பொய்யைப் பரப்பினர். தாங்கள் செய்யப் போகும் படுகொலையை மூடி மறைக்க பிரசாரப் புகை மண்டலத்தைப் பரப்பினர். ஆனால், ஆசிரியை யூலியா கார்டினோஸ் அரசின் முகத்திரையைக் கிழித்தார். தான் சந்தித்து உரையாடிய விவரங்களைப் பத்திரிகைகளுக்குச் சொன்னார்.

அக்டோபர் 9-ஆம் தேதி குவேரா சுட்டுக் கொல்லப்பட்டார். மிஞ்சியிருந்த போராளிகள் பல நாட்கள் தொடர்ந்து போராடினர். அதை அரசு வானொலி ஒப்புக் கொண்டது.

அக்டோபர் 13-ஆம் தேதி கொச்சம்பா - சாந்தாகுரூஸ் சாலையில் பத்துப் போராளிகட்கும், ராணுவத்துக்குமிடையில் ஒரு சண்டை நடந்தது. அதில் பொலிவியக் கம்யூனிஸ்டுக்

கட்சியின் இளைஞர் பிரிவின் தலைவர் ஜூலியோ லூயிஸ் மெண்டோஸ் கொல்லப்பட்டார்.

இந்தப் போராளிகட்கு ஆதரவாக விவசாயிகள் இருந்தனர். பெரும் பரிசு அறிவிக்கப்பட்டிருந்தும் அவர்கள் காட்டிக் கொடுக்கவே இல்லை.

போராளிகட்கு உதவிட நகர்ப்புற இளைஞர்கள் புறப்பட்டனர். அவர்கள் பாம்போ, பெனிக்னோ, அர்யனோ ஆகியோரைக் காரில் கடத்தி சிலியில் கொண்டுபோய் விட்டனர். இவர்கள் சிலியில் கைதாகினர். பின்னர் ஈஸ்டர் தீவுக்கு அனுப்பப்பட்டனர். அங்கிருந்து தப்பி பாரீஸ் வழியாக ஹவானா போய்ச் சேர்ந்தனர். இவர்கள் மூலம்தான் கடைசிக் கட்டப் போராட்ட வரலாற்றைத் தொகுக்க முடிந்தது.

சாட்சிகளாக இவர்கள் திரும்பினர்.

இண்டி லாபாசில் தங்கியிருந்த போது போலீசுடன் நடந்த சண்டையில் உயிரிழந்தார். இன்னொரு சண்டையில் டாரியோ கொல்லப்பட்டார்.

❖

17

உயிரைப் பறித்த பின்னர்...

சேகுவேராவின் உடல், அவரது போராளிகள் சிலரது உடலோடு சேர்த்து, விமான நிலையத்திற்கருகில் ஒரு குழியில் புதைக்கப்பட்டது. குவேரா கொல்லப்பட்ட போது அமெரிக்க, பொலிவிய வானொலிகள் மாறி மாறிப் பல பொய்களைப் பரப்பின.

சண்டை நடந்த போது குண்டடிபட்டு கணவாயில் கொல்லப்பட்டார் என ஒரு செய்தி...

பலர் அடையாளம் தெரியாத அளவில் குண்டுகளால் துளைக்கப்பட்டதால், அவர்களுள் குவேராவும் இருக்கலாம் என ஒரு செய்தி.

மலையிலேயே எல்லா உடல்களும் எரியூட்டப்பட்டன என ஒரு செய்தி, பிடிபட்டார் என்றும் ஒரு செய்தி.

செய்தி சேகரித்த, படமெடுத்த பத்திரிகையாளர்கள், அவர் மர்மமான முறையில் கொல்லப்பட்டார் என்பதை மறைக்காமல் வெளியிட்டனர்.

சில ஆண்டுகளுக்குப் பிறகு பொலிவியாவில் ஆட்சி மாற்றம் ஏற்பட்டது. பாரியண்டோஸ் தூக்கியெறியப்பட்டான். குவேராவைக் கொல்ல உத்தரவிட்ட ராணுவத் தளபதி, நாட்டின் தூதுவராக நியமிக்கப்பட்டான். அங்கு அவன் யாராலோ சுட்டுக் கொல்லப்பட்டான். சுட்டவனோ பைத்தியமானான். குவேராவை இராணுவத்திற்குக் காட்டிக் கொடுத்த ரோஜாஸை அடையாளம் தெரியாத ஒருவர் 1969-இல் சுட்டுக்கொன்றார். இந்தச் செய்திகள் வந்தபோதெல்லாம், "குவேரா இன்னும் சுட்டுக்கொண்டுதானிருக்கிறார்" என மக்கள் பேசுவது வழக்கமாக இருந்தது.

குவேராவைக் கடைசியாகச் சந்தித்து உணவு வழங்கிய ஆசிரியை யூலியா கார்டினோஸ் கொடுத்த தகவல்களின் அடிப்படையில், கியூபா அரசாங்கம், குவேராவின் உடலை ஒப்படைக்கக் கேட்டுக்கொண்டது. பொலிவிய அரசும் உடன்பட்டது.

வல்லுநர்கள், மருத்துவர்கள் பல நாள் ஆய்வுக்குப் பின் அவரது உடல் புதைக்கப்பட்ட இடத்தைக் கண்டுபிடித்து, எலும்புக் கூடுகளை அடுக்கி சோதனையிட்டு, குவேராவின் எலும்புக் கூடுகள்தான் என உறுதி செய்தனர்.

பதப்படுத்தப்பட்டு வைக்கப்பட்டிருந்த அவரது இரண்டு கரங்களும் 1996-இல் கியூபாவிற்குக் கொண்டு வரப்பட்டு, ஹவானா தேவாலயத்தை ஒட்டியிருந்த கல்லறையில் கிறித்துவ முறைப்படி மறுபடியும் அடக்கம் செய்யப்பட்டது.

சில லட்சம் மக்கள் கூடி குவேராவிற்கு அஞ்சலி செலுத்தினர். பிடல் காஸ்ட்ரோ, "தேச விடுதலை இயக்கத் தலைவர் ஜோஸ் மார்டியின் சிலைக்கருகில், குவேராவின் சிலை நிறுவப்படும்" என அறிவித்தார். அங்கே குவேராவின் சிலை கம்பீரமாக நிற்கிறது.

❖

18

வலம் வந்த இளைஞன்

பிறப்பதற்காக பத்து மாதக்கெடு வரை காத்திருக்கப் பொறாது ஒன்பதாவது மாதத்திலேயே இந்தப் பூமண்டலத்தைக் காண வந்தவர் சே-தெதே-எர்னாஸ்ட் குவேரா.

'சே' தோழர்கள் சூட்டிய புனைபெயர். 'தெதே' பெற்றோர்கள் செல்லமாக அழைத்த பெயர்.

உலகறிந்த பெயர் சே குவேரா. இது ஒரு மனிதரின் பெயராக அல்லாமல், எழுச்சியையும், புரட்சியையும், அர்ப்பணிப்பையும், வீரத்தையும், தியாகத்தையும் குறிக்கும் சொல்லாக விளங்கி வருகிறது.

இவர் கல்லூரியில் படித்துக் கொண்டிருந்தபோது, காதலியையும், பெற்றோர் சகோதர, சகோதரிகளையும் விட்டு விட்டு நாடுகளைப் பார்க்கப் புறப்பட்டார்.

மாணவப் பருவத்தில் மிதிவண்டியில் பன்னிரண்டு மாநிலங்களைச் சுற்றி வந்தார்.

ஊரைச் சுற்றிப் பார்க்கப் போனவர் தொழுநோயாளிகள் மருத்துவமனைக்குச் சென்று தொண்டு புரிந்தார்.

சுற்றுலாப் பயனிகளை புகைப்படம் எடுத்து, செலவுக்குக் காசு தேடினார்.

தொழுநோயாளிகள் கட்டிக்கொடுத்த படகில், நண்பரோடு பேராற்றில் பயணம் சென்றார்.

பயணத்தின் போதே மந்திரிகளைச் சந்தித்து, மக்களைப் பரிவுடன் நடத்துமாறு வேண்டினார்.

மருத்துவப் படிப்பில் பட்டம் பெற்றார்.

ஏராளமான நூல்களைப் படித்தார்; நிறைய எழுதினார்.

நடனமாட, பாட்டுப்பாடத் தெரியாதவர்.

பாழடைந்த நகரங்களின் கட்டடம், கலைச் சின்னங்களைக் கண்டு போற்றியவர்.

தொழிற்சங்கத் தலைவராக ஆவதற்காக, சுரங்கத் தொழிலாளியாகப் பணிபுரிந்தவர்.

பிடல் காஸ்ட்ரோவுடன் சேர்ந்து கியூபப் புரட்சியில் பங்கேற்றவர். வென்றவர். குடியுரிமை பெற்றவர். அமைச்சர் பொறுப்பை ஏற்றவர். வங்கித் தலைவர் ஆகி, கியூபாவின் பணத்தாளில் கையெழுத்திட்டவர்.

அமைச்சராக இருந்தபோது கரும்புத் தோட்டத்தில் பல நாட்கள் கரும்பு வெட்டியவர்.

ஐ.நா. சபையில் மூன்று முறை உரையாற்றியவர்.

ஆப்பிரிக்க ஒற்றுமை மாநாட்டில் பேசியவர்.

லத்துன் அமெரிக்க நாடுகளில் வளர்ச்சி மாநாட்டில் பேசியவர்.

ஆசிய, ஆப்பிரிக்க ஒற்றுமை மாநாட்டிலும் உரையாற்றியவர்.

இவை தவிர புரட்சிகரக் குழுக்களுக்குப் பயிற்சி தந்தவர். பாடம் கற்பித்தவர்.

அமைச்சர் பொறுப்பை, கட்சிப் பொறுப்பை, கியூபக் குடியுரிமையை உதறிவிட்டு, காங்கோலிய மக்களை விடுவிக்கப் பெரும்பாடு பட்டவர்.

இறுதியாக பொலிவியக் காடுகளில் பதினாறு மாத காலம் அக்கினிப் பரிட்சைக்கு ஆளானவர்.

காதலித்தார் - முதல் காதலியைப் பிரிந்தார்.

போராளியை - ஹில்டாவை மணந்தார். ஒரு மகளைப் பெற்றார். அது மகனாகப் பிறந்தால், 'விளாடிமிர் இலியச் லெனின்' எனப் பெயர் சூட்ட விரும்பினார்.

அலெய்டா மார்ச்சை, முதல் மனைவியின் சம்மதம் பெற்று மணந்தார். ஐந்து குழந்தைகள் பிறந்தன. நான்காவது மகனுக்கு 'உமர்கய்யாம்' எனப் பெயர் சூட்டினார். பெண் குழந்தைகளுக்கு கவிஞர்களின் தேசியத் தலைவர்களின் பெயரையே சூட்டினார்.

அமெரிக்கக் குடியரசுத் தலைவர்கள், சி.ஐ.ஏ., பெண்டகன் தலைவர்கள் கனவில் தினமும் தோன்றி தூக்கத்தைக் கலைத்து விளையாடினார்.

உலகம் முழுவதிலுமுள்ள உணர்வுள்ள இளைஞர்கள் அனைவரையும் கவர்ந்த தோழர்களின் தோழனாக ஆனார்.

இத்தனையும் 39 வருடம் 45 நாட்களுக்குள் செய்து முடித்தார்.

இவரைத் துப்பாக்கிக் குண்டுகளால் கொல்ல முடியுமா?

எனவேதான், 'மரணத்தை வென்ற மாவீரன்' எனக் கூறுகிறோம். உண்மை; வெறும் புகழ்ச்சி இல்லை.

அவர் நம்மிடையே, நம் உள்ளங்களில், உணர்வுகளில், லட்சியத்தில் வாழ்ந்து கொண்டு இருக்கிறார்.

அவரது புகழ்பூத்த புரட்சிகர நாமம் என்றென்றும் நின்று நிலைக்கும்.

❖

19

எழுப்பப்படும் ஐயங்களும் தரப்படும் விளக்கமும்

குவேரா ஒரு கம்யூனிஸ்டா?

இந்தக் கேள்வியை எழுப்புவது வியப்பாக இருக்கிறது. அவர் கட்சியின் உறுப்பினர் உரிம அட்டையைப் பெற்று, கட்சிக் கட்டுப்பாட்டுக்குள் இயங்கியவராகத் தோன்றவில்லை. எனவே, அவர் ஒரு கம்யூனிஸ்டா? எனச் சிலர் கேட்கின்றனர்... அவைதான் ஒரு கம்யூனிஸ்டுக்கு முழு இலக்கணம் என்று நினைப்போருக்கு எழக்கூடிய ஐயம்தான்.

பூணூல் போடாத பிராமணனாக வாழ்ந்தவர் மகாகவி சுப்பிரமணிய பாரதி... அதேபோல அடையாளஅட்டைக்குள் அடங்காத கம்யூனிஸ்டாக வாழ்ந்தவர் குவேரா (எனவே, எல்லோரும் அவர் மாதிரியே செய்யலாம் என்று கொள்ளக்கூடாது. ஏனெனில் எல்லோரும் சே குவேரா அல்ல).

அவர் மிகச் சிறந்த கம்யூனிஸ்டு. ஒரு கம்யூனிஸ்டு எவ்வாறு பிறருக்காக வாழ வேண்டும் என வாழ்ந்து, போராடிக் காட்டியவர்.

அவருக்குக் கம்யூனிஸ்டு என ஞானஸ்நானம் கொடுக்க எந்தப் போப் ஆண்டவரும் தேவையில்லை. அவர் அக்கினியால் வார்க்கப்பட்ட கம்யூனிஸ்டு.

2. குவேரா சோவியத் எதிர்ப்பாளரா?

சோவியத் யூனியனை வெகுவாகப் போற்றியவர். அந்த நாட்டுடன் நட்பு தேவை என்பதற்காக கியூப அரசின் பிரதிநிதியாகச் சென்று உடன்பாடு கண்டவர். ‘உலகிலுள்ள

நாடுகளின் விடுதலைக்கும், விடுதலை அடைந்த பின்னர் வளரவும் உதவிய நம்பிக்கைக்குரிய நண்பன் சோவியத் யூனியன்' எனப் போற்றியவர்.

கியூபாவில் ஏவுகணைகளை நிறுவி விட்டு, கியூப நாட்டுத் தலைவர்களிடம் கலந்தாலோசிக்காமல், குருஷ்சேவ் ஏவுகணைகளை எடுத்துச் சென்றதைக் கண்டித்தவர்.

சோவியத் நாடு கடைப்பிடித்த சில பொருளாதார சீர்திருத்த முறைகளை விமர்சித்தவர். யுகோ, ஹங்கேரி ஆகிய நாடுகளின் சந்தை மோகத்தை விமர்சித்தவர்.

இருப்பினும் ஏகாதிபத்திய எதிர்ப்பில் சோவியத் யூனியனும், சீனாவும், அதேபோல் பிளவுபட்டு நிற்கும் கம்யூனிஸ்டுகளும் ஓரணியில் திரள வேண்டுமென்றே வற்புறுத்தி வந்தனர்.

3. தவறான பொருளாதாரத் திட்டங்களைப் போட்டு தடுமாறினாரா?

ஆம்... அனுபவக் குறைவால், ஆசை மிகுதியால், பொருளாதாரத் திட்டக்குறிகளை வகுத்தது தவறாகி விட்டது. இயற்கை பொய்த்ததும், ஏகாதிபத்திய சந்தை முற்றுகையும், உள்நாட்டில் நிர்வாகப் பொறுப்பிற்கு வந்தோர் அவரது நோக்கைப் புரிந்து செயல்படாததும், அவர் வெற்றி பெற முடியாமற் போனமைக்குக் காரணம்.

இவற்றை அவரே ஒப்புக்கொண்டு எழுதியுள்ளார்.

4. பிடல் காஸ்ட்ரோவும், சோவியத் யூனியனும் இவரைக் காப்பாற்றி இருக்க முடியாதா? சாகட்டும் என விட்டு விட்டார்களா?

இது அருவருக்கத்தக்க நாணயமற்ற கேள்வி. பிடல் காஸ்ட்ரோவும், குவேராவும் பிரிக்க முடியாத இரட்டையர்கள். சோவியத் நாட்டுத் தலைவர்கள் குவேராவை தங்களது அன்புக்கும், மரியாதைக்குமுரிய தோழனாகக் கருதியவர்கள். அவருக்காகக் கண்ணீர் வடித்தவர்கள். பொறாமையால் தீர்த்துக் கட்டும் சிறுமைக் குணம் கண்டறியாதவர்கள்.

தொடர்புகள் அறுந்து, தனிமைப்படுத்தப்பட்ட நிலையில்தான் கடைசித் தாக்குதல் நடந்தது. எனவே, செய்தியே தெரியாது. பிறகு எப்படி நடவடிக்கை எடுப்பது?

5. சோவியத் யூனியன் கைவிட்டதா?

பாசிசத்தை எதிர்த்து முறியடிக்க நான்காண்டுகளாகப் பட்டினியுடன் போராடி இரண்டு கோடிப் பேரை இழக்கத் தயங்காத சோவியத் செஞ்சேனை பற்றி இப்படிக் கூற எந்த நாக்கிற்கும் தகுதி கிடையாது. நடந்தது கொரில்லாப் போர். அதில் சோவியத் தலையிட வாய்ப்பில்லை.

6. சே குவேரா நடத்திய போர் முறையை நாமும் பின்பற்றலாமா?

அவரது மன உறுதியை ஏற்க வேண்டும். விமர்சனங்களைக் கற்க வேண்டும். போரிட்ட முறைகளைப் புரிந்துகொள்ள வேண்டும். அவர் கணக்கில் எடுத்துக்கொள்ளத் தவறியதால் ஏற்பட்ட விளைவுகளையும் சரியாகப் புரிந்துகொள்ள வேண்டும்.

என்ன இருந்தாலும் சரி... இன்று நாம் செய்து கொண்டிருப்பதில் திருப்தி கொள்ளாமல், சுடக்கு முறித்து எழுந்து... நடக்க... போராட பாதை தேடுவதே நல்லது.

அவர் நமக்காகப் போராடி மடிந்தார் என்பதை மறக்க முடியுமா? சும்மா கிளிப்பிள்ளை மாதிரி எத்தனை நாட்களுக்குத் தான் சூத்திர உச்சாடனம் செய்வது?

குவேரா வாழ்கிறார்...

சாரியா குறிப்பிட்டது மாதிரி, கருத்தைச் சுட்டுக் கொல்ல முடியுமா? எனவே, குவேரா கருத்தாக உலவுகிறார்.

7. குவேரா துப்பாக்கிப் பிரியரா? ரத்த வெறியரா?

ஒரே வரியில் திட்டவட்டமாக இல்லை - இல்லை என்று கூறலாம்.

குவேரா தொழு நோயாளிகட்காகப் பணிபுரிந்தவர். குழந்தைப் பருவத்தில் ஏழைப் பிள்ளைகளுடன் சேர்ந்து விளையாடியவர். மனப் பக்குவமே துப்பாக்கி பிடிக்க இடம் தராதது. அன்புள்ளம் அவரது மனம்.

அவர் ரத்த வெறியருமல்லர். கோடானுகோடி மக்கள் நாள்தோறும் சுரண்டப்படுகிறார்கள். அவர்களது ரத்தம் உறிஞ்சப்படுகிறது. இதைக் கண்டு கொதித்ததுதான் அவரது செயல். சிலரைக் கொன்று ரத்தம் சிந்த விட்டு வேடிக்கை

பார்க்கும் காட்டேரி அல்லர் அவர். போரிட்ட வீரர்கள் காயம்பட்டபோது, அவர்களுக்கு உடனுக்குடன் சிகிச்சை செய்தவர் குவேரா. மன்னித்து விடுவித்தவரும் அவரே.

அவரே தன்னுயிரைத் தந்து, கோடானு கோடி மக்களை விடுவிக்க தன் ரத்தத்தைச் சிந்தியவர்... தன்னுயிர் ஈந்தவர்.

8. பல பெண்களுடன் தாறுமாறாக நடந்து கொண்டவரா?

இதுவும் இல்லை.

ஒவ்வொரு நாட்டிலும் சில சமூகப் பழக்க வழக்கங்களும், நெறிகளும் இருக்கின்றன. நம் தமிழ்நாட்டின் பழக்க வழக்கத்தால் நாம் கொண்டுள்ள கற்பு என்ற கண்ணாடி போட்டுப் பார்த்தால் எல்லாமே தப்பாகத் தெரியும். அவர் லத்தீன் அமெரிக்க நாட்டுச் சமூகச் சூழலில் பிறந்து வளர்ந்தவர்.

அவர் மணியடித்தது பார்த்ததும் அலுவலகம் சென்று, பணி முடிந்தவுடன் வீடு திரும்பி, மாலை தோறும் மறவாமல் மல்லிகை, முல்லைப் பூக்கொத்தோடு வீடு திரும்பி, வழிமேல் விழி வைத்துக் காத்திருந்த வேல்விழியாளுக்குச் சூட்டிப் பார்த்து, மகிழ்ந்து, சிற்றுண்டி அருந்தி, சிரித்து விளையாடி காலத்தைக் கழிக்கும் மாமூல் வாழ்க்கை வாழ்ந்தவர் அல்லர். அது ஓர் அசாதாரண வாழ்க்கை.

காதலித்தார். குழந்தைகளையும் பெற்றார். அன்பையும் பொழிந்தார். அதை அவருடைய கடிதங்களே காட்டுகின்றன. பிரிய வேண்டிய நேரத்தில் பிரிந்தார். பாச பந்தங்களை விட, லட்சியப் பயணம் பெரிதாகத் தோன்றியதே காரணம்.

தன்னை விரும்பிய, தன்னையொத்த போராளிகளுடன்தான் உறவுகொண்டார். விரும்பாத எந்தப் பெண்ணையும் வற்புறுத்திய பாலியல் குற்றவாளி அல்லர் அவர்.

தவறாக நடந்து கொண்டோரை அவர் தண்டித்தும் உள்ளார்.

ஆக... என்று இதை மட்டும் உதாரணமாகக் காட்டி கண்டபடி திரிய குவேராவை முன்மாதிரியாகக் காட்ட இளைஞர்கள் முயலக் கூடாது. ஏனெனில், எல்லோரும் குவேரா அல்லர். அவர் தேர்ந்தெடுத்த பாதையில் நடக்க முடியுமா?

நாம் வாழும் இடத்தில், நமது சமூகம் வெளுக்கும் காரியங்களை நாம் செய்யக் கூடாது. அது மனிதனை விட இயக்கத்துக்கு அவப் பெயரைத் தரும்.

9. அவர் கடைப்பிடித்த நடைமுறை எல்லா நாடுகளுக்கும் எல்லாக் காலத்துக்கும் பொருந்துமா?

அப்படியொரு சூத்திரம் எங்கும், யாராலும் உருவாக்கப் படவில்லை. பொலிவிய மக்களே அதற்குத் தயாராக இல்லை என்பதை குவேரா கண்டறிந்தார். அவரும் பல்வகை முயற்சிகளைக் கடைப் பிடித்தவர்தான்.

ஏகாதிபத்தியம் செய்வதை முறியடிக்க வேண்டிய 'எதையும்' செய்ய வேண்டும் என்பதுதான் அவரது அசைக்க முடியாத கொள்கை.

மக்களை விடுவிப்பதற்காக நிற்கும் கட்சிகள், கட்சி உறுப்பினர்களுக்கு போரிடவும் பயிற்சி தர வேண்டும் என்பதுதான் அவரது விருப்பம். இவை எல்லாம் கட்சி அமைப்புகள் முடிவு செய்ய வேண்டும்.

10. விஞ்ஞான ரீதியில் சிந்திப்பவர்கள், 'குவேரா மரணத்தை வென்றவர். சாகவில்லை' என்றும் கூறுகிறீர்கள் – 'சுட்டுக் கொல்லப்பட்டார்' என்றும் கூறுகிறீர்கள். இது சரியா?

மரணம் என்பது மூச்சு நின்றுவிட்ட, வாழ்வின் முடிவைக் காட்டுவது. எனவேதான் மார்க்ஸ் இறந்தபோது ஏங்கல்ஸ், "மார்க்ஸ் சிந்திப்பதை நிறுத்திவிட்டார்" எனக் கூறினார். "ஆனால் அவரது பெயர் காலங்காலமாக நின்று நிலைக்கும்." என்றும் கூறினார்.

குவேரா ஓர் இயக்கத்தின் பிரதிநிதி. அந்த இயக்கம் முடிவுறும் போதுதான் அவரது வாழ்க்கையும் முடிவுக்கு வரக்கூடும். அவரது வாழ்க்கை தனிப்பட்ட மனிதனின் வாழ்க்கையாக வாழப்படவில்லை.

இதைத்தான் மகாகவி பாரதியார்,

"தேடிச் சோறுநிதந் தின்று – பல
சின்னஞ் சிறுகதைகள் பேசி – மனம்
வாடித் துன்பமிக உழன்று – பிறர்
வாடப் பலசெயல்கள் செய்து – நரை

கூடிக் கிழப்பருவம் எய்தி - கொடுங்
கூற்றுக் கிரையெனப் பின்மாயும் - பல
வேடிக்கை மனிதரைப் போலே - நான்
வீழ்வே னென்றுநினைத் தாயோ?"

என்று பாடினார்.

இது குவேராவுக்கு முழுக்கப் பொருந்துகிறது அல்லவா?

"மரணமே உன் கூர் எங்கே? பாதாளமே உன் ஜெயம் எங்கே?" என பவுல் கொரிந்தியர்களுக்கு எழுதிய கடிதத்தில் சாவுக்குச் சவால் விட்டு எழுதியதும் இதைத்தான் வலியுறுத்துகிறது. அதையே நினைவுபடுத்துகிறது.

குவேரா சாவுக்குச் சவால் விட்டவர். அதை நேர்கொண்டு சந்தித்தவர். எனவேதான் 'மரணத்தை வென்ற மாவீரன்' எனக் கூறுகிறோம்.

ஏனெனில் அவர் நம்முன் வாழ்ந்து கொண்டிருக்கிறார்.

❖

SIEMPRE

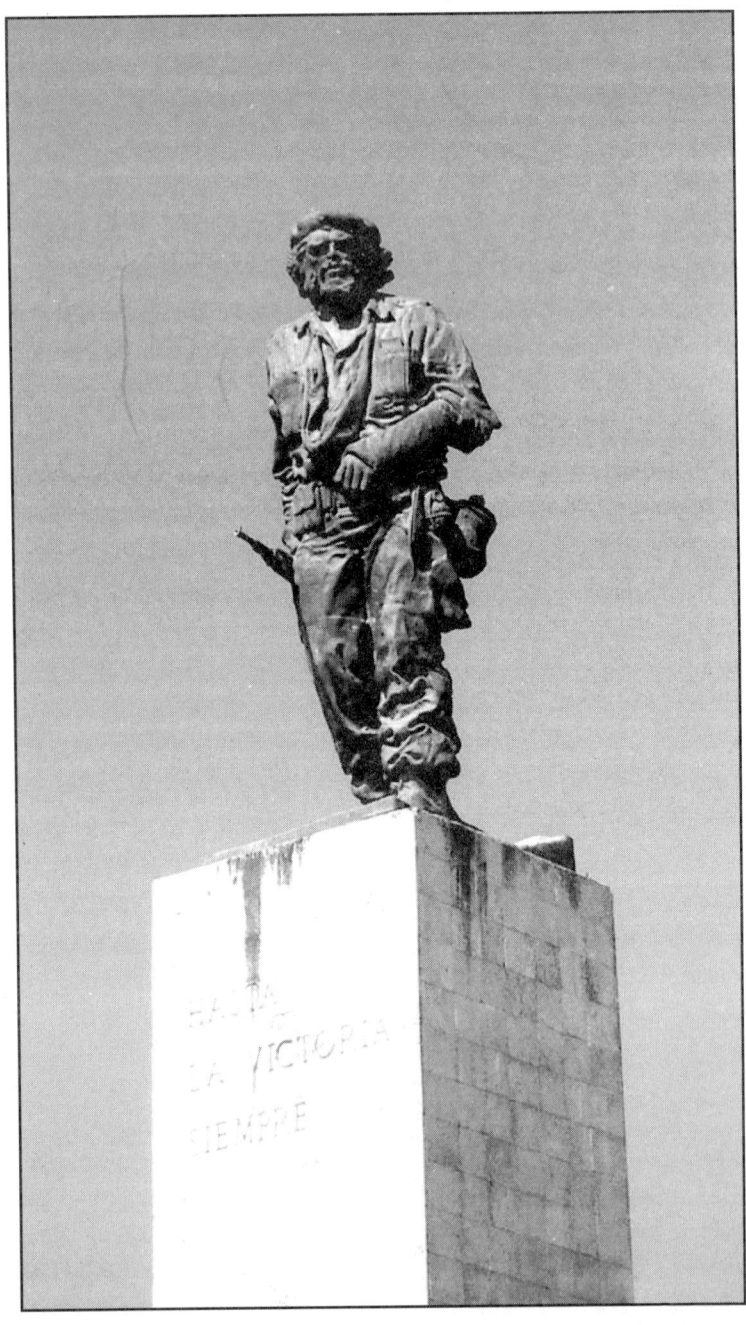